மீண்டும் ஜீனோ

கிழக்கு பதிப்பக வெளியீடுகளாக சுஜாதாவின் புத்தகங்கள்

மீண்டும் ஜீனோ
நிறமற்ற வானவில்
நில்லுங்கள் ராஜாவே
தீண்டும் இன்பம்
ஆஸ்டின் இல்லம்
அனிதாவின் காதல்கள்
நைலான் கயிறு
24 ரூபாய் தீவு
அனிதா இளம் மனைவி
கொலை அரங்கம்
கமிஷனருக்கு கடிதம்
அப்ஸரா
பாரதி இருந்த வீடு
மெரீனா
ஆர்யபட்டா
என் இனிய இயந்திரா
காயத்ரி
ப்ரியா
தங்க முடிச்சு
எதையும் ஒருமுறை
ஊஞ்சல்
ஓரிரவில் ஒரு ரயிலில்
மீண்டும் ஒரு குற்றம்
விக்ரம்
நில், கவனி, தாக்கு!
வாய்மையே சில சமயம் வெல்லும்
ஆ..!
வசந்த காலக் குற்றங்கள்
சிவந்த கைகள்
ஒரே ஒரு துரோகம்
இன்னும் ஒரு பெண்
6961
ஜோதி
மாயா
ரோஜா
ஓடாதே
மேற்கே ஒரு குற்றம்
விபரீதக் கோட்பாடு
ஐந்தாவது அத்தியாயம்
மலை மாளிகை
விடிவதற்குள் வா
மூன்று நாள் சொர்க்கம்
பத்து செகண்ட் முத்தம்
கம்ப்யூட்டர் கிராமம்
இளமையில் கொல்
மேகத்தை துரத்தியவன்
ஒரு நடுப்பகல் மரணம்
நகரம்
இதன் பெயரும் கொலை
மண்மகன்
தப்பித்தால் தப்பில்லை
விழுந்த நட்சத்திரம்
முதல் நாடகம்
ஆட்டக்காரன்
ஜன்னல் மலர்
என்றாவது ஒரு நாள்
வைரங்கள்
மேலும் ஒரு குற்றம்
சொர்க்கத் தீவு
கனவுத் தொழிற்சாலை
ஆயிரத்தில் இருவர்
பதினாலு நாட்கள்
உள்ளம் துறந்தவன்
பிரிவோம் சந்திப்போம்
கரையெல்லாம் செண்பகப்பூ
இரண்டாவது காதல் கதை
நிர்வாண நகரம்
குருபிரசாதின் கடைசி தினம்
இருள் வரும் நேரம்
திசை கண்டேன் வான் கண்டேன்
ஆழ்வார்கள் - ஓர் எளிய அறிமுகம்
தேடாதே
விருப்பமில்லாத் திருப்பங்கள்
விரும்பிச் சொன்ன பொய்கள்
கை
ஆதலினால் காதல் செய்வீர்
நூற்றாண்டின் இறுதியில் சில சிந்தனைகள்
அப்பா, அன்புள்ள அப்பா
மிஸ். தமிழ்த்தாயே, நமஸ்காரம்!
சிறு சிறுகதைகள்
வாரம் ஒரு பாசுரம்
வானத்தில் ஒரு மௌனத்தாரகை
கடவுள் வந்திருந்தார்
அனுமதி
ஓலைப் பட்டாசு
சேகர், சிங்கமய்யங்கார் பேரன்
கம்ப்யூட்டரே ஒரு கதை சொல்லு
டாக்டர் நரேந்திரனின் வினோத வழக்கு
நிஜத்தைத் தேடி
பாதி ராஜ்யம்
சில வித்தியாசங்கள்

மீண்டும் ஜீனோ

சுஜாதா

கிழக்கு

மீண்டும் ஜீனோ
Meendum Jeeno
by Sujatha
Sujatha Rangarajan ©

First Edition: December 2009
272 Pages
Printed in India.

ISBN: 978-81-8493-374-1
Title No. Kizhakku 450

Kizhakku Pathippagam
177/103, First Floor,
Ambal's Building, Lloyds Road,
Royapettah, Chennai 600 014.
Ph: +91-44-4200-9601
Email : support@nhm.in
Website : www.nhm.in

Cover Image : © Erik Lam / Shutterstock
Backcover Image : Srihari

Kizhakku Pathippagam is an imprint of New Horizon Media Private Limited

This book is sold subject to the condition that it shall not, by way of trade or otherwise, be lent, resold, hired out, or otherwise circulated without the publisher's prior written consent in any form of binding or cover other than that in which it is published and without a similar condition including this the rights under copyright reserved above, no part of this publication may be reproduced, stored in or introduced into a retrieval system, or transmitted in any form or by any means (electronic, mechanical, photocopying, recording or otherwise), without the prior written permission of both the copyright owner and the above-mentioned publisher of this book.

ஆனந்த விகடனில் தொடராக
வெளிவந்த விஞ்ஞான நாவலான
'என் இனிய இயந்திரா'வின் இரண்டாம் பாகம்.

'மீண்டும் ஜீனோ'வைச் சந்திக்கும் முன்...

'என் இனிய இயந்திரா!' ஆனந்தவிகடனில் தொடர்கதையாக வெளிவந்தபோது, முதல் அத்தியாயத்தின் இறுதியிலேயே 'ஜீனோ' என்கிற இயந்திர நாய் பேச ஆரம்பித்தது. முப்பத்து நான்காம் அத்தியாயத்தில் அதை ரவி - கால், வால், பாட்டரி என்று அக்கக்காகப் பிரித்துப் போட்டான். ரவிதான் நிலாவின் வீட்டுக்கு ஒண்டுக் குடித்தனம் வரும்போது இந்த நாயையும் அழைத்துவந்தான். இதெல்லாம் நடந்தது (அல்லது நடக்கப் போவது) கி.பி. 2021-ல், ஜீவா என்கிற ஒரு மஹா சர்வாதிகாரியின் கட்டுப்படுத்தப்பட்ட நிழலில் மக்கள் ஒரு ஸிந்தெடிக் சொர்க்கத்தில் அனுமதிக்கப்பட்டு சந்தோஷங்களைப் பகிர்ந்துகொண்டு, உன்னதமான உணர்ச்சிகளுக்கெல்லாம் தடைவிதித்து, வயதானவர்களைக் கொன்று, அருமையான நூல்களை ரத்து செய்து, பாட்டையும் கூத்தையும், பண்பாட்டையும் நீக்கி ஆட்சி செய்யும் சூழ்நிலையில், 'மக்களாட்சி திரும்பி வரும் கழகம்' என்கிற ரகசிய அமைப்பினைச் சேர்ந்த ரவி, மனோ இருவரின் புரட்சித் திட்டங்களில் நிலா அகப்பட்டுக் கொள்கிறாள். அவள், கணவன் சிபியைக் காணாது அவனை தேடிச் சென்றபோது ரவி, மனோவின் பரிச்சயம் ஏற்படுகிறது. ஜீவாவின் ஆதிக்கத்தை முறியடிக்கும் வீர நோக்கங்கொண்ட அவர்களின் இயக்கத்துக்கு உதவி செய்கிறாள். ஜீனோ புத்திசாலித்தனமாகப் பேசுகிறது. மனித உணர்ச்சிகளில் பல அந்த ரோபாட் நாய்க்குப் புரியாவிட்டாலும், அபார ஞாபக சக்தியும் படிப்பும் அதற்கு ஒரு விதமான மானுடத் தன்மையை சிறுகச்சிறுக அளிக்க, சாமர்த்தியங்களைக் கற்றுக் கொள்கிறது. சிரிக்கக்கூட முயற்சிக்கிறது. நிலாவுடன் ஒரு வினோதமான, அன்பு கலந்த சிநேகத்தில் அந்த நாய் சொந்தமான தர்க்கரீதியான சிந்தனைகளின் அடிப்படையில் யோசித்துப் பார்க்கிறது. ஜீவா என்பது ஒரு வெறும் லேசர் பிம்பம். மேலும், ரவி, மனோ, ஜீவா யாவருமே ஒரே சதியின் அங்கங்கள் என்பதையும், சர்வாதிகாரம், புரட்சி, அதன் இறுதியில்

வந்த மக்கள் ஆட்சி எல்லாமே மக்களை ஒட்டு மொத்தமாக ஏமாற்றும் ஒரு பெரும் சதியின் பற்பல வடிவங்கள் என்பதையும் அந்த நாய் கடைசி நிமிஷத்தில் கண்டு கொள்கிறது. நிலாவிடம் சொல்லி அவளுக்கு உதவி செய்ய ஜீனோ முற்படுமுன் நாய் இனி தேவை யில்லை என்று ரவி, அதைப் பிரித்துப் போட்டு விடுகிறான். ரவி, மனோ இருவரும் அவளைப் பொம்மை அரசியாக, நாட்டின் தலைவியாக அலங்காரச் சிறையில் வைத்துப் பின்னணியில்... சற்று மாதிரி பார்ப்போமே!

நிலாவுக்கு இப்போது அடிவயிற்றுப் பயம் அதிகரித்தது. எத்தனை பெரிய சக்தி இவர்கள்! விஞ்ஞானம், டெக்னாலஜி பிம்பங்கள், குரல்கள் இவற்றை வைத்துக்கொண்டு ஒருத்தியின் உண்மையான வடிவத்தை முழுவதும் கலைத்துவிட்டு, வேறு குணாதியங்களை ஒட்ட வைக்கும் இந்த மகத்தான சக்தியை எப்படி எதிர்ப்பேன்?

நிலாவின் பேச்சு முடிந்ததும் வானளாவப் பெற்ற ஆரவாரத்தைப் பற்றி நிலா கேட்டாள், 'இதுகூட இயந்திரம்தானா?'

'இயந்திரத்தின் மூலம் கைதட்டலை ஆரம்பித்துக் கொடுப்போம். அதன் பின் மக்கள் இயற்கையாகக் கை தட்டுவார்கள்.'

'மக்களை இன்னும் எந்தெந்த விதத்தில் ஏமாற்றப் போகிறோம்... நான் மேற்கொண்டு என்ன செய்யவேண்டும் என்று எனக்குச் சொல்லிவிடு ரவி. என் பெயரில் நடக்கும் இந்த ஏமாற்றம் என்ன வென்றாவது எனக்குத் தெரியட்டும்.'

'முன் வரிசையில் இருக்கும் சிலரோட கைகுலுக்கவேண்டும். ஒன்றிரண்டு குழந்தைகளை முத்தமிடவேண்டும். நாடு தழுவிய வீடியோவிஷனில் தெரிகிறாய். இந்தக் காட்சியை நூற்றிருபது கோடி மக்கள் பார்த்துக் கொண்டிருக்கிறார்களே.'

இந்த விதத்தில் பொம்மை ராணியாக நிறுவப்பட்ட நிலாவுக்கு, சற்றும் எதிர்பாராமல் ஜீனோவின் பக்கபலம் மறுபடி கிடைக்கிறது.

'ஜீனோ!' என்று பரவசத்துடன் கீச்சிட்டாள் நிலா.

ஜீனோ மெள்ள வந்தது. 'உஷ்ஷ்... கதவையும் சன்னலையும சாத்திவிட்டு வா... அவர்கள் பிரித்துப் போட்டது என்னை இல்லை. மேஜைக்கு அடியில் நான் ஒண்டிக் கொண்டேன். ஆனால், வெளியே வந்தது நானில்லை. இந்த மாதிரி விபரீதம் நடக்கும் என்று முன்னமே எதிர்பார்த்தேன். என்னைச் சந்தேகிக்கிற ரவியோ மனோவோ நேரில் பார்த்தால் உயிருடன் வைத்திருக்கமாட்டார்கள்

என்று எதிர்பார்த்து, தற்காப்புக்காகச் சமையலறையிலிருந்து என் ஜாதி, என் மாடல், என்னைப் போல தோற்றம்கொண்ட ஒரு ரோபாட் நாயைக்கூடவே அழைத்துக்கொண்டு வந்து மேஜையடியில் இருக்கச் சொல்லியிருந்தேன். ரவி, 'வா! வெளியே வா! வெளியே' என்று அதட்டியபோது அந்த முட்டாள் நாயை வெளியே அனுப்பி விட்டேன். மனித சிந்தனையைக் கற்றுக் கொண்டதும் மனிதத் தந்திரங்களும் தானாகவே வந்துவிட்டன.'

'நாம் இனி என்ன செய்யவேண்டும்?' - நிலா கேட்டாள்.

'கேள். ரவி, மனோவின் பொய்யை மக்களிடையே அம்பலப்படுத்த வேண்டும். முதன்முதலாக அவர்களுக்கு உன்மேல் சந்தேகம் எழாதபடி அவர்கள் சொல்வதை வேத வாக்குப் போல் கேட்டுக் கொள். செயல்படு. சொல்கிறதையெல்லாம் செய். மக்களிடையே நாம் வலுப்பெற முதன்முதலில் ஆதாரமான விசுவாசிகளின் படையொன்றை, கமாண்டோ என்று போன நூற்றாண்டில் சொன்னார்களே, அது போலத் தயாரிக்கவேண்டும்.'

'ஜீனோ. நீ வந்து விட்டாய். நான் இனி சுதந்தரமானவள்.'

'சுதந்தரம் என்பதற்கே அர்த்தம் இல்லை. உன்னைச் சுதந்தரமானவள் என்று சொல்லிக் கொள்கிறாய். உன் புதிய சிந்தனை என்னவென்று நான் அறிந்துகொள்ள விரும்புகிறேன். எதிலிருந்து சுதந்தரம் என்பதை விட எதற்காகச் சுதந்தரம் என்று அறிந்துகொள்ள விரும்புகிறேன். நிலா உன் அனுபவத்தில் பார்த்ததெல்லாம் மனித நோக்கில் உண்மை. அது எப்போதுமே களங்கமாகத்தான் இருக்கும். சொந்த ஆசாபாசங்களும், விருப்பு வெறுப்புகளும் சேர்ந்திருக்கும். என்போன்ற இயந்திர உண்மையில் இதற்கெல்லாம் இடமில்லை. கருணைக்கும் மன்னிப்புக்கும்கூட இடம் இல்லாத அப்பட்டமான உண்மை. அதைக் கண்டுபிடித்து மக்களிடம் சொல்ல வேண்டியது நம் இருவரின் கடமை. உன்னுடன் இந்தப் பிரயாணத்தில் உனக்கு உதவுகிறேன். எனக்குத் தேவையானது, என் சோலார் பானல் களுக்குக் கொஞ்சம் சூரியவெளிச்சம், ஒரு சில புத்தகங்கள், வாரம் ஒரு தடவை சற்று முன் கொடுத்தாயே அது போல முத்தம். அதுபோதும்.'

இப்போது ஜீனோவை உங்களுக்கு ஒருவாறு புரிந்திருக்கும். இனி மீண்டும் ஜீனோ...

1

ஜீனோ தாவி நின்றுகொண்டு பதினைந்து செகண்டுக்கு ஒருமுறை வாலாட்டி அவ்வப்போது 'வவ் வவ்' என்று குரைத்தது. ரவியும் மனோவும் உள்ளே வந்து 'எப்படி இருக்கிறாய் நாட்டின் தலைவி நிலா?' என்று சற்றுக் கேலியாக விசாரித்தார்கள். 'புதிய நாய் பிடித்திருக்கிறதா?'

நிலா மேஜைமேல் இருந்த நாயைப் பார்த்து,'ஜீனோ போல வராது, இது ஏதோ பிசாத்து.'

ரவி அவள் கையைப் பிடித்து முழங்கை வரை தடவினான். 'ஜீனோ சிந்திக்கத் தொடங்கிவிட்டது. அதனால்தான் அதை அழித்தேன். சிந்தனை யாருக்கும் கூடாது. சிந்தனை என்பதை ஒரு கெட்ட வார்த்தையாக்கி, அரசாங்க அகராதிகளிலிருந்து நீக்கிவிட ஒரு சட்டம் கொண்டுவரப்போகிறோம்.'

'கையெழுத்துப் போடுகிறாயா நிலா?'

'அதற்கென்ன! நானும் இந்த மட நாயைப் போல இயந்திரம்தானே? கையெழுத்து போட்டுவிட்டால் போகிறது.'

'என்ன இத்தனை அடிபணிதல்?'

'ரவி, மனோ - நீங்கள் சொன்னபடியே நடக்கிறேன். யோசித்துப் பார்த்ததில் உங்கள் இருவரால்தான் நாட்டுக்கே சுபிட்சம் என்று புரிந்துவிட்டது.'

'புத்திசாலி நிலா. இதை உணர்ந்துகொண்டுவிட்டால் நம்மிடையே எந்தவிதமான குழப்பமும் பூசலும் இல்லை.' ஜீனோ 'வவ்' என்று சொல்லி வாலாட்டியது.

'மட நாய்.'

'முட்டாள் நாய்? இதுபோதும் உனக்கு.'

'ஆம். எனக்கு ஜீனோ வேண்டாம். வேறு ஏதாவது அரசுக் காகிதங்களில் கையெழுத்திட வேண்டுமா?'

'இல்லை. இப்போதைக்கு இல்லை.'

ரவி போகும்போது நிலாவை ஒரு மாதிரி பார்த்தான்.

'என்ன பார்க்கிறாய்?'

'ரொம்ப அடிமைத்தனமாக இருக்கிறாயே?'

'வேறு எப்படியாவது இருந்தால் நீங்கள் இருவரும் சகிப்பீர்களா?'

'இல்லை, சகிக்க மாட்டோம்' என்றான் மனோ. 'நிலா, உன் எல்லைகளைச் சரியாகப் புரிந்துகொள். ஒரு சில தினங்களுக்குத்தான் நீ தலைவி. உன்னை இப்போது பதவி நீக்கம் செய்ய முடியாது. ஏனெனில், இன்றைக்கு நீதான் நாட்டின் கண்மணி. உன் இளமையும் தோற்றமும் தைரியமும் பற்றி இப்போதே கவிஞர்கள் காவியங்கள் எழுத ஆரம்பித்துவிட்டார்கள். கவிதை இப்போது அனுமதிக்கப்பட்டுவிட்டது.'

'எத்தனை நாள் இப்படி ரவி?'

'உன் மேல் அவர்களுக்கு வெறுப்பு ஏற்பட்டு மக்களே உன்னைப் பதவிநீக்கம் செய்யும்வரை.'

'அது எப்படி?'

'அதற்கும் நாங்கள்தான் ஏற்பாடு செய்யப் போகிறோம். அதுவரை நீ அரசி. மிக முக்கியமான பிரஜை.'

அவர்கள் சென்றதும் மேஜையில் 'வவ் வவ்' என்று பதினைந்து செகண்டுக்கு ஒருமுறை வாலாட்டிக் குரைத்துக்கொண்டிருந்த ஜீனோ சுதாரித்துக்கொண்டு, 'நாய் பட்ட பாடு என்பார்களே, இதுதான். மடநாயாக நடிப்பது ரொம்பக் கஷ்டம்.'

'ஜீனோ, அவர்கள் சொன்னதைக் கேட்டாயா?'

'கேட்டேன். எதிர்பார்த்ததுதான். உன்னைப் படிப்படியாகப் பதவிநீக்கம் செய்வார்கள்.'

'எப்படியோ பதவியிலிருந்து விடுதலை பெற்றால் நல்லது.'

'அதோடு நிற்காது.'

'பின்?'

ஜீனோ அவளை ஒருமுறை பார்த்துக் கண்ணடித்தது.

'இப்படிக் கண்ணடிப்பது ஒரு கெட்ட பழக்கம்.'

'அப்படியா? மன்னித்துக்கொள். புதுசாகக் கற்றுக்கொண்டேன். சரி, எப்போதெல்லாம் கண்ணடிக்கலாம்?'

'காதலின்போது. விஷமத்தின்போது. குழந்தைகளுக்குக் கண் சிமிட்டலாம். இரண்டு கண்கள்!'

'இரண்டு கண்களுக்கும் ஒரு கண்ணுக்கும் வித்தியாசமா?'

'ஆம், இரண்டு கண்களில் களங்கம் இல்லை.'

ஜீனோ இரண்டு கண்களையும் சிமிட்டியது. 'அன்புள்ள நிலா, நீ ஆபத்தில் இருக்கிறாய்' என்றது.

'எப்படி? மக்கள் என் பக்கம் இருக்கும்வரை நான் பத்திரமே.'

'மக்கள் வெறுப்பு அதிகமாகிவிட்டால்?'

'அதற்குள் நீ ஏதாவது செய்யவேண்டும் ஜீனோ.'

'அதற்குள், என் தொண்டையில் கொஞ்சம் நைலான் ரோமங்கள் மாட்டிக்கொண்டிருக்கின்றன, எடுப்பாயா?'

ஜீனோவை நிலா மடியில் கிடத்தி, வாயைத் திறந்து, விரலைவிட்டுப் பார்த்து, 'ஒன்றுமே இல்லையே' என்றாள்.

'சும்மா உன் மடியில் படுக்கத்தான் இந்தத் தந்திரம் செய்தேன்.'

'ஜீனோ. ஓ! ரொம்பக் குறும்பு அதிகமாகிவிட்டது உனக்கு.'

மாலை, 'மக்கள் விழா' ஒன்றில் கலந்துகொள்ள வேண்டியிருந்தது நிலாவுக்கு. அரசாங்க ஒப்பனைக்காரி மூன்று மணிக்கே வந்து நிலாவுக்குத் தலை சீவி, உடைமாற்றி, துடைத்துவிட்டாள்.

'பெண்ணே, உனக்கு எத்தனை சம்பளம்?' என்றாள் நிலா.

'தலைவி, எனக்குச் சம்பளம் கிடையாது.'

'அரசாங்கப் பெண். ரோபாட் தொழிற்சாலையின் எட்டாவது மாடல் இந்தக் குட்டி' என்றது ஜீனோ.

ஒப்பனைக்காரி சிரித்து, கண்ணாடிக் கண்களில் பளிச்சிட்டாள்.

'மனிதர்களே இல்லையா?'

'உளவு, ஒற்று வேலையில் மட்டும் இன்னமும் மனிதர்கள்தான்.'

'ஜீனோ, என்னுடன் பொதுக்கூட்டத்துக்கு வருகிறாயா?'

'இல்லை, விவியை மட்டும் போட்டுவிட்டுப் போ. நான் இங்கேயே பார்த்துக் கொள்கிறேன்' என்று 'தி ஹிஸ்டரி ஆஃப் வெஸ்டர்ன் பிலாசபி'யை எடுத்துக்கொண்டு சோபாவில் உட்கார்ந்துகொண்டது.

'பைப் பிடிக்கவும் கற்றுக்கொண்டு விடேன்?'

'அநாவசியப் பழக்கம். ஏய். பொம்மைப் பெண்ணே! எனக்கு ஒரு காரியம் செய்யேன். அந்த விளக்கை...' மேஜையில் தாவி 'வவ் வவ்' என்று நின்றுகொண்டு வாலாட்டியது.

மனோ உள்ளே வந்தான். 'நிலா தயாரா?'

'தயார் மனோ.'

'மக்களைச் சந்திக்கும் இந்த விழாவில் நீ சற்றே, மிகச் சற்றே, வினோதமாக நடந்துகொள்ளவேண்டும்.'

'என்ன செய்யவேண்டும்?'

'உன்மேல் வெறியாக உன்னை நோக்கி உன்னைத் தொட பல இளைஞர்கள், விசுவாசப் பிரஜைகள் வருவார்கள். அவர்களில் யாராவது ஒருவரை நீ தொந்தரவு தாங்காமல் திட்ட அல்லது அடிக்கவேண்டும்!'

'வவ் வவ்!'

'சரி, அப்படியே செய்கிறேன்' என்றாள்.

பிரம்மாண்டமான கூட்டம் அது. நிலாவைப் பார்த்து உடனே ஜனங்கள் உன்மத்தமாகி 'இதோ நிலா, அதோ நிலா, நிலா, நிலா' என்று எழுச்சியுடன் ஆரவாரிட, கடலலைகள் எல்லாம் சேர்ந்து 'நிலா நிலா' என்று ஆரவாரிப்பதுபோல் தோன்றியது. ஸிந்த்ரானின் முன் நிலா நின்றபோது, மக்கள் கவிஞர் 'நீலவான் ஆடைக்குள் முகத்தை மூடி' என்று நிலாப் பெண்ணைப் பாடினார். அரசாங்க ஆறாவது சிம்பனியின் ஸின்தஸைஸர் குழுவினர் அமானுஷ்ய சங்கீதம் பயின்றனர். 'அட்வான்ஸ் ரோபாட் இன்ஸ்டிட்யூட்'டின் முன்னணி ரோபாட்டுகள் நெளி நடனம் ஆடிட அங்கிங்கெனாதபடி எங்கும் வண்ண ஒளிக் கோடுகள் போட்டு ஃபைபர் நடனக் காட்சிக்குப்பின் நிலா பேச எழுந்தாள். ஆரவாரத்தை அரை நிமிஷம் அனுமதித்த நிலா, கையை உயர்த்தியபின், அத்தனை பேரும் அடங்கிப்போக, நிலா வாயசைத்தாள். ஸிந்த்ரானில் நிலா பேச வேண்டியது ஒலித்தன.

'என் இனிய புதிய சுதந்தர மக்களே! நாட்டின் நலத்துக்கு நாங்கள் முன்னம் அறிவித்த சலுகைகள் பற்றி உங்களுக்கு நினைவுபடுத்தத் தேவையில்லை. சென்ற ஜீவா அரசின் அரசியல் கைதிகள்

அனைவரையும் விடுதலை செய்துவிட்டோம். நாங்கள் பதவியேற்ற தினத்தை தேசிய விடுமுறை நாளாக்கிவிட்டோம். மக்கள் கட்டுப் பாட்டுச் சட்டங்கள் எழுபதையும் ரத்து செய்துவிட்டோம். இனிமேல் நீங்கள் சுதந்தர நாட்டின் சுதந்தரப் பிரஜைகள்.'

நிலா வாயசைப்பு மட்டும்தான் செய்தாள். அத்தனை பேச்சும் அவள் குரலில் ஸிந்த்ரானில் ஒலித்தன.

'உங்களுக்குப் பேச்சு சுதந்தரம், எழுத்து சுதந்தரம் எல்லாமே மீட்கப்பட்டுவிட்டன. நீங்கள் விரும்பியதைப் பேசலாம். நீங்கள் இனி அரசாங்கத்தைக் கடுமையாக விமர்சிக்கலாம். நான் உங்கள் எதிர்பார்ப்புக்கு வரவில்லையென்றால் என்னை நடுத்தெருவில் வைத்து லேசர் குத்து தந்து கொன்றுவிடலாம்...'

'மாட்டோம், மாட்டோம்' என்று மக்கள் ஆரவாரிக்க, 'யாரும் மக்கள் ஆட்சியின்முன் தப்பிக்க முடியாது. நீங்கள்தான் சொந்தக்காரர்கள்... நீங்கள்தான் தீர்ப்பளிப்பவர்கள். கூடிய விரைவில் நாட்டில் மக்கள் தேர்தல் வந்து, உங்கள் தலைவனையோ, தலைவியையோ தேர்ந் தெடுக்கலாம்.'

'நீதான் தலைவி, வேறு யாரும் வேண்டாம். நீதான் நீதான்!'

'ஐயோ! நான் இதையெல்லாம் சொல்லவே இல்லையே' என்றாள் நிலா.

அது யார் காதிலும் விழாமல் வெளியே ஸிந்த்ரானில் வேறு வாசகம் ஏதோ ஒலிக்க, நிலாவுக்குப் பயமாக இருந்தது. இப்போது பேச்சு முடிந்துபோய் மக்கள் அனுமதிக்கப்பட்ட அளவில் மேடையைத் தாக்கினர். நிலாவின் கையைப் பிடிக்க முயன்றார்கள். முத்தம் கொடுக்க முயன்றார்கள். நிலாவின் உடையைத் தொட்டுப் பார்த்தார்கள். 'நிலா நிலா நிலா' என்று மந்திரம் போல், யாகம் போல், 'ஓ' வென்று ஒலிக்க...

ஜீனோ விழாக் காட்சிகளை விவியில் பார்த்துக்கொண்டிருந்தது.

புன்னகை செய்வது எப்படி என்று தெரியவில்லை.

புன்னகை செய்து பழக, இதுதான் சரியான சந்தர்ப்பம்...

எதிரே கண்ணாடியில் தெரிந்த ஜீனோவைப் பார்த்தது. நாக்கை நீட்டிப் பார்த்தது. அந்த ஜீனோவும் நாக்கை நீட்ட, 'நியூட்டன் காலத்திலிருந்து இதையே செய்துகொண்டிருக்கிறாயே, வெட்கமாக இல்லை?'

பின்னால் ஒருவன் வந்து நின்றுகொண்டிருந்ததை ஜீனோ கவனிக்க வில்லை.

2

உள்ளே வந்தது ஒற்றர் படையைச் சேர்ந்த ரஜா என்கிறவன். இரண்டாம் தளம் ஐந்தாம் பிரிவைச் சேர்ந்த அரசாங்க ஒற்றன். சப்தமில்லாமல் ஜீனோ கண்ணாடியைப் பார்த்துத் தனக்குள் பேசிக் கொண்டிருப்பதைக் கவனித்து, அதன் மிக அருகில் வந்தான். பின்னாலிருந்து வந்தான். ஜீனோவின் சென்ஸர்கள் உணரவில்லை. கண்ணாடி வழியாக அவன் தெரியவில்லை.

'பக்' கென்று ஜீனோவின் கழுத்தைப் பிடித்துத் தூக்கினான். அதைத் தன் கண்ணுக்கருகில் கொண்டுசென்று பார்த்தான்.

ஜீனோ அவனை ஒரு மாதிரி மேல் பார்வை பார்த்து, 'வவ் வவ்' என்று அந்த அசௌகரிய வேளையிலும் வாலாட்டியது.

'நீ ஒரு மடநாய். உனக்கு வாலாட்டுவதையும் குரைப்பதையும் தவிர வேறு செயல்பாடுகள் இல்லை... எப்படி உன்னால் பேச முடியும்?'

'வவ் வவ்!'

'இல்லை... நான் கேட்டது வேறு குரலா?'

'வவ் வவ்!'

'ம்ம்ம்?' என்று கன்னத்தில் கை வைத்து ஜீனோவைப் பார்த்துக் கொண்டே யோசித்தான். 'இந்த நாய்தான்... இதனிடமிருந்துதான் சப்தம் புறப்பட்டது.'

'வவ் வவ்!'

'பொய் சொல்கிறாயா? பார்த்துவிடலாம் இது என்ன மாடல் என்று...' - ஜீனோவின் கழுத்தைத் திருகி அதனுள் இருக்கும் பாட்டரியை எடுக்க அவன் முற்பட்டபோது ஜீனோ, 'என்னை விடு... என்னை விடு' என்றது.

அவன் அதிர்ச்சியில் அதைக் கீழே போட்டுவிட, ஜீனோ மேஜை மேல் தாவி, 'நீ ஒற்றனா?' என்றது.

'ஆம். நீ எப்படிப் பேசுகிறாய்?'

'அது ஒரு பெரிய கதை. உன் எஜமானர்கள் யார்?'

'அதைப் பற்றி உனக்கு என்ன கவலை, நாயே?'

'எனக்கு ஏதும் கவலையில்லை. அனாவசியமாக நீ உயிரிழக்கப் போகிறாயே என்று சொன்னேன்.'

'நான் ஏன் உயிரிழக்கவேண்டும்?'

'நாட்டின் தலைவி, அரசியின் அந்தரங்க அறைக்குள் நுழைய எந்த ஒற்றனுக்கும் அனுமதி கிடையாது. நீ ஓர் இரண்டாம் தள ஒற்றன். உன் பையிலிருக்கும் அடையாளச் சீட்டைப் படித்துவிட்டேன். உன் கடமை எல்லைகளை மீறி இங்கே உள்ளே வந்ததால் உனக்கு மரண தண்டனை.'

ஒற்றன் பயந்து, 'சே...சே! அப்படியெல்லாம் இல்லை... என்னை மனோதான் பணித்திருக்கிறார்' என்றான்.

'அப்படி என்றால் மனோவுக்கும் மரண தண்டனைதான். அரசி நிலாவைப் பற்றி உனக்குத் தெரியாதா? அதோ பார்.' விவியில் மக்கள் திரள் அவள்மேல் இன்னமும் அன்புத் தொல்லையாக மோதிக் கொண்டிருக்க... 'இத்தனை சலுகையும் செல்வாக்கும் உள்ள அரசியை வேவு பார்க்கிறாயா, நன்று!' என்றது ஜீனோ.

'என் கடமையைச் செய்கிறேன்.'

'கடமை... யார்பால் கடமை?'

'மனோதான். அவர்தான் உள்துறை வேவு இலாகாக்களின் தலைவர். அவர் ஆணைக்கு அரசியும் படிந்தாகவேண்டும். நாட்டின் பாதுகாப்பு பற்றிய விஷயமல்லவா?'

அவன் ஜீனோ பேசுவதை மேலும் கவனிக்காமல் அறையில் இருந்து பிக்சர் போனில் எண்களை ஒத்தினான். ஜீனோ பார்த்துக் கொண்டிருக்க, 'உன் போன்ற ரோபாட் நாய்களை அரசாங்கத் தொழிற் சாலைகளில் செய்வதை நிறுத்தியாகிவிட்டது. எப்படி நீ மட்டும்...'

திரையில் தெரிந்த முகம் கேட்டது.

'உங்களுக்கு யார் வேண்டும்?'

'மனோ...'

'விழாவுக்குப் போயிருக்கிறார்... செய்தி உண்டா?'

'அரண்மனை ஒற்றன் என்று சொல். விஷயம் முக்கியம் என்று சொல். வந்தவுடன் போன் பண்ணச் சொல்.' போனை வைத்துவிட்டு வந்தவன், மேஜைமேல் உட்கார்ந்து தன் லேசரை எடுத்துச் சோம்பேறித்தனமாக ஜீனோவைப் பார்த்துக்கொண்டே, 'உன்னை அப்போதே தீர்த்திருக்கவேண்டும்' என்றான்.

'லேசரை அடிக்கடி என்னை நோக்கி ஆட்டாதே. தற்செயலாக என்மேல் பட்டுவிட்டால் நான் இறந்து போவேன்' என்றது ஜீனோ.

'தற்செயலாக இல்லை, செயலாகவே இறக்கத்தான் போகிறாய்.'

'பின் எதற்காகத் தாமதம்?'

'மனோ வரவேண்டும். ஏதாவது தப்பாக நிகழ்ந்துவிட்டால்...'

'அது வாஸ்தவம். அதுவரை நான் ஒரு சில பக்கங்கள் படிக்கிறேன். அதிகம் உயிர் வாழ சமயமில்லை அல்லவா?'

ஜீனோ ரஸ்ஸலின் புத்தகத்தை எடுத்து வைத்துக்கொள்ள, ஒற்றன் ஆச்சரியப்பட்டான். 'தத்துவம் படிக்கும் நாயை இப்போதுதான் பார்க்கிறேன்.'

'மடத்தனமான ஒற்றனை நான் இப்போதுதான் பார்க்கிறேன்.'

'ஏய், ஏய்... நாயே, வாயை அடக்கிப் பேசு!'

'வாயை அடக்கினால் பேச முடியாது. என்னை நீ சுலபமாகக் கொன்றுவிடலாம். எனக்கு வலி கிலி இரண்டும் கிடையாது. ஆனால், நீ என்னைக் கொன்றதற்குப் படப்போகும் பாடு, அதை எண்ணிப் பார்க்கவே தயக்கமாக இருக்கிறது.'

'நான் கடமையைச் செய்கிறேன்.'

'நான் அரசு சித்திரவதைக் கூடத்துக்குப் போயிருக்கிறேன். பழைய காலத்து ஆயுதங்கள் வைத்துக்கொண்டு கண்ணை... அது என்ன வார்த்தை... அ... நோண்டுவார்கள். பரவாயில்லையா?'

'பயமுறுத்துகிறாயா?'

'உண்மையைச் சொல்கிறேன்!'

இப்போது படத் தொலைபேசியின் வற்புறுத்தல் கேட்க, ஒற்றன் அதை எடுக்க, படம் உயிர் பெற, ஒரு பெண் தோன்றி, 'ஒரு நிமிஷம்... இப்போது மனோ பேசுவார்.'

ஒற்றன் காத்திருக்க, ஜீனோ அவன் பின்னால் பஞ்சடி வைத்து நழுவி வந்து, அவன் அசிரத்தையாக வைத்திருந்த லேசரை எடுத்து வாயால் கவ்விக்கொண்டு, முன்னங்கால்களால் அதன் விசையை அவன் மேல் குறிவைத்து இயக்கியது.

ஒற்றன் நின்ற வாக்கிலேயே சற்றுத் தள்ளாடி, வெட்டுண்ட மரம் போல் விழுந்தான்.

திரையில் மனோ தெரிந்தான். 'யாருப்பா, ரஜாவா?'

திரையில் தோன்றிய மனோவின் ஸ்கானர் பார்வை, கீழே விழுந்திருந்த ஒற்றனை வருடவில்லை.

ஜீனோதான் மேஜைமேல் ஒரு திசையில் பார்த்துக்கொண்டு, பதினைந்து செகண்டுக்கு ஒருமுறை வாலாட்டி 'வவ் வவ்' என்றது.

'ஹலோ, யாருமில்லை அறையில்?'

'ரஜா...ரஜா?'

'வவ் வவ்!'

'யாருமில்லையே... நாய் மட்டும் குரைக்கிறது.'

'பொம்மை ஒற்றன் கூப்பிட்டது சத்தியம் ஐயா... யார் போனை எடுத்தார்கள்?'

'கூப்பிட்டபின், வேறு ஏதாவது அவசரமாக நிகழ்ந்திருக்கும். மறுபடி அழைப்பான். அரை மணிக்குள் அழைக்கவில்லை என்றால் சொல். அரண்மனைக்குப் போய்ப் பார்க்கிறேன்.'

'சரி ஐயா!'

திரை கரைந்ததும், ஜீனோ மேஜையைவிட்டுக் குதித்து இறங்கி... கீழே கிடந்த ஒற்றனின் உடலைப் பார்த்து, அவன் சட்டையைப் பற்களால் பற்றியிழுத்துப் பார்த்தது. முடியவில்லை.

'பாட்டரி மாற்றவேண்டும்... உம்... என்ன செய்வது? ரொம்ப சிரமப் பட்டு அந்த உடலைச் சற்றே மேஜை அடியில் இழுத்து வைப்பதற்குள் 'உஷ், அப்பாடா! கூட்டம் முடிந்தது' என்றபடி உள்ளே வந்த நிலா, 'ஊ' என்று பயத்தில் கூவினாள்.

'ஷ்ஷ்ஷ்ஷ்ஷ்...'

'ஜீனோ, என்ன இது... ஏன் இவன் மயங்கிக் கிடக்கிறான்?'

'மயங்கவில்லை... இறந்து விட்டான்.'

மீண்டும் ஜீனோ

'ஊ!'

'இந்த மாதிரி இனிமேல் கூவாதே... எனக்கு உள்ளுக்குள் ஒரு மாதிரி சிலிப்பு ஏற்படுகிறது.'

'சிலிப்பு இல்லை, சிலிர்ப்பு. ஜீனோ, என்ன ஆயிற்று? யாரிவன்?'

'மனோவின் ஒற்றன். நான் பேசுவதைப் பார்த்துவிட்டான். அதை மனோவிடம் சொல்லப்போகும் சமயத்தில் கொல்ல வேண்டியதாகி விட்டது. லேசர் நல்ல ஆயுதம்.'

'ஐயோ! இப்போது என்ன செய்வேன்?'

'மனோ வரப்போகிறான். அதற்குள் பிணத்தை அப்புறப்படுத்த வேண்டும். நான் சொல்வதைக் கேள். யாரங்கே? கைதட்டு!'

'யாரங்கே?' என்று நிலா கைதட்ட, ஒரு பணிப்பெண் உள்ளே வர, ஜீனோ நிலாவுக்குப் பின்னால் ஒளிந்துகொண்டு சன்னமான குரலில், 'அரண்மனை காவல்துறைத் தலைவரை வரச் சொல்' என்றது.

'அரண்மனை காவல்துறைத் தலைவரை வரச் சொல்' என்று ஜீனோ சொல்லிக்கொடுத்ததைத் திருப்பிச் சொன்னாள் நிலா.

'உத்தரவு அரசி' என்று சொல்லும்போது, கீழே கிடந்த ஒற்றனைப் பார்த்துக்கொண்டே மௌனமாகச் சென்றாள் அந்தப் பெண்.

'ஜீனோ, இப்போது என்ன செய்யவேண்டும். காவல்துறையிடம் என்ன சொல்லவேண்டும்?'

'இவன் உன்னைப் பின்னாலிருந்து கொல்ல வந்ததாகவும். கண்ணாடி வழியாகப் பார்த்து நீ சட்டென்று செயல்பட்டு லேசரைப் பிரயோகித்த தாகவும் சொல்!'

'ஜீனோ, எனக்குப் பயமாக இருக்கிறது.'

'அப்படித்தான் இருக்கும்!'

காவல்துறை உயரதிகாரி உள்ளே நுழைய, 'அரசி, என்ன நடந்தது?'

'உங்கள் பெயர் என்ன?'

'விவா...'

'விவா, இந்த உடலை அப்புறப்படுத்துங்கள்.'

இப்போதுதான் உடலைக் கவனித்து, நாயைப் பார்த்தார்.

'வவ் வவ்!'

'என்ன ஆச்சு? இவனால் எப்படி உங்கள் அறைக்குள் நுழைய முடிந்தது? யாரிவன்?'

'பின்னாலிருந்து என்னைத் தாக்க வந்தான். கண்ணாடி வழியாகப் பார்த்ததால் சட்டென்று செயல்பட்டு, அவன் வைத்திருந்த லேசரை அவன் பக்கமே திருப்பி விட்டேன்... இல்லையேல் நான் போயிருப்பேன்.'

'அரசி! என் உள்ளம் பதறுகிறது. இந்தச் சம்பவம் நிகழ்ந்ததற்கு மன்னிப்பு கேட்டுக்கொள்கிறேன். என்னைப் பதவி நீக்கம் செய்து விடுங்கள். இது எப்படி நிகழலாம்?'

'முதலில் உடலை அப்புறப்படுத்துங்கள்.'

அவர் இரு காவலர்களைப் பணிக்க, அவர்கள் தரையில் ஒற்றன் உடலைத் தரதர வென்று இழுத்துச் செல்ல...

'வவ் வவ்...'

'இந்த நாய் வேறு! கவைக்குதவாதது' என்று அதைத் திட்டினார். அவர் முகம் வியர்த்திருந்தது. 'என்னைப் பதவியிலிருந்து நீக்கி விடுங்கள். இது தீவிரமான கவனக் குறைவு.'

இப்போது மனோ உள்ளே வந்து, அந்த உடலை இழுத்துச் செல்வதைப் பார்த்தான். காவலர்களை நிறுத்தி உடலின் முகத்தைப் பார்த்தான். உள்ளே வந்தான்.

'என்ன ஆச்சு நிலா?'

'மனோ... மனோ, மயிரிழையில் உயிர் தப்பினேன்!'

அவனை நிலா அணைத்துக்கொண்டு அழ ஆரம்பித்தாள்.

'என்ன ஆச்சு, சொல்லு நிலா.'

'என்னை... என்னை இவன் பின்னாலிருந்து தாக்க முற்பட்டான்.'

'எப்படி!'

'லேசரால்...'

'ஐயோ! விவா, என்ன இது?'

'ஐயா, காவல்துறையின் கவனக்குறைவுதான், இதற்கு முழுப் பொறுப்பும் நான் ஏற்கிறேன்.'

'எப்படித் தப்பினாய்?'

'தற்செயலாகக் கண்ணாடியில் அவன் வருவது தெரிந்து திரும்பி, லேசரைத் திசை திருப்பிவிட்டேன்.'

மனோவின் முகத்தில் ஏமாற்றம் தெரிந்தது. அதைச் சமாளிக்க விவாவின் மேல் பாய்ந்தான்.

'என்ன ஒரு காவலதிகாரி நீ? இப்படி அரசியின் அறையைப் பாதுகாவல் இல்லாமல் விட்டிருக்கலாமா?'

'ஐயா, தப்பு. அதற்கான எந்தத் தண்டனையையும்...'

'இவன் யார் என்று முதலில் கண்டுபிடியுங்கள். நிலா கவலைப் படாதே... இனி இந்த மாதிரி நிகழாமல் பார்த்துக்கொள்ள வேண்டியது என் சொந்தப் பொறுப்பு.'

'எனக்கு இன்னும் மார்பு படபடவென்று அடித்துக் கொள்கிறது.'

'பயப்படாதே' என்று அவள் மார்பைத் தடவிக்கொடுத்தான். 'இனி மேல் நடக்காது, நான் உத்தரவாதம்.'

வெளியே இழுத்துச் செல்லப்படும் பிணத்தை மறுபடி பார்த்தான். தலையை அசைத்தான். நாயைப் பார்த்தான். ஜீனோ வாலாட்டி 'வவ் வவ்' என்றது.

'நிலா, எதையும் மறைக்கிறாயா?'

'அப்படியென்றால்...'

சில கணங்கள் நிலாவையே பார்த்திருந்துவிட்டு 'ஒன்றுமில்லை...' என்று புறப்பட்டான்.

'விவா, என்னுடன் வாருங்கள். அரசியின் அறைக்கு வெளியே அதிகக் காவல் போடுங்கள். விவியில் 'தலைவியைக் கொல்ல முயற்சி: ஆச்சரியமாகத் தப்பித்தார்' என்று செய்தி கொடுங்கள். நிலா, வருகிறேன். உண்மையாக இரு, விசுவாசமாக இரு. என்ன?'

'சரி, மனோ.'

மனோ போகும்போது அந்த லேசர் ஆயுதத்தை ஜாக்கிரதையாக முனையில் பிடித்து எடுத்துச் செல்லும்போது, 'விவா, இந்த ஆயுதத்தை ஃபாரன்ஸிக்கில் கொடுத்து ஒரு மணி நேரத்தில் அறிக்கை கொடுங்கள்' என்றான்.

அவன் போனதும் நிலா மார்பைப் பிடித்துக்கொண்டு 'அப்பா, ஒழிந்தான்... நல்லவேளை... தப்பித்தோம்...' என்றாள்.

'தப்பிக்கவில்லை' என்றது ஜீனோ.

'அந்த அறிக்கை என்ன சொல்லும்?'

'லேசர் ஆயுதத்தை நீ பயன்படுத்தவில்லை என்று சொல்லும்-'

'நீ அதை உபயோகித்ததைக் கண்டுபிடித்து விடுவார்களா?'

'அதற்குத்தான் முன்னெச்சரிக்கையாக ஒரு காகிதத்தைச் சுற்றி வைத்துச் சுட்டேன். இருக்கட்டும். இருந்தாலும் விரைவில் என்னைப் பற்றிய உண்மை தெரியப்போவது நிச்சயம்.'

'அப்புறம்?'

'என்னைக் கைது செய்து அழித்துவிடுவார்கள்.'

'ஐயோ, நீ இல்லாமல் நான் என்ன செய்வேன் ஜீனோ...'

ஜீனோ 'The Handbook of Artificial Intelligence' புத்தகத்தைப் பொறுக்கிக்கொண்டது. 'அதைப்பற்றி அப்புறம் யோசிக்கலாம். அவர்கள் நம்மைக் கொல்வதற்குள் நாம் அவர்களைக் கொன்று விடவேண்டும். பார்க்கலாம். அந்த லேசர் ஆயுதம் நல்ல தரம். படுக்கை அருகில் வைத்துக்கொள்கிறேன்' என்று சொல்லி, 'இது மாதிரி ஒன்றைக் காவல்துறையிலிருந்து வாங்கி என்னிடம் கொடுத்து விடு. என்ன செய்வது... லேசரை லேசரால்தான் வெல்லவேண்டும்!'

'நன்றி ஜீனோ. உன் மகத்தான உதவிக்கு ஒரு முத்தம்?'

'வேண்டாம்... இன்றைக்கு நான் விரதம். எனக்கு முன்னால் நீ மனோவைக் கட்டிக்கொண்டு பயந்ததுபோல் நடித்தது, அந்த சந்தர்ப்பத்துக்குச் சரியாக இருப்பினும், சற்று அளவுக்கு அதிகமாகவே கட்டிக்கொண்டாற்போலத் தோன்றியது. அவன் உன் மார்பைத் தடவியதும் நாகரிக எல்லைகளை நிராகரிப்பதாக இருந்தது...'

நிலா அதை ஆச்சரியத்துடன் தூக்கி, 'ஜீனோ, உனக்குப் பொறாமையா?' என்று கேட்டாள்.

'எனக்கா? அப்படித் தோன்றவில்லை. பொறாமை என்பது ஒரு விதமான புகழ்ச்சி என்று சொல்வார்கள். எனக்கு உன்னைப் புகழ அவசியம் இருக்கிறதாகத் தெரியவில்லை.'

ஜீனோ புத்தகத்தைப் பிரித்துவைத்து மேஜை விளக்கைப் பொருத்திக் கொண்டு, 'அட... சொல்ல மறந்துவிட்டேனே... எனக்கு ஒரு செட் அதிக சக்தி மின்கலம் தேவைப்படுகிறது...'

'எதற்கு?'

'மனிதப் பிணங்களை நாற்காலிக்கு அடியில் தாற்காலிகமாக இழுத்துப்போட வேண்டுமென்றால் சக்தி போதவில்லை.'

நிலா, ஜீனோவை விநோதமாகப் பார்த்தாள்.

'எனக்கு இப்போது உன்னைக் கண்டாலும் பயமாக இருக்கிறது ஜீனோ!'

3

மனோவும் ரவியும் மேஜைமேல் கண்ணாடிக்குள் இருந்த ஒரு பெண் பொம்மையைச் சீண்டிக்கொண்டு இருந்தார்கள். அரண்மனைக்கு வெளியே இன்னமும் மக்கள் புதிதாகக் கிடைத்த சுதந்தரத்தைக் கொண்டாடும் வகையில் வானத்தை எரித்துக்கொண்டிருந்தார்கள். இரவெல்லாம் கவிஞர்கள் பாடிக்கொண்டிருக்க, இலவசமாகத் தெருக்கோடிகளில் உல்லாசம் கிடைத்தது.

'எத்தனை நாள்?' என்றான் ரவி.

'ஒரு மாதம், அவ்வளவுதான். இன்று என்ன ஆயிற்று தெரியுமா ரவி?'

'தெரியும், ரஜா கொல்லப்பட்டான். அரண்மனை ஒற்றன்?'

'நிலாவுக்கு அத்தனை தைரியம் கொடுப்பது யார் என்று தெரியவேண்டும்.'

'ஒரு வேளை அவள் கணவன் சிபியைச் சந்திக்கிறாளோ?'

'இருக்கலாம்.'

'எதற்கும் அவள் அரண்மனையில் புழங்கும் இடங்களிலெல்லாம் சென்ஸர்களை அதிகப்படுத்தச் சொல்லியிருக்கிறேன். இப்போதுகூட சென்ட்ரல் மானிட்டரில் அவளைப் பார்க்க முடியும், வா.'

அவர்கள் அடுத்த அறைக்கு வந்து சுவரில் பட்டனை அழுத்த மேலே வந்த கண்ணாடிக் கூண்டில் தரை மட்டத்துக்குக் கீழே இறங்கினார்கள். ரோபாட் பழுதுக்கூடத்தில் பெண் ரோபாட்டுகளுக்குச் சிரிப்பு பொருத்திக் கொண்டிருந்தார்கள். ஆண்களுக்குக் கண்களை நோண்டிக்கொண்டிருந்தார்கள். டாக்டர் ஜெரா அவர்கள் இருவரையும் பார்த்ததும், 'மனோ, ரவி... ஒரு நிமிஷம் லாப் பக்கம் வந்துவிட்டுப் போனீங்கன்னா நல்லது' என்றார்.

'போறப்ப வர்றோம் அண்ணா' என்று மனோ மத்திய மானிட்டர் அறைக்குச் சென்றான். அந்த அறை ஒரு விதமான செயற்கை மௌனத்தில் இருந்தது. வெளிச்சத்தில் செயற்கை. சற்றே சாய்ந்த பேனல்களில் நீண்ட சதுர எலெக்ட்ரானிக் திரைகள் நாற்பது இருந்தன. மேலே உலகப் படம் உயிர் பெற்றிருந்தது. சில விளக்குகளும் கதிர் இயக்கங்களும் அந்த அறைக்கு அமானுஷ்ய ஒளி தந்துகொண்டிருக்க, ரவி, மனோ வந்ததும் நிலைய டைரக்டர் ஜெரா மரியாதையாடு அருகில் வந்து நின்றார்.

'ஜெரா, என்ன எல்லாம் ஆச்சா...?'

'ஆச்சு மனோ, பார்க்கிறீங்களா? உங்களுக்கு நாட்டில் எந்த மூலைல எந்த அட்ரஸ் வேணும், சொல்லுங்க.'

'மயிலாப்பூர். சலிவன் தெரு.'

அவர்கள் பார்த்துக்கொண்டிருக்க, நிலைய டைரக்டர் ஜெரா முக்கியத் திரையருகில் இருந்த விசைப்பலகையில் 'மயிலாப்பூர் சலிவன்' என்ற எழுதுக்களை ஒத்தியதும், திரை எழுதிப் பேசியது.

'நாட்டின் தலைவர்களே, நல்வரவு. நான் மயிலாப்பூர் பிம்பங்களை வரவழைக்கும் வரை கொஞ்சம் சங்கீதம் வேண்டுமா ரவி, மனோ நிலா ராகத்தில்?'

'வேண்டாம், குப்பைகளை வெட்டு. காட்டு மயிலாப்பூர்.'

'இதோ!' என்றதும், சலிவன் தோட்டத்தின் நாற்சந்தி தெரிந்தது. வான டாக்ஸி நிலையத்தில் காத்திருப்பவர்களும், விழாவின் கடைசி போதையுடன் ஆடுபவர்களும் தெரிந்தார்கள்.

'இவ்வளவுதான் தெரியுமா?'

'தெருவில், ஒரு வீட்டுக்குள் நுழைய வேண்டுமென்றாலும் செல்லலாம். ஏதாவது நம்பர் சொல்லுங்கள். மனோ...?'

'பதினெட்டு.'

இப்போது பதினெட்டு என்று ஒத்த, அந்த எண் வீட்டுக்குள்... கூடத்தில் கணவன் - மனைவி - ரோபாட் மூவரும் உட்கார்ந்து பேசிக்கொண்டிருப்பது தெரிந்தது. கேட்டது.

'ஆனாலும் ரொம்ப மோசங்க.'

'ஏன் கண்ணு?'

'நீங்க போனதும் இந்த பொம்மை என்னைப் பார்த்துப் பரிகாசம் பண்ணுது.'

'என்ன பண்ணுது?'

'வெவ்வெவ்வேன்னு அடிக்கடி சொல்லிக்கிட்டே இருக்கு. எப்ப நமக்கு நிஜ வேலைக்காரன் வருவான்?'

'ப்ரமோஷன் ஆனாத்தான்.'

'அது எப்ப?'

'பத்து வருஷம் ஆகும்!'

'ஐயோ, பத்து வருஷம் இந்த பொம்மையோட மல்லாடணுமா?'

'தோட்ட வேலை, வீட்டு வேலை செய்யுதில்லே?'

'செய்யுது. ஆனா, பேச்சுத் துணைக்கு யாருமில்லையே?' மனோ அந்தத் திரையைப் பார்த்து, 'அபாரம். இப்போது நீங்கள் விலகிக் கொள்ளுங்கள்.'

ரவி, மனோவும் தனியாக இருக்க, ரவி அந்தத் திரையில், அரண்மனையில் நிலாவின் அறையின் காட்சிகளைப் பார்க்க விரும்பினான். திரைப்பிம்பம், சட்டென்று தன்னைத்தானே துடைத்துக் கொண்டது.

'இருங்கள்' என்றது... மாறியது.

மேஜை மேல் ஜீனோ அவ்வப்போது 'வவ் வவ்' என்று குதித்துக் கொண்டிருக்க, நிலா புத்தகம் படித்துக்கொண்டிருந்தாள்.

'இன்ஃப்ரா ரெட் அமைக்க அடுத்த வாரம் முடிந்து விடும்.'

'நல்லது. நாங்கள் வருகிறோம்...' என்று இருவரும் புறப்பட, 'லாபை விரிவுப்படுத்தி ஜி இ ஆராய்ச்சிக்காக சாங்ஷன் கேட்டிருந்தோம். கையெழுத்தாகி வரவில்லை.'

'யாரிடமிருந்து?'

'நிலாதான்.'

'நிலா தாமதிக்கமாட்டாளே, பார்க்கலாம். விசாரிக்கிறேன்' என்றான் மனோ. அவன் முகம் சிவந்திருந்தது.

அவர்கள் அந்த நிலையத்தைவிட்டுப் புறப்பட்ட அதே தருணம் நிலா தூங்காமல் விழித்துக்கொண்டுதான் இருந்தாள். 'ஜீனோ என்ன செய்து கொண்டிருக்கிறாய்?' என்று மேலே பார்த்தாள்.

மீண்டும் ஜீனோ 27

ஜீனோ சுவரில் பல்லி போலப் பக்கவாட்டில் ஏறி, உத்தரத்தை ஆராய்ந்துகொண்டிருந்தது. 'உன் அறை முழுவதும் சென்ஸர்கள்... நாம் பேசுவது நடப்பது எல்லாமே எங்கேயோ வேவு பார்க்கப் படுகிறது.' அங்கங்கே முகர்ந்து பார்த்தது. புதுசாக ஃபிரிமோன் அனலைசர். பரவாயில்லை. 'ரவியும் மனோவும் உன் ஒவ்வொரு செயல்பாட்டையும் கண்காணிக்க விரும்புகிறார்கள்.' இறங்கி வந்தது.

'நீ என்ன செய்துகொண்டிருந்தாய்? எல்லாவற்றையும் பிடுங்கி விட்டால் சந்தேகப்படமாட்டார்களா?'

'அதற்குத்தான் யோசித்துக்கொண்டிருந்தேன். நீ உபத்திரவமில்லாத புத்தகம் வாசிப்பதுபோல ஒரு காட்சியை வீடியோ டேப் எடுத்து, கேமராக் கண்களுடன் இணைத்துவிட்டேன். பார்க்கும்போதெல்லாம் அந்தக் காட்சிதான் வரும். நான் வேறு அவ்வப்போது வவ் வவ்! கொஞ்ச நாளைக்குத் தாங்கும்.'

'ஜீனோ, நீ ஒரு மேதை.'

'என் பாட்டரி என்ன ஆச்சு. வரவழைத்தாயா?'

'ஸாரி ஜீனோ, மறந்துபோய்விட்டேன்.'

'உனக்காகத்தான் இத்தனை செய்கிறேன்... எனக்காக ஒரு பாட்டரி?'

'ஸாரி! மறந்துவிட்டேன் என்று சொன்னேன் இல்லையா?'

'சாப்பாட்டை மறப்பாயா... எனக்கு சாப்பாடுபோல பாட்டரி.'

'இந்த அரசாங்கக் காகிதங்களையெல்லாம் பார்க்கிறாயா ஜீனோ?'

'பார்த்துவிட்டேன். அனைத்திலும் கையெழுத்து போடு... ஒன்றே ஒன்றைத் தவிர. ஜி இ ஆராய்ச்சிக்காக அறுநூறு கோடி கேட்டு ஒரு கோப்பு வந்திருக்கிறது.'

'ஜி இ என்றால்?'

'ஜெனட்டிக் எஞ்சினியரிங் என்று எண்ணுகிறேன். விசாரிக்க வேண்டும். விசாரிக்காமல் கையெழுத்து போடாதே, என்ன?'

'சரி, நீ சொன்னபடியே செய்கிறேன் ஜீனோ.'

'பாட்டரி.'

'இதோ.' யாரங்கே என்று நிலா கைதட்ட, ஒரு பெண் வந்து நிற்க.

'அரசி?' என்றாள்.

'பெண்ணா, மெஷினா?'

'பெண், அரசி.'

'அரண்மனை எலெக்ட்ரீஷியனை உள்ளே வரச் சொல்.'

அவள் ஓடிப்போய் ஒன்றரை செகண்டுக்குள் எலெக்ட்ரீஷியன் வர, 'எனக்கு ஒரு பாட்டரி வேண்டும். உன் பேர் என்ன?' என்று கேட்டாள் நிலா.

'அரசி, எனக்குப் பெயர் கிடையாது... எண்தான்.'

'சரி. உன் எண் என்ன?'

'323435.'

'அன்புள்ள 323435. இந்த சைஸ் பாட்டரி எங்கிருந்தாலும் கொண்டுவந்தால் உனக்கு ஒருநாள் சம்பளம் தருவேன்.'

'ஆணை அரசி.'

'323435! என்ன பேர் இது?'

'இவன் ஹ்யூமனாய்டு என்று சொல்லுகிறார்கள். மனிதனுக்கும் ரோபாட்டுக்கும் இடையில். இவனுக்கெல்லாம் மாசச் சம்பளம் இல்லை. அவ்வப்போது கழற்றி எண்ணெய் போடவேண்டும் அவ்வளவுதான்... அவ்வப்போது ஒரு சோற்று மாத்திரை!' என்றது ஜீனோ.

பாட்டரி வந்ததும் அந்த எண் மனிதன் விலக, அதை ஜீனோவிடம் கொடுக்க, ஜீனோ 'நிலா, நீ எனக்கு ஒரு காரியம் செய்யவேண்டும்' என்றது.

'என் கழுத்தைத் திருகி அதனுள் இருக்கும் பாட்டரிகளை எடுத்துவிட்டுப் புதுசாக பாட்டரி போடு. ஏதாவது தப்பாகச் செய்து விடாதே.'

'என்ன ஆகும்?'

'பதினைந்து நிமிஷத்துக்குள் புத்துயிர் வரவில்லையென்றால் என் வித்தியம் தவிர மற்றதெல்லாம் ஆவியாகி விடும்.'

'அப்புறம்?'

'நான் சமீபத்திய நினைவுகள் அத்தனையையும் இழந்து விடுவேன். ஆதாரச் செயல்பாடுகள் மட்டும்தான் பாக்கியிருக்கும். அந்த மாதிரி

மொண்ணையாக இருக்க நான் விரும்பவில்லை. ஜாக்கிரதையாகப் போடு. இதோ பார். இந்தப் புத்தகத்தில் செய்ய வேண்டியது அத்தனையும் சிறு பிள்ளைக்கும் புரியுமாறு எழுதி வைத்திருக்கிறேன்.'

நிலா ஜீனோ எழுதிவைத்த குறிப்புகளைப் படித்தாள்.

'முதலில் கழுத்தைத் திருகவும் வலப்புறமாக...'

'தயக்கமாக இருக்கிறது ஜீனோ.'

'பயப்படாதே. தொந்தரவுதான். இருந்தாலும் செய்ய வேண்டியது கட்டாயம்.'

'நீயா போட்டுக்கோயேன்.'

'முடியாதே! முடிந்தால் ஏன் உன்னைத் தொந்தரவு செய்கிறேன்? பாட்டரி போட்டுக்கொள்ள மோட்டார் இயங்கவேண்டும். மோட்டார் இயங்க பாட்டரி வேண்டும். சிக்கல்.'

நிலா கைநடுங்க எப்படியோ போட்டுவிட்டாள். சற்று நேரம்... பாட்டரி உயிர் பெற்றதும்தான் அவளுக்கும் உயிர் வந்தது. அதுவரை ஜீனோ உயிரில்லாது ஒரே திசையில் பார்த்துக்கொண்டு இருந்தது. அவளுக்குப் பயமாக இருந்தது.

ஜீனோ ஒருமுறை காதுகளை குடுகுடுப்பை பண்ணிவிட்டு, 'இது ஒன்றுதான் என் டிஸைனில் வீக் பாயிண்ட். சார்ஜர் வைத்திருக் கிறார்கள். சார்ஜிங் ரேட் போதவில்லை. மோட்டார் கரண்ட் ரொம்பச் சாப்பிடுகிறது. ஸோலார் பானல் அன்றாட வேலைகளுக்குப் பயன்படு கிறது. ராத்திரி வந்தால் எப்போதுமே எனக்குக் கண்டம்தான்.'

'இதை மாற்றச் சொல்லிவிடலாமே.'

'இரு இரு. அவசரப்படாதே... என் மாதிரி ஒரு ரோபாட் இருப்பதே யாருக்கும் தெரியக் கூடாது. அவர்களைப் பொருத்தவரையில் ஜீனோ இறந்து போன சமாசாரம். ஜீனோ மாதிரி ரோபாட் நாய்கள் பண்ணுவதையே தடை செய்தாகிவிட்டது.'

'யாரோ வருகிறார்கள்.'

ஜீனோ தன் நாற்காலிக்கு அருகே இருந்த சின்ன விவி திரையில் கவனித்து, 'மனோ வருகிறான்' என்றது.

நிலா புத்தகத்தை எடுத்துப் படிக்க, ஜீனோ மேஜைமேல் தாவி ஏறிக்கொண்டது.

மனோ உள்ளே வந்தான். 'சௌக்கியமா நிலா?'

'சௌக்கியம்தான்.'

'எல்லாக் கோப்புகளிலும் கையெழுத்திட்டாகி விட்டதா?'

'ஒன்றே ஒன்று தவிர. ஜி இ என்றால் என்ன?'

மனோ அவளருகில் வந்து, 'புத்திசாலித்தனமாக கேள்வியெல்லாம் கேட்டுவிட்டுத்தான் கையெழுத்துப் போடுவாயோ?' என்றான்.

'ஆம். தெரியாத விஷயம் எதிலும் கையெழுத்திட வேண்டா...'

'வேண்டாமென்று யார் சொன்னது?'

'நானே தீர்மானித்து விட்டேன்.'

மனோ அவளை ஆழமாகப் பார்த்தான். 'நிலா! எல்லை மீறுகிறாய்!'

'இல்லை மனோ. நாட்டின் தலைவி நானல்லவா?' என்று அவனை நோக்கிக் கண் சிமிட்டினாள்.

'உனக்கு யாரோ சொல்லிக்கொடுக்கிறார்கள்.'

'யாருமில்லை.'

மனோ ஜீனோவை எடுத்துக் கீழே எறிந்து, மேஜை மேல் உட்கார்ந்து, 'சொல்லு, சிபியா?'

'சிபி எங்கே இருக்கிறான்?'

'பின் ஏன் கையெழுத்திட மறுக்கிறாய்?'

'நான் அரசி. நான்தான் அரசி.'

மனோ எதிர்பாராமல் அவள் கையைப் பிடித்தான்.

'விடு! வலிக்கிறது.'

'வலிக்கட்டும். காவலனைக் கொன்றாய். கையெழுத்திட மறுக்கிறாய். என்ன இது துளிர்ப்பு நிலா? சொன்னபடி கேட்டால் வலி குறையும். சொன்னபடி கேட்காவிட்டால் வலி அதிகரிக்கும். கையெழுத்து போடுகிறாயா?'

'மாட்டேன்.'

கையை அப்படியே இழுத்துப் பின்பக்கம் செலுத்தி முறுக்கினான். 'வவ்' என்றது ஜீனோ. அது அந்தப் பக்கம் பார்க்கக்கூட இல்லை. ஏதோ ஒரு திக்கில் பார்த்து - 'வவ் வவ்'

மீண்டும் ஜீனோ

‘கடைசியாகச் சொல்லு.’

‘மாட்டேன். என்னை அரசி என்று போட்டால் கேள்வி கேட்காமல் கையெழுத்து போட மாட்டேன்.’

மனோ அவளை மூர்க்கத்தனமாகப் படுக்கையில் தள்ளினான். அவள் உடைகளைப் பற்றிக் கிழிக்க, அவள் மார்பகங்கள் விடுபட்டன. தன் இடுப்பிலிருந்த பெல்ட்டை அவிழ்த்தான். ‘வலின்னா என்னன்னு தெரியணும் அரசி... நிலவரசி!’

ஜீனோ அப்போது சைடுவாகாக டேக்கிக்கொண்டே அவன் பார்க்காத போதெல்லாம் இன்ச் இன்ச்சாக நழுவிக்கொண்டது. நாற்காலிக் கடியில் கிடந்த லேசர் ஆயுதத்தைச் சப்தமில்லாமல் நகர்த்தியது. அங்கிருந்து மனோவின் பின்பகுதிதான் தெரிந்தது.

நிதானமாகக் குறி பார்த்தது. மனோவின் கை விரல்கள் அவள் தொண்டையை அழுத்த, ‘ஐயோ!’ என்று அலறியது, நிலா அல்ல. லேசர் பட்டுத் துடித்தான் மனோ.

அதற்குள் தன் பழைய இடத்துக்கு வந்து ‘வவ் வவ்’ என்றது ஜீனோ. மனோ நொண்டினான். ‘யாரு? யாரு, சுட்டது யாரு?’ என்று நொண்டிக்கொண்டே அறை வாயிற்பக்கம் சென்று தேடினான். யாருமில்லை. அதற்குள் ஜீனோ அவளருகில் வந்து, ‘லேசர் லேசர்’ என்றது. திரும்ப மனோ வந்தபோது, நிலா தன் கையில் லேசர் வைத்திருந்தாள். ‘கிட்ட வராதே. கொன்னுடுவேன்’ என்றாள்.

மனோ அவளை அதீத ஆத்திரத்துடன் ஒரு கணம் முறைத்துவிட்டு, ‘இதுக்கு நீ தண்டனை வாங்காம போயிடுவியா? பார்க்கத்தான் போறேன்?’ என்றான்.

நிலா திரும்பி, ‘உன்னைக் கைது பண்ண எத்தனை நாளாகும்? எத்தனை மணி ஆகும்?’

‘நீ இல்லை தலைவி. நான்தான் தலைவன். நீ ஒரு பொம்மை ராணி! எல்லை மீர்றே இல்லே? பார்த்துக்கிட்டே இரு... கொளுத்திர்றேன்! உன் மேல் மக்கள் வெறுப்புங்கற அமிலத்தைப் பரவ வெச்சு...’

‘போடா’ என்றாள்.

‘வவ் வவ்’ என்றது ஜீனோ.

வாலைக்கூட ஒருமுறை ஆட்டியது.

4

ஜீனோ கால் நகங்களை ஆராய்ந்துகொண்டு, 'நாம் எதிர்பார்த்ததற்கு முன்னமேயே சம்பவங்கள் முந்திக்கொண்டுவிட்டன. இனி ரவி, மனோ இருவரும் உன்னை வீழ்த்துவதில் தீவிரமாக ஈடுபடுவார்கள். நாமும் அவர்களை வீழ்த்துவதில் ஈடுபடவேண்டும்' என்றது.

'ஜீனோ, மறுபடியும் நீதான் என்னைக் காப்பாற்றினாய். எனக்கு யார் இதெல்லாம் சொல்லித்தருகிறார்கள் என்பதுதான் அவர்களுக்கு ஆச்சரியம். உன்னை அவர்களால் கண்டுபிடிக்கவே முடியாது ஜீனோ.'

'அதிக நாள் நான் தலைமறைவாக அல்லது மட நாயாகப் பாசாங்கு செய்துகொண்டு இருக்க இயலாது. இப்போதே டெக்னாலஜி தாங்க முடியாமல் போய்க் கொண்டிருக்கிறது.'

'ஜீனோ, அவர்கள் தந்திரங்களுக்கெல்லாம் மாற்றுத் தந்திரம் வைத்திருக்கும் நீ இருக்கும் வரை எனக்கு என்ன கவலை... நீயே எல்லாப் பொறுப்புகளையும் ஏற்றுக்கொண்டு விடேன்.'

'சாத்தியமில்லை... முதலில், நாட்டின் தலைவி என்கிற தகுதியில் ஓர் ஆணையைப் பிறப்பிக்க வேண்டும் நீ. அரண்மனையிலிருந்து தலைமைச் செயலகத்தை வேறிடத்துக்கு மாற்றிவிடவேண்டும். இந்த அரண்மனை முழுவதிலும் ரவி, மனோவின் சதிச் சாதனங்கள் பதிந்து பொதிந்து கிடக்கின்றன. எல்லாவற்றையும் நீக்குவது இயலாத காரியம். அதனால் முதலில் செயலகத்தை மாற்று.'

அவர்கள் இவ்வாறு பேசிக் கொண்டிருக்கையில் ரவியும் மனோவும் மானிட்டரில் கவனித்துக்கொண்டிருந்தார்கள். அவர்கள் திரையில் ஜீனோவின் தந்திரத்தால் ஸ்திரமாக இணைக்கப்பட்ட பிம்பம்தான் தெரிந்தது. இவர்கள் பேசிக் கொள்வது எதுவும் கேட்கவுமில்லை. தெரியவுமில்லை.

'மனோ, எனக்கு ஒரு சந்தேகம்...'

'சென்ற நான்கு மணி நேரமாக அந்தத் திரையில் நான் பார்த்து வருகிறேன். நிலா எப்போதும் புத்தகம் படித்துக் கொண்டிருக்கிறாள். அந்த நாய் எப்போதும் 'வவ்வவ்' என்று ஒரே இடத்தில் இருந்து குரைத்துக்கொண்டிருக்கிறது!'

'ஆம். எங்கேயோ தப்பு' என்றான் மனோ.

'சற்று முன்தான் அவளைப் பார்த்துப் பேசிவிட்டு வந்தேன். அவள் இந்த உடை அணிந்திருக்கவில்லை.'

'ஏதோ சூழ்ச்சி. நிச்சயம் யாரோ அவளுக்கு உதவி செய்கிறார்கள். அந்த ஆசாமி யார் என்று கண்டுபிடிக்க வேண்டியது நம் முதல் குறிக்கோள்.'

'சிபியாகத்தான் இருக்கவேண்டும்.'

'அவன் அவளை ரகசியமாக வந்து சந்திக்கிறான் போலும். நான் அவளிடம் கொஞ்சம் முரட்டுத்தனமாக நடந்துகொண்டபோது, யாரோ மறைந்திருந்து என் காலில் லேசர் அடித்தார்கள். நிச்சயம் அது சிபியாகத்தான் இருக்கவேண்டும்.'

'அவளுடன் அப்போது யாரும் இல்லையா? காவலன், காவல் பெண்?'

'யாரும் இல்லை, பொம்மை நாயைத் தவிர.'

'பொம்மை நாய்க்கு எதுவும் தெரியாது. நிச்சயம் சிபியாகத்தான் இருக்கவேண்டும். அவனைத் தேடிப் பிடித்து கைது செய்வதற்கு முதலில் ஏற்பாடு செய்யவேண்டும். சிபியைத் தவிர அவளுக்குப் புத்தி சொல்ல வேறு யாருமே கிடையாது.'

'ஜீனோ என்ற நாய் இருந்தது.'

'அதைத்தான் நாம் அழித்து விட்டோமே.'

'சிபி எங்கே இருக்கிறான் இப்போது?'

சிபி உயர் உதவி மேல் கம்ப்யூட்டர் அமைப்பாளனாக, அரசு கேந்திரம் எண் ஒன்பதின் மூன்றாவது மாடியில் தன் அலுவலகத்தில் வீற்றிருந்தபோது, அவனுக்கு பிக்சர் போனில் அழைப்பு வந்தது.

'சிபி, என்னை ஞாபகம் இருக்கிறதா? நான் மனோ.'

'வணக்கம் மனோ.' சிபியின் உள்ளத்தில் கலவரம் பரவியது. இந்த அழைப்பு வரும் என்று எப்போதும் எதிர்பார்த்துக் கொண்டிருந்தான்.

ஜீவாவின் ஒற்றனாக, ரவி, மனோவின் சதித்திட்டங்களைப் பற்றித் தகவல் சொல்லியிருக்கிறான். அதற்காகத்தான் முந்தைய அரசாங்கத்தின் தயவில் பதவி உயர்வு பெற்றிருக்கிறான். இப்போது ஜீவா வீழ்ந்து, புதிய மக்கள் அரசின் தலைவனான மனோ கூப்பிடுகிறான் என்றால், அதற்கு ஒரே ஓர் அர்த்தம் விசாரணைதான். நாட்டின் தலைவி நிலா ஒரு காலத்தில் தன் மனைவி என்பதைத் தக்க சமயத்தில் பயன் படுத்திக்கொண்டுதான் தண்டனையிலிருந்து தப்பிக்க இயலும். நிலாவிடமிருந்து எந்தவிதத் தகவலோ, அழைப்போ இல்லாதபோது தானாக அவளிடம் செல்ல விருப்பமில்லை.

'சிபி, எங்களை வந்து பார்க்கிறாயா?'

'சரி, எப்போது வரவேண்டும்?'

'இப்போதே, இந்த நிமிஷமே' என்று அழுத்தமாகச் சொன்னான் மனோ.

'வருகிறேன்.'

'ஊர்தி அனுப்பியிருக்கிறோம்...'

'நல்லது. அது வந்ததும் புறப்படுகிறேன்.'

'இப்போதே உன் கேந்திரத்து வாசலில் ஊர்தி காத்திருக்கிறது.'

'சரிதான், கொஞ்சம் அவசரம் போலத்தான் தோன்றுகிறது.'

'மிக...'

'எனக்கு ஒரு ஜுஸ் சாப்பிட சமயம் உள்ளதா?'

'இல்லை.'

'என் மனைவியைப் பார்க்க முடியுமா?'

'நிச்சயம்.' மனோவின் குரலில் கேலியிருந்தது.

சிபி கேந்திர வாசலுக்கு வந்தபோது, எலெக்ட்ரோ காத்திருந்தது. அதன் சாரதி எதும் பேசவில்லை. சிபி, அரசுச் செயலகத்தின் கேள்விப் பிரிவுக்கு அழைத்துச் செல்லப்பட்டான். அங்கே ஓர் இளம் பெண் அவனைப் புன்னகையுடன் வரவேற்றாள். ஒரு சுத்தமான கண்ணாடி அறைக்குள் அழைத்துச் சென்று அவன் உடைகளை உருவி, மண்டை யுடன் எலெக்ரோடு இணைத்து, அவற்றிலிருந்து புறப்பட்ட மின் அதிர்வுகளைப் பெரிதுபடுத்தி அலசி, ஹோலோகிராம் திரையுடன் இணைத்தாள் அவள். இதை ரவியும் மனோவும் கண்ணாடிப் பெட்டிக்கு வெளியே இருந்து பார்த்துக் கொண்டிருக்க,

'பயப்படாதே! உன்னை ஒரு சில கேள்விகள் கேட்க விரும்புகிறோம். உண்மையைச் சொன்னால் இந்தச் சாதனம் உன்னை உயிரோடு விட்டுவைக்கும். பொய் சொன்னால் அதிர்ச்சி அதிகமாகிக்கொண்டே போகும். எண்ணிக்கை கூடிக்கொண்டே போகும்.'

சிபி வியர்த்திருந்தான். 'தெரியும்! இந்த இயந்திரத்தை வடிவமைத்துக் கொடுத்த குழுவில் நானும் ஒருவன். இது முழுவதும் சரிபார்க்கப் படவில்லை. சில சமயங்களில் இதுவே பொய் சொல்லும்.'

'சிபி, நீ உன் மனைவியைப் புரட்சிக்குப் பின் சந்தித்தாயா?'

'இல்லை.'

'அவளுடன் பேசினாயா?'

'இல்லை.'

'அவளுக்கு ஆலோசனைகள் தந்தாயா?'

'இல்லை. புரட்சிக்குப் பிறகு என் மனைவி நிலாவுடன் நான் தொடர்பு கொள்ளவேயில்லை.'

ஹோலோகிராம் தந்த செய்தியையும் அவன் உடல் அதிர்வுகளையும் கணக்கிட்டு, இயந்திரம் தீர்மானித்து விடை சொன்னது!

'அவன் சொல்வது உண்மை.'

ரவியும் மனோவும் ஒருவரையொருவர் பார்த்துக் கொண்டார்கள்.

'இந்த இயந்திரத்தை நம்பவேண்டாம். பழைய முறைகளுக்கு ஈடே கிடையாது. இதோ பார், உண்மையைக் கக்க வைக்கிறேன்' என்ற மனோ, 'ஓவர் ரைட்' என்கிற விசையைக் கையில் எடுத்துக் கொண்டான், 'இப்போது சொல் சிபி... உன் மனைவியை நீ சந்தித்தது உண்மைதானே?'

'எப்போது?'

'நேற்று.'

'நான் அவளைப் பார்க்கவேயில்லை.'

மனோ தன் கையிலிருந்த விசையின் குமிழைத் திருக சிபி வலியால் அதிர்ந்தான்.

'ஐயோ, இது அநியாயம்... அநியாயம்.'

'உண்மையைச் சொல்!'

'நான் சொன்னது உண்மைதான்.'

மனோ குமிழை இன்னமும் திருக, ஹோலோகிராம் திரை ஒரு வண்ணக் குழப்பமாகி, அவன் மூளையில் ஏற்படும் மின்சாரப் புயலின் ஒளிவடிவமாகிச் சுழன்றது.

சிபி நாற்காலியில் துடித்தான்.

'வலிக்கிறது... வலிக்கிறது, விட்டு விடு, விட்டு விடு.'

'உண்மையைச் சொல். விட்டுவிடுகிறோம்.'

'உண்மையைத்தானே சொன்னேன்.'

'இல்லை, இல்லை... இன்னமும் இல்லை. நிலாவுக்குச் சாமர்த்தியங்கள் தெரியாது. நீதான் சொல்லித் தருகிறாய். நீதான் நேற்று மறைந்திருந்து என்னை லேசர் மூலம் தாக்கினாய். சரிதானே, சொல்... சொல்.'

'உண்மையைச் சொன்னால் என்னை விடுவிக்கிறாயா?'

'உண்மையைச் சொல்!'

'என்ன உண்மை வேண்டும் உனக்கு? ஒரு காகிதத்தில் எழுதிக் கொடு. கையெழுத்திடுகிறேன். இந்த வலி தாங்காது எனக்கு.'

'எனக்கு நடந்தது தெரியவேண்டும்...'

'நீ சொன்னபடிதான் நடந்தது.'

'வழிக்கு வந்தாயா! நீதானே சதிகாரன்.'

'ஆம். ஆம். நானேதான் சதிகாரன்.'

'நீதான் நிலாவுக்கு எல்லாம் சொல்லிக் கொடுக்கிறாய்?'

'ஆம். ஆம். என்னை விடுவிக்கிறாயா. அதிர்ச்சி தாங்கவில்லை.'

ரவி, மனோவைப் பார்த்துக் கேட்டான். 'எனக்கு என்னவோ நம்பிக்கையாக இல்லை. இவன் வலி தாங்காமல் ஒப்புக் கொள் கிறானா, உண்மையை ஒப்புக்கொள்கிறானா?'

'இரண்டும்தான்.'

'இவன்தான் சதிகாரன் என்றால், இவனைச் சிறைப்படுத்தி வைத்து இரண்டு மூன்று நாட்கள் நிலாவின் நடத்தையைக் கண்காணிப் போமே?'

'அப்பனே! இந்த யோசனை சித்திரவதை பண்ணுவதற்கு முன்னாலே தோன்றியிருக்கக் கூடாதா உனக்கு?'

சிபியை ஓர் அறையில் செலுத்தி, கண்காணிப்பதற்குக் குறுக்கு பிம்பங்கள் அமைத்தார்கள்.

ஜீனோ அந்த ஆணையைத் திரையில் அமைத்துப் பிழை திருத்தம் பண்ணிக்கொண்டிருக்க, 'உடனே இதை அமல்படுத்தச் சொல்லட்டுமா?' என்றாள் நிலா.

ஜீனோ, 'கொஞ்சம் இரு. எதிர்க்கட்சி என்ன செய்து கொண்டிருக் கிறது என்பதை நாம் அறியவேண்டும்.'

'எப்படி?'

'என்னை எடுத்து இந்தப் பைக்குள் போட்டுக்கொள்.'

'போட்டு...'

'ரவியையும் மனோவையும் நாம் சந்திக்கச் செல்வோம். அரசி என்கிற ரீதியில் நீ எங்கும் செல்லலாம்.'

'ஜீனோ, நீ மனசில் என்ன வைத்துக்கொண்டிருக்கிறாய்?'

'மனசு என்பதே எனக்குக் கிடையாது.'

நிலா அரசு லிமோவை ஆணையிட்டாள். அதன் பின்பகுதியில் ஓர் ஆள் சுகமாகப் படுக்கும் அளவுக்கு இடம் இருந்தது. இங்கேயே எல்லா வசதிகளும் இருந்தன.

'அரசாங்க லிமோவில் ஒரு சிறு நூலகம் வைக்க ஏற்பாடு செய்ய வேண்டும், என்ன நூல்கள் என்பதை நான் தீர்மானிக்கிறேன்.'

'ஜீனோ, நீ எங்கேயாவது மாட்டிக்கொண்டு விடுவாயோ என்று கவலையாக இருக்கிறது. நீ சொன்ன யோசனை எனக்கு அவ்வளவு நல்லதாகப் படவில்லை.'

'எனக்கும். ஆனால் இந்த உளவு வேலை செய்தே ஆகவேண்டும். இல்லையெனில் இருவருமே பிழைக்க முடியாது. விரோதி என்ன செய்யப் போகிறான் என்பதை அறிந்தால் அது பாதி வெற்றி!'

'நிலா வந்திருக்கிறாளா, என்ன ஆச்சரியம்! எதற்கு வந்திருக்கிறாள்?' என்றான் மனோ.

'சிபியை நாம் கைது செய்தது தெரிந்துபோய் மீட்க வந்திருக்கிறாளா?'

'பேசாமல் இரு. வா நிலா! என்ன இவ்வளவு தூரம்?'

'ஒன்றுமில்லை. அரண்மனையில் தனியாக இருந்தது போர் அடித்தது. ரவி, அன்று மாலை மனோ என்னை எப்படியெல்லாம் துன்புறுத்தினான் தெரியுமா? அதைப் பற்றி புகார் சொல்ல வந்தேன்.'

'அப்படியா? என்ன மனோ!'

மனோ ரவியை அற்பமாகப் பார்த்தான். 'விளையாட்டுக்கும் பாசாங்குகளுக்கும் நேரமா இது? நிலா, ஏதோ ஒரு குறிக்கோளுடன் யாரோ சொல்லித்தான் இங்கு வந்திருக்கிறாய் நீ.'

'சேச்சே! அப்படி எதுவுமில்லை. உங்களோடு சமாதானமாக இருப்பதே என் விருப்பம். நான் ஒருத்தி தனியாக என்ன சாதிக்க முடியும்?'

'நீ தனியில்லை. யாரோ உனக்கு உதவி செய்கிறார்கள் நிலா.'

'சேச்சே!'

'அது சிபியா என்பது விரைவில் தெரியுமா?' என்று மனோ அவள் முகத்தைக் கூர்ந்து நோக்கினான்.

'சிபியைப் பார்த்து ரொம்ப நாளாச்சு. சிபி எங்கே?'

'காட்டட்டுமா?'

மனோ, ரவியைத் தடுத்து நிறுத்தினான்.

'சிபி கம்ப்யூட்டர் கேந்திரத்தில் இருக்கிறான் நிலா.'

நிலா, அந்தப் பையை மேஜை மேல் வைக்க, 'பைக்குள் என்ன?' என்று கேட்டான் மனோ.

'நீங்கள் கொடுத்த நாய் பொம்மை. இது வேண்டாம் எனக்கு. ஜீனோபோல் வராது.'

'வேண்டாமென்றால் வீசியெறிந்து விடுவதுதானே? எதற்கு இதுவரை கொண்டு வந்தாய்?'

'எறிந்து விடவும் மனம் வரவில்லை.' பையிலிருந்து ஜீனோவை எடுத்தபடி, 'இரண்டு காரியம்தான் செய்கிறது. ஒன்று வாலாட்டுகிறது. அடுத்து வவ் வவ் என்று குரைக்கிறது' என்றாள்.

'ஒரு பொம்மை நாய்க்கு அது போதும்.'

ஜீனோ மேஜை மேலிருந்து வவ் வவ் என்றது.

'கொஞ்சம் அங்கும் இங்கும் உலவுகிறது' என்று அதன் முன் கைதட்டினாள்.

ஜீனோ வாலை ஆட்டிக்கொண்டு இங்குமங்கும் உலவியது. நாற்காலிக்கு அடியில் இங்குமங்கும் அது இயந்திரத்தனமாக உலவிக் கொண்டிருக்கையில், நிலா பேச்சு கொடுத்தாள்.

'இடம் மாற்றவேண்டும். அரண்மனையிலிருந்து காலி பண்ணிவிட்டு எளிய செயலகத்துக்குப் போக விருப்பம்.'

'ஏன் நிலா?'

'அரண்மனை ரொம்ப பெரிசாக, தனிமையாக இருக்கிறது. சதா யாரோ என்னைக் கண்காணிப்பது போலத் தோன்றுகிறது.'

ஜீனோ மெள்ள நழுவி, அடுத்த அறை. அடுத்த அறை என்று தாவித் தாவிச் சென்றது. ஓர் அறையில் சிபி அசையாமல் சிறைப்பட்டு நின்று கொண்டிருப்பதைப் பார்த்தது. அருகே இணைக்கப்பட்டிருந்த கன்ஸோலில் விசைகளை ஒத்தி, திரையில் தெரிந்த செய்தித் தொடர் களை அவசரமாகப் படித்தது. மறுபடி தத்தித் தத்தி அவர்கள் பேசிக் கொண்டிருந்த அறைக்குத் திரும்ப வந்தது.

'நிலா, என்றாவது ஒருநாள் நீ பதவியிலிருந்து விலகித்தான் ஆக வேண்டும்.'

'என்னை இந்த நேரத்தில் பதவி நீக்கம் செய்ய முடியுமா உங்களால்?'

'முடியாது. அதைப் பயன்படுத்தித்தான் நீ எங்களை எதிர்க்கிறாய் அல்லவா?'

ஜீனோ மேஜைமேல் தாவி 'வவ்' என்றது.

'நமக்குள் என்ன பிணக்கு? நாங்கள் சொல்வதைக் கேட்டால் உன் ஆரோக்கியத்துக்கு நல்லது.'

நிலா, நாயை எடுத்துப் பைக்குள் போட்டுக்கொண்டாள்.

'நான் வரட்டுமா? நாட்டின் அரசியான நான் சொல்வதைக் கேட்டால் உங்களுக்கு ஆரோக்கியம்' என்று கண் சிமிட்டிவிட்டுப் புறப்பட்டாள்.

திரும்பச் செல்லும்போது ஜீனோ, 'உன் கணவன் சிபியைக் கைது செய்து வைத்திருக்கிறார்கள்!' என்றது.

'அப்படியா! எதற்கு?'

'உனக்கு உதவுவது அவன்தான் என்று அவர்கள் எண்ணிக் கொண்டிருக்கிறார்கள். அவர்கள் விசாரணை ரிப்போர்ட்டைப் பார்த்தேன். சிபியைச் சந்தேகிக்கிறார்கள். நல்லதாகப் போயிற்று.'

'எப்படி!'

'அந்தச் சந்தேகம் வலுவாகுமாறு நீ நடந்துகொள்ளவேண்டும். ஆனால், ஒரே ஒரு சிக்கல்.' ஜீனோ அவளைச் சற்று நேரம் உற்றுப் பார்த்தது.

'என்ன ஜீனோ?'

'சிபி என்கிற கணவன் உனக்கு முக்கியமா?'

'ஏன்?'

'அவனை அவர்கள் சித்திரவதை செய்து கொல்லப் போகிறார்கள்.'

5

நிலா, ஜீனோவை முறைத்துப் பார்த்தாள். 'அதிர்ச்சி தருவதே உன் தொழிலா?'

'ரவியும் மனோவும் இப்போது குழப்பத்தில் இருக்கிறார்கள். உன்னைத் தெரியாத்தனமாக ராணியாக்கி விட்டார்கள். அவர்கள் எதிர்பார்த்தபடி சொன்ன பேச்சைக் கேட்காமல் நீ தன்னிச்சையாகச் செயல்படுகிறாய். உனக்கு யோசனை தருவது யார் என்று கண்டுபிடிக்க முடியாத நிலையில் அவர்கள் சிபியைச் சந்தேகிப்பது நியாயமே. இப் போது சிபிதான் உன்... 'அறிவுரைஞன்' என்கிற வார்த்தையை உபயோகிக்கலாமா?'

'ஆலோசகன்...'

'சரி, ஆலோசகன்...'

'சிபி என் ஆலோசகன் என்று எப்படி அவர்களால் ஊர்ஜிதப்படுத்த முடியும்?'

'அவனை அடைத்து வைத்துவிட்டு மறுபடி உன்னைத் தாக்க வருவார்கள். காப்பாற்ற யாரும் வரவில்லையென்றால் உனக்கு உதவியது சிபி. காப்பாற்ற யாராவது வந்தால் உதவுவது சிபியல்ல...'

'ரொம்பச் சிக்கலான சிந்தனை...'

'மனிதச் சிந்தனைகள் அனைத்துமே இப்படிச் சுற்றி வளைத்துத்தான் இருக்கின்றன...'

'நீ சொல்வதுபோல் அவர்கள் தாக்க வந்தால் என்ன செய்வது ஜீனோ...'

'உன் உயிரைக் காப்பாற்ற வேண்டியது என் முதல் கடமை...'

'அதனால் அவர்கள் சந்தேகம் வலுத்து நீதான் எனக்கு உதவுகிறாய் என்று கண்டுபிடித்துவிட்டால்? ஜீனோ, நான் உன்னை ஒருக்காலும் இழக்க விரும்பவில்லை...'

'அப்படியென்றால் நீ சிபியை இழக்க வேண்டிவரும். நான் அதைத் தான் முன்பு சொன்னேன்!'

'சிபி என் கணவர் ஜீனோ...'

'கணவன் என்பது முக்கியமா என்ன? நீ நாட்டின் தலைவி ஆனபின் சிபியை அதிகம் சந்திக்கவே இல்லையே... கணவன் இல்லாமல் வாழ்ந்து உனக்குப் பழகிவிட்டதுபோலத் தோன்றுகிறதே...'

'அவருடன் என்னை வாழவிடவே இல்லையே இவர்கள்... அவரையும் காப்பாற்றி, உன்னையும் என்னையும் காப்பாற்ற முடியாதா ஜீனோ?'

'முயற்சி செய்து பார்க்கிறேன். இப்போது உன்னைத் தேடி வரும் ரவி, மனோ இருவரையும் முதலில் சமாளிக்கலாம்...'

'வருகிறார்களா என்ன?'

'ஆம். என் உள்ளுணர்வு சொல்கிறதே...'

'என்ன செய்வது ஜீனோ?'

'சற்று நேரமாவது இயல்பாகப் பேசிக்கொண்டிரு, போதும். மிச்சத்தை நான் பார்த்துக்கொள்கிறேன். இரண்டு காரியங்கள் செய்யப் போகிறேன்.'

'எங்கே போகிறாய்?'

'ஒளிந்துகொள்ள... இதெல்லாம் என்ன கேள்வி?'

ரவியும் மனோவும் உள்ளே நுழையும் அதே தருணத்தில் ஜீனோ மேஜைக்கடியில் இருட்டில் மறைந்துகொண்டது.

'அரசி நிலா வாழ்க!' என்றான் மனோ.

'வாழ்க!' என்றான் ரவி.

'அரசி, கட்டளையிடுங்கள். சிரமேற்கொண்டு நிறைவேற்றுகிறோம்!'

'கிண்டலா?'

'இந்தக் கோப்பில் கையெழுத்திடுகிறாயா நிலா?'

'அதற்கு அவசரமில்லை என்று சொன்னேனே!'

'அவசரம் அரசி. அவசரம்...'

'அது என்ன ஆராய்ச்சி என்று தெரிந்துகொள்ளாமல் நான் கையெழுத்திட மாட்டேன்...'

'ஜெனட்டிக் எஞ்சினியரிங் என்றால் உனக்குப் புரியப் போகிறதா நிலா?'

'ரவி, புரியும்படிச் சொல்ல வேண்டியது நம் கடமை. நிலா, இப்போது உன்னையே அச்சடித்தாற்போல் உன் உருவம், நடை, உடை, பாவனைகளுடன் மற்றொரு நிலா தயாரிக்கிறோம் என்று வைத்துக்கொள். நிலா - பிரதி - அந்த இயல்தான் ஜி இ...'

'ஹோலோகிராமா? ஜீவா போலவா?'

'இல்லை, அது உருவெளித் தோற்றம். இது நகமும் சதையுமாக மற்றொரு மனுஷி... ஒரு நிமிஷம், சற்றுமுன் என்ன சொன்னாய்?'

'என்ன சொன்னேன்?'

'ஜீவா ஒரு ஹோலோகிராம் என்பது எப்படி இவளுக்குத் தெரியும்?' என்று ரவியைப் பார்த்தான் மனோ.

'நீங்கள்தானே சொல்லியிருக்கிறீர்கள், சதிகாரர்கள் ஜீவா என்கிற பொய்ப் பிம்பத்தை அமைத்தார்கள், அவர்கள் புரட்சித் தீயில் கருகிப் போய்விட்டார்கள் என்று... உனக்கு ஞாபகமில்லையா மனோ?'

'ஆ... ஆம். சொல்லியிருப்பேன்...'

'இப்போது கையெழுத்து போடுகிறாய்!' என்றான் பிடிவாதமாக.

'சொன்னேனே, படித்துவிட்டுத்தான்!'

மனோ அவளருகில் வந்து, 'நிலா, எதற்காக இருவரையும் எதிர்க்க விரும்புகிறாய்? உனக்கு உதவி செய்ய யாருமில்லை இப்போது...'

'அப்படியா?'

'சிபியைக் கைது செய்து வைத்திருக்கிறோம்...'

'ஐயோ! சிபி உங்களுக்கு என்ன கேடு செய்தார்?'

'எங்களை எதிர்ப்பதற்கு உனக்கு ஊக்கமளித்தான். அவனே குற்றத்தை ஒப்புக்கொண்டுவிட்டான். இனி உனக்கு உதவ யாரும் இல்லை...'

'கடவுள் என்னைக் காப்பாற்றுவார்...'

'கடவுளா, அது யார்?'

'எதற்கு மனோ அவளுடன் வெட்டிப் பேச்சு... காவலர்கள், கண் காணிப்பாளர்கள் யாரும் இல்லை... கையெழுத்து போட்டால் பிழைத்தாள். இல்லையெனில், வேதனை என்பது என்ன என்று உதாரணம் காட்டிவிட்டால் போகிறது...'

மனோ அவளருகில் வந்து கையைப் பிடித்தான். 'போடுகிறாயா?'

'முடியாது.'

'உதவிக்கு சிபி இல்லை. கைதாகியிருக்கிறான், போடுகிறாயா?'

'முடியாது.'

'நாயே, உனக்கு இத்தனை திமிரா...?'

ரவி ஒருபுறமும், மனோ மறுபுறமும் அவளைப் பற்றிக் கொண்டார்கள். மனோ தன் பாக்கெட் லேசரை உருவி அவள் நெற்றியில் வைத்தான். ' ஒரு குத்து பரிசோதித்துப் பார்க்கிறாயா, தாழ்ந்த சக்தி ஊசி!'

'விடு விடு, வெட்கமாக இல்லை... ஒரு பெண்ணை இப்படித் துன்புறுத்துவது?'

'உன்னைக் கொல்லப் போகிறோம்.'

'என்னை அத்தனை லேசில் கொல்லமுடியாது.'

'ஜீவாவின் விசுவாசி ஒருவன் கொன்றுவிட்டதாகச் சொல்லி விடுவோம். நாடு தழுவிய துக்க நாள் அனுசரித்து உனக்கு சிலை வைத்து, சம்பிரதாயமாக உன்னைத் தீர்த்துக்கட்டுவோம்!'

'முயற்சி செய்து பார்!'

'மனோ, ரொம்பத் துள்ளுகிறாள்... கொன்று விடு.'

மனோ லேசர் முனையை இப்போது அவள் மார்பில் வைத்து அதன் சக்தியை அதிகப்படுத்தி, அதன் விசையில் விரல் வைத்து ஓர் அழுத்து அழுத்தினான்!

சாதாரணமாக அந்த லேசர் குத்து ஒரு கணத்தில் நிலாவின் உயிரைப் பறித்திருக்கும். ஆனால் இப்போது ஒன்றுமே நிகழவில்லை.

மனோ தன் கை ஆயுதத்தை நம்பிக்கை இல்லாமல் பார்த்து, 'இது எப்படிச் சாத்தியம்?' மறுபடி மறுபடி அதை அழுத்த ஒன்றுமே நிகழவில்லை.

'என்ன? லேசர் வேலை செய்யவில்லையா?' என்றாள் நிலா புன்னகையுடன்.

'இது எப்படிச் சாத்தியம்?' என்ற ரவி, சற்று அச்சத்துடன் அவளைப் பார்த்தான்.

'கடவுள் வந்து உங்கள் லேசர் ஆயுதங்களைப் பழுதாக்கியிருக் கிறார்...' என்றாள். நிலா தன் மேஜையின் இழுப்பறையைத் திறந்து, 'இந்த லேசர் வேலை செய்கிறதா பார்க்கலாமா?' என்று அதை அவர்கள் முன் காட்ட...

உடனே ரவி, மனோ இருவரும் பதறிப்போய், 'வேண்டாம். வேண்டாம் நிலா. ஏதாவது எக்குத்தப்பாகச் சுட்டு விடாதே!'

'கீழே போடுங்கள் ஆயுதங்களை.'

இருவரும் அவற்றைக் கீழே போட்டுவிட, 'தலைக்குப் பின்னால் கை கட்டிக்கொண்டு என் அறையைவிட்டு விலகுகிறீர்களா? இனி உள்ளே வரும்போது அனுமதி கேட்டு வரவேண்டும், தெரிகிறதா? இஷ்டத் துக்கு நுழையக்கூடாது. தெரிகிறதா? ம்... நடங்க இருவரும்...'

இருவரும் தலைக்குப்பின் கை கட்டிக்கொண்டு வெளிச் செல்வதைப் பார்த்து ரசித்துச் சிரித்தாள்.

அவர்கள் எலெக்ட்ரோ காரில் ஏறிச் சென்று விலகுவதைப் பார்த்தபின், மீண்டும் அறைக்குள் பார்த்து, 'ஜீனோ, எங்கிருக்கிறாய்?' என்று கூப்பிட்டாள்.

ஜீனோவிடமிருந்து பதில் இல்லை.

'ஜீனோ, ஜீனோக் கண்ணா!'

'வருகிறேன்' என்று மேலேயிருந்து சப்தம் கேட்க, ஜீனோ உத்தரத்திலிருந்து தொங்கிய திரைச்சீலையிலிருந்து சரிந்து சரிந்து கீழே இறங்கி வந்தது. வாயில் ஒரு டார்ச் வைத்திருந்தது.

'ஜீனோ, தெய்வாதீனமாகத் தப்பித்தேன். அவர்கள் லேசர் வேலை செய்யவில்லை. இரண்டு பேரும் புஸ்வாணம்.'

'அதை... அது என்ன... புஸ்வாணமாக்கியது கடவுளல்ல. அடியேன்! 'ஆன்ட்டி லேசர்' என்கிற சாதனம் ஒன்று புதுசாக வந்திருக்கிறது. இன்னும் லாபிலிருந்து வெளியே வரவில்லை. இருந்தும் ஒரு புரோட்டோடைப் கொண்டுவந்து வைத்திருந்தேன், எதற்கும் இருக்கட்டும் என்று.'

‘ஜீனோ!’ என்று அவள் ஆர்ப்பரித்தாள்: ‘எப்படி இத்தனை எதிர்பார்ப்பு உனக்கு? இத்தனை மூளை?’

‘இந்த ஆன்ட்டி லேசர் எப்படி வேலை செய்கிறது தெரியுமோ! லேசர் என்பது என்ன? கொஹிரண்ட் ஒளி. இதை நான்-கொஹிரண்ட் (Non-Coherent) ஆக்கிவிடுகிறது ஆன்ட்டி லேசர். இந்த லேசர் துப்பாக்கி களில் எல்லாம் சல்லிசாக கார்பன் லேசரை உபயோகிப்பதால் இதைக் குழப்புவது மிகச் சுலபம். பிம்பம் பரவிவிட்டால் குத்து ஆபத்து இல்லை. என்ன பார்க்கிறாய்?’

‘ஜீனோ, நீ எத்தனை புத்திசாலி! உன்னைப்போல் ஆச்சரியம் கிடையாது ஜீனோ!’

‘அதைவிட ஆச்சரியம். நீ உன் லேசரைக் காட்டித் தப்பித்ததுதான். ஏனெனில் நீயும் அவர்களைச் சுட்டிருக்க முடியாது. பயம் என்பது எத்தனை பயனுள்ள உணர்ச்சி! பயத்தை வைத்துக்கொண்டே ஒரு தேசத்தை ஆளலாம்.’

‘இப்போது அவர்கள் சிபியைச் சந்தேகிக்க மாட்டார்கள்! எனக்கு உதவுவது வேறு யாரோ என்று தீர்மானித்து விடுவார்கள்.’

‘ஆம். அதற்குத்தான் சிபிமேல் சந்தேகம். உயிரோடு இருப்பதற்காக சிபியை விடுதலை செய்துவிட்டுத்தான் இங்கு வந்தேன்.’

‘அடப்பாவி!’

‘இருவரையும் முழுக்குழப்பத்தில் ஆழ்த்தித் தீர்த்து விடவேண்டும். மாக்கியாவல்லியின் ‘ப்ரின்ஸ்’ படித்துப் பார்.’

‘ஜீனோ’ என்று அதைத் தன்மேல் எடுத்து வைத்துக்கொண்டு, மார்போடு அணைத்துக்கொண்டாள்.

‘உன் மார்பு மெத்தென்று இருக்கிறது. குழந்தை பெற்றால் லாக்டேஷனுக்குப் பயன்பட மட்டும் உண்டானதற்கு எத்தனை உபரி உபயோகங்கள்!’

‘ஜீனோ, உன்னை முத்தத்தாலேயே குளிப்பாட்டவேண்டும் போல் இருக்கிறது!’

‘தற்போதைக்கு ஒரு முத்தம் போதும். அதிக முத்தங்களை விரயம் செய்யவேண்டாம். சிபி உன்னைத் தேடிக்கொண்டு அடைக்கலத்துக்கு வருவான். அவனுக்காகச் சில முத்தங்களை மிச்சம் வைத்திரு!’

ரவியும் மனோவும் மிக்க கலவரத்துடன் தத்தம் இருக்கைகளுக்குச் சென்றார்கள்.

‘புரிந்துவிட்டது ரவி. அவளுக்கு உதவுவது சிபி இல்லை.’

‘அப்படித்தான் தோன்றுகிறது. எதற்கும் திரும்பப் போனதும், சிபியை அறைக்குள் சிறைப்படுத்தினோமே, இருக்கிறானா என்று பார்த்து விட்டு எனக்குத் தகவல் சொல். அதன்பின் இந்த முடிவுக்கு வரலாம்.’

‘சரி, இப்போது இவளை என்ன பண்ணுவது?’

‘கொஞ்ச காலத்துக்கு விட்டுவைக்கலாம். இவளுக்கு உதவுவது யார் என்று தெரியும் வரைக்கும் தாழ்ந்தே இருக்கலாம்.’

‘அதற்குள் மக்களிடையே செல்வாக்கைப் பெற்றுவிட்டாள் என்றால்?’

‘பெறட்டும். முட்டாளே, இப்போது முதல் காரியமாக நம் உயிர்களைக் காப்பாற்றிக்கொள்ளவேண்டும். நாளையே பிரகடனப்படுத்தி நம் இருவருக்கும் மரண தண்டனை விதித்துவிடக் கூடிய அதிகாரம் அவளுக்கு உள்ளது...’

‘அதெப்படி... அமைதிப்படை முழுவதும் நம் பக்கம் இருக்கையில்?’

மனோ, சிபியை அடைத்து வைத்திருந்த அறைக்குச் சென்று கண்ணாடிப் பெட்டிக்குள் எட்டிப் பார்த்தான். சிபி இல்லை. ரவியை உடனே பிக்சர் போனில் கூப்பிட்டான்.

‘ரவி, சிபிதான் என்பது ஊர்ஜிதமாகிவிட்டது.’

‘ஏன்?’

‘சிபி தப்பித்துவிட்டான். அவன்தான் எல்லாவற்றுக்கும் காரணம். அவனைப் பிடிக்கவேண்டியது தலையாயக் கடமை. அமைதிப்படை காவலர்களுக்கு உடனே தகவல் சொல்லி, நாடு தழுவிய வலைவிரிப்பு நடத்தவேண்டும். சிபிதான், சிபிதான் நிலாவுக்கு உதவி செய்கிறான். உறுதி!’

★

அவர்கள் பேசுவதை ஜீனோவும் நிலாவும் ரசித்துப் பார்த்துக் கொண்டிருந்தார்கள்.

‘எப்படி! அவர்கள் உளவு கேமராவையே எடுத்துப் போய்ப் பொருத்தி விட்டு வந்தேன்.’

‘இப்போது என்ன செய்வார்கள்?’

‘பாரேன்!’

★

ரவி அமைதிப்படை தலைமைச் செயலகத்துக்கு போன் பண்ணுவதை நிலா தன் உல்லாச இருக்கையில் வீற்றிருந்து ஜீனோவின் தலையைத் தடவிக்கொண்டே விவி திரையில் பார்த்து ரசித்தாள்.

'நான்தான் மனோ... உள்துறைத் தலைமை இயக்ககத்திலிருந்து பேசுகிறேன். சிபி *11344* என்பவனை நாட்டில் எங்கிருந்தாலும் கைது செய்து உடனே என் முன்கொண்டு வரவேண்டும். இது ஓர் அரசு உத்தரவு... காலை பத்து மணிக்குள் என் கண் முன்னால் சிபி வேண்டும்.'

'உத்தரவு!'

'உத்தரவு' என்றது ஜீனோவும் கேலியாக நிலாவின் மடியில் உட்கார்ந்துகொண்டு. அவள் அதன் ரோமங்களைத் தடவிக் கொடுக்க, ஜேம்ஸ் தர்பரின் காதல்கள் என்கிற புத்தகத்தை எடுத்து வைத்துக்கொண்டு, விளக்கு வெளிச்சத்தை அமைத்துக்கொண்டு...

'சுகம் என்கிற வார்த்தை என் அகராதியில் இதுவரை தேவையில்லாமல் இருந்தது. இன்று இந்த நிலையைச் சுகம் என்று சொல்லலாம்போல் இருக்கிறது... நினைத்தது நடந்தது சுகம். நல்ல புத்தகம் சுகம்... சிக்கில்லாத நைலான் ரோமம் சுகம்... ஜேம்ஸ் தர்பர் சுகம். இன்னும் இரண்டு அல்லது மூன்று நிமிடங்களில் உன் கதவைத் தட்டி சிபி என்னும் உன் கணவன் உன்னைத் தேடிக்கொண்டு வரப்போகிறான் என்கிற முன்கூட்டிய அறிவு சுகம்.'

'நிலா!' என்று சன்னமாக இருளில் குரல் கேட்க,

'யாரு?' என்றாள் நிலா.

'நான்தான் சிபி' என்று ஜீனோவும் சேர்ந்து சொன்னது.

6

சிபி களைத்திருந்தான். நிலாவை அணைத்துக்கொண்டு, 'நிலா அப்பாடா, என்ன ஆறுதல் தெரியுமா எனக்கு!' என்று அவளை முத்தமிட்டான். நிலா சற்றே விலகி முகத்தைத் திருப்பிக்கொண்டாள்.

'ஏன் நிலா?' என்றான்.

'அதோ பார்.'

ஜீனோவின் பக்கம் பார்த்த சிபி, 'இந்த நாய் வெறும் பொம்மை தானே?'

'உங்களுக்கு சல்லாபிக்க வேண்டுமெனில் நான் விலகிக்கொள்கிறேன். நிலா, அந்தப் புத்தகத்தை எடுத்துக்கொடுப்பாயா?'

'ஜீனோ இரேன்' என்றாள். சிபி ஆச்சரியத்துடன், 'இது பழைய ஜீனோவா?' என்றான்.

'இல்லை' என்று சொல்லிவிட்டு ஜீனோ நடந்து சென்றது.

'இரு ஜீனோ...'

'கணவன் மனைவி சல்லாபம் எனக்கு அவ்வளவு முக்கியமான, பார்க்கவேண்டிய காட்சியாகப் படவில்லை. நீங்கள் உங்கள் உறவாடலை முடித்ததும் என்னைக் கூப்பிடலாம்' என்று சொல்லி விட்டு அடுத்த அறைக்கு ஓடியது.

சிபி அது போன திசையைப் பார்த்து, 'அந்த நாய் விநோதமாக நடந்துகொள்கிறது' என்றான்.

'போகட்டும்... சிபி, நீ எப்படி இருக்கிறாய்?'

'ஐயோ நிலா, நான் பட்ட சித்ரவதை... என்னைக் கதிரியக்கச் சிறையில் வைத்து ரவியும் மனோவும் என்ன பாடுபடுத்தினார்கள்! நான் உனக்கு

ஏதோ சதித்திட்டத்தில் உதவுகிறேனாம்... சொல்லித் தருகிறேனாம். நான் உன்னைப் பார்த்தே பல மாதங்கள் ஆகிவிட்டன என்று சொல்லிப் பார்த்தும் பயனில்லை. நிலா, நீதான் இப்போது அரசி. என்னைக் காப்பாற்று. கணவன் என்பது மட்டுமின்றி ஒரு குடிமகன் என்கிற தகுதியிலும் நீ என்னைக் காப்பாற்றவேண்டும். ஆமாம், என்னை யார் விடுதலை செய்தது?'

'அந்த நாய்தான்!'

'அது என்ன ஐப்பு பழமா?'

நிலாவின் இருக்கையில் உட்கார்ந்துகொண்டு கால்களை மேஜை மேல் வைத்துக் கத்தியால் அந்தப் பழத்தை வெட்டி 'கர்ரக் கர்ரக்' என்று சத்தம் போட்டுச் சாப்பிட்டான்.

'சிபி, உன்னைப் பார்த்ததில் எனக்கு எத்தனை மகிழ்ச்சி தெரியுமா?'

'நிலா, முன்புபோல் நாமிருந்து எத்தனை காலமாகிவிட்டது... நினைவிருக்கிறதா? முதன்முதலில் நமக்குப் பிள்ளைபேற்றுக்கு அனுமதி வந்தபோது எத்தனை நெருக்கமாக, எத்தனை காதலுடன், எத்தனை காமத்துடன் ஒளிர்ந்தோம்... நினைவிருக்கிறதா நிலா?'

'நினைவிருக்கிறது சிபி. ஆனால்...'

'ஆனால் என்ன ஆனால்? இன்றிரவு உன்னை நான் சில எல்லைகளுக்கு அழைத்துச் செல்லப்போகிறேன். நிலா, நான் இனி எதற்கு வேலைக்குப் போகவேண்டும்? இங்கேயே உன்னுடனேயே இருக்கிறேனே? அப்போதுதான் எனக்குப் பத்திரம்.'

'இருக்கலாம். ஆனால், அரசாங்கக் காரியங்களுக்கு இடைஞ்சலாக...'

'இடைஞ்சலே இல்லை... நான் பாட்டுக்கு ஒரு அறையில் புத்தகம் படித்துக்கொண்டு விவி பார்த்துக்கொண்டு ஜேவ் பருகிக்கொண்டு விளையாடிக்கொண்டிருக்கிறேன். நான் உன் கணவன் என்கிற முறையில் சில அரசு சம்பந்தமான நிகழ்ச்சிகளில் கலந்துகொள்ள உனக்குத் தேவையாக இருக்கும். உன் மதிப்பும் உயருமல்லவா? நிலா, நான் இந்த அரண்மனையை விட்டுப் போக மாட்டேன். உன்னோடு தான் எனக்கு வாழ்வு. சரி என்று சொல்... சரி என்று சொல்.'

நிலா தயங்கிச் சரி என்பதற்குள், 'எதற்கும் ஒரு வார்த்தை ஜீனோவைக் கேட்டு விடுகிறேன்' என்றாள்.

'ஜீனோவையா, நாயையா?'

'ஆம்...'

‘நாயை யோசனை கேட்டா நீ நாட்டை ஆள்கிறாய்?’

‘ரொம்பப் புத்திசாலி நாய்.’

‘விந்தை! உனக்கு உபதேசம் தர மனிதர்கள் யாருமே கிடைக்கவில்லையா... ஒரு நாய்தான் கிடைத்ததா? இருபத்தோராம் நூற்றாண்டில் இதை யாரும் கேட்டால் சிரிப்பார்கள்.’

‘இல்லை சிபி. உனக்கு ஜீனோவைப் பற்றித் தெரியாது.’

‘சரி சரி... ஒரு பொம்மை நாயைப் பற்றிப் பேசிக்கொண்டிருக்க இது சமயமில்லை. இனி உனக்கு உபதேசம் தர நான் வந்துவிட்டேன். நாய் வேண்டாம்!’

‘இப்போது என்ன செய்யவேண்டும்?’

‘என்ன கேள்வி? ஒரு கணவன் மனைவிக்கு என்ன செய்வான்?’

அவர்கள் பேசிக் கொண்டிருப்பதை அடுத்த அறை மானிட்டரில் ஜீனோ கவனித்துக் கொண்டிருந்தது. விவி திரையில் சிபி தன் மனைவியைத் தோளோடு சேர்த்து அணைத்து முத்தம் கொடுத்துச் சிரிப்பதைப் பார்த்தது.

‘இதில் என்னதான் இருக்கிறதோ தெரியவில்லை’ என்று ஜேம்ஸ் தர்பர் புத்தகத்தை எடுத்துக்கொண்டாலும், அடிக்கடி அதன் கடைக்கண், திரையில் பதிந்தது.

‘சிபி!’

‘நிலா!’

‘சிபி!’

‘நிலா!!’

‘எத்தனை முறைதான் ஒருவரையொருவர் பெயர் சொல்லிக் கூப்பிட்டுக் கொள்வீர்கள்... நேர விரயம்.’

சிபி ஓர் அவசர கதியில் நிலாவின் உடைகளை நீக்க, அவள் அதற்கு உதவி செய்ய, ஜீனோ தன் கண்களுக்கு லோஷன் போட்டுச் சுத்தம் பண்ணிக்கொண்டு, திரையைப் பார்த்தது. திரையில் தெரிந்த காட்சி முதலில் அதற்குக் குழப்பம் அளித்தாலும், அதைப் பார்த்துக்கொண்டு தனக்குத் தானே சொல்லிக்கொண்டது.

ஆரம்ப நிலைகளில் பேசிக் கொண்டிருந்தவர்கள் முதன்முதலில் உடலால் தொட்டுக் கொள்கிறார்கள். கைக்குக் கை. புஜத்துக்குப்

புஜம். முகத்துக்கு முகம். உதட்டுக்கு உதடு... ஸ்பரிசங்கள் செய்து கொள்கிறார்கள். ஒருவரையொருவர் துரத்தி விளையாடுகிறார்கள். பேச்சில் அர்த்தம் அதிகமில்லாமல் இருக்கிறது. உதடுகளுக்கு உதடுகள் தொடர்பு இப்போது அதிகமாகிறது. அதன் சராசரி அழுத்தமும் அதிகமாகிக்கொண்டிருக்கிறது.

ஜீனோ தனக்குள் பேசுவதை நிறுத்திக் கவனிக்கத் தொடங்கியது. அதன் கண்கள் ஒளிர, ஒரு காதை உயர்த்தித் தலையைச் சற்றே சாய்த்துக்கொண்டு ஒரு சிறு குழந்தையின் ஆர்வத்துடன் கவனித்தது!

நிலா தன் உடைகளைச் சரி செய்துகொண்டு மேஜையிலிருந்து பானம் எடுத்துச் சரித்து, தாகம் தீரக் குடித்துவிட்டு, கூந்தலை உதறி முடிந்து கொண்டாள். சிபி மற்றொரு 'ஜேவ்' ஊற்றிக் கொண்டான். மல்லாந்து இரண்டு கைகளையும் தலைக்குப் பின்னால் கோத்துக்கொண்டு அவளைப் பற்றி இழுத்து முகத்தால் தடவி 'எப்படி?' என்றான்.

நிலா, 'ரொம்ப நாளாச்சு' என்றாள்.

'மறுபடி காலைக்குள்?'

'வேண்டாம்... எனக்கு மிக அலுப்பாக இருக்கிறது.'

'உனக்கு எப்போது வேண்டுமோ அப்போது... ஆனால், தயவுசெய்து என்னை அரண்மனையைவிட்டு அனுப்பி விடாதே நிலா.'

'இல்லை சிபி. இன்றைய அனுபவத்துக்குப் பின் அனுப்ப மாட்டேன்.'

'ஜீனோ, ஜீனோ? எங்கே அந்த நாய்?'

'ஜீனோ! நீ உள்ளே வரலாம்' என்று சிரித்தாள் நிலா.

நிலா கூப்பிட, அது சற்று நேரம் கழித்து வந்தது.

'இதுவரை என்ன செய்துகொண்டிருந்தாய் ஜீனோ?'

'மானிட்டரில் உங்களைப் பார்த்துக்கொண்டிருந்தேன்.'

'ஜீனோ என்ன இது?' - நிலாவின் கன்னங்கள் சிவந்தன.

'சிபி, உனக்கு என்ன வயசு?'

'இந்த நாய் என்ன கேட்கிறது... அதிகப் பிரசங்கி... ஏய் நாய்! எனக்கு ஒரு புகைப்பெட்டி கொண்டு வா!'

'உனக்கு என்ன வயசு சிபி?'

'எதற்குக் கேட்கிறாய்?'

'மனித குலத்தினர் பதினைந்திலிருந்து முப்பது வயதுவரை அதிகப் படியாகச் சம்போகத்தில் ஈடுபடுகின்றனர். அதன்பின், அதன் தினசரி எண்ணிக்கை குறைந்துகொண்டுபோய் சுமார் எழுபது வயதில் நின்று போகிறது என்று படித்தேன்...'

சிபி சிரித்து... 'சரியான நாய் இது... போ, என் பெட்டியைக் கொண்டு வா.'

'ஜீனோ, நீ பார்த்தாயா?'

'ஆம்?'

'ஜீனோ, நீ செய்தது சரியில்லை. இனி என் அனுமதி இல்லாமல் இந்த மாதிரி பார்ப்பது தப்பு ஜீனோ!'

'ஏன் தப்பு?'

'ஜீனோ, உனக்குச் சொன்னால் புரியாதா? 'முறை' என்று ஒன்று இருக்கிறது.'

'நான் மனிதத்தன்மை கொண்டிருந்தால்தான் இதெல்லாம் செல்லுபடி!'

'ஜீனோ, ரொம்ப அதிகப் பிரசங்கியாகிவிட்டாய். உனக்குத் திமிர் அதிகரித்துவிட்டது!'

'திமிர் என்பதும் மனித குணம்!'

'ஏய் நாய்! உன்னைக் கழுத்தைத் திருகிப் போட எத்தனை நேரமாகும்?'

'இயலாது!'

'ஏன்?'

'முயற்சித்துப் பார்.'

சிபி அதை அப்படியே எடுத்துக் கழுத்தைப் பிடித்துத் தூக்கினான். அதை முகத்தினருகில்கொண்டு சென்றபோது ஜீனோ அவன் முகத்தில் 'ப்ளச்' என்று தெளித்தது. சிபி அப்படியே கண்களைப் பொத்திக் கொண்டு உட்கார்ந்துவிட, ஜீனோ நழுவி மேஜைமேல் தாவி ஏறிக் கொண்டது.

'சிபி, சிபி... உனக்கு என்ன ஆச்சு?'

'கண்களில் எதையோ துப்பிவிட்டது மட நாய்.'

'நீர்த்த ஃபார்மிக் ஆஸிட்... கொஞ்ச நேரத்தில் சரியாகிப் போய்விடும்!'

‘ஜீனோ!’ என்று கிறீச்சிட்ட குரலில் நிலா அதை அதட்டி, ‘நீ செய்தது மிக மிகத் தப்பு... கண் பார்வை போயிருக்கும்.’

சிபி ஆசுவாசப்படுத்தித் துடைத்துக்கொண்டு கண்ணீர் பெருக, சுமாராகச் சமாளித்துக்கொள்ள... ‘ஜீனோ சிபியிடம் மன்னிப்பு கேள்.’

‘சிபி, மன்னிப்பு கொடு!’

‘ஜீனோ! வேண்டுமென்றே விளையாடுகிறாய். அரசி என்கிற முறையில் உன்னைக் கொல்லுமாறு ஆணை தர எனக்கு அதிக நேரமாகாது.’

‘என்னை இத்தனை சின்ன விஷயத்துக்குக் கொல்வது அபத்தம்...’

‘இது சின்ன விஷயமில்லை. ஜீனோ... போ, என் முகத்தில் விழிக்காதே, என் முன் நிற்காதே, ஒழி... ஓடு!’

ஜீனோ புறப்பட இருந்தது. சற்றே தயங்கியது. விசுவிசுக்கென்று நடந்துபோய் சிபியின் அருகில் நின்று அவனை நிமிர்ந்து பார்த்து, ‘சிபி, என்னை மன்னிப்பாயாக!’

‘அப்படி வா வழிக்கு.’

‘என்னால் நிலாவை விட்டுவிட்டுப் பிரிந்து இருக்க முடியாது. அவள் கோபத்துக்கு உள்ளாக எனக்கு விருப்பமில்லை. அதனால்தான் இந்த மன்னிப்பு. உன் மூஞ்சிக்கு இல்லை!’

நிலாவைப் பார்த்து முகத்தை உயர்த்தி, ‘நிலா, இது எனக்குத் தோல்வி இல்லை, வெற்றி. தோல்வி என்பது எல்லாம் எனக்குக் கிடையாது. இருந்தாலும் உன்னைவிட்டுப் பிரிய முடியாது.’

‘இதை இனிமேல் வீட்டு வேலைக்கு மட்டும் வைத்துக் கொள். யோசனை ஏதும் கேட்காதே. கொஞ்சம் கிறுக்கு நாய்! இனி நான்தான் உன் ஆலோசகன்... என்ன ஜீனோ?’

‘ராணி சொன்னால் சரி.’

நிலா சற்று தயக்கத்துடன், ‘ஆம் ஜீனோ! நீ எடுபிடி வேலைகள் மட்டும் செய்தால் போதும், வேறு உதவி தேவையிருந்தால் கேட்கிறேன்.’

‘வேறு உதவி தேவையிருக்காது... ஜீனோ போய் ஒரு கிளாஸ் குளிர்ந்த நீர்கொண்டு வந்துவிட்டு, எனக்குச் சொறிந்து விடு.’

‘அதற்கு உன் பொண்டாட்டியைக் கேள்... இதெல்லாம் என் டூட்டியில் இல்லை’ என்று நீர் எடுத்து வந்து ‘ணங்’ என்று வைத்து விட்டுப் புறப்பட்டுப் போனது.

அது போனதைப் பார்த்து சிபி, 'வெற்று நாய். இதைச் சத்தம் போடாமல் அமுக்கிக் கொன்றுவிடலாம்!'

'இல்லை சிபி. இது அதிபுத்திசாலி, எனக்கு அபாரமான ஆலோசனைகள் சொல்லித் தந்திருக்கிறது.'

'இனிமேல் இது தேவையில்லை!'

'கொல்ல வேண்டாம்...'

'பொம்மையைப் பொம்மையாக மதித்து வைத்துக்கொள்வதாக இருந்தால் சரி. ஏதாவது தவறாக நடந்துகொண்டால் தீர்த்துவிடலாம்.'

ஜீனோ அடுத்த அறை மானிட்டரில் அவர்கள் பேசுவதைக் கவனமாகக் கேட்டுக்கொண்டிருந்தது. தனக்குள் மறுபடி பேசிக் கொண்டது. 'மனிதர்கள் மனிதர்கள்தான். தேவையில்லையெனில் என்னை அழித்துவிடுவார்கள். எச்சரிக்கையாக இருக்கவேண்டும். என் வாலில் ஒரு சென்ஸர் வைத்துக்கொள்ளவேண்டும். இவர்கள் செயல்களை எதிர்பார்க்க வேண்டும். சிபி எனக்கு எதிரி. சிபி எனக்குப் பிடிக்க வில்லை. 'பிடிக்கவில்லை' என்பது என் அகராதியில் புதுசாக எழுந்த வார்த்தை. 'பிடிக்கவில்லை' என்பது என்ன? பாட்டரி சக்தி குறைவது பிடிக்கவில்லை. வாலாட்டினால் பேரிங் சொரசொர என்பது பிடிக்க வில்லை. என் அந்தரங்க கம்ப்யூட்டரில் பாரிட்டி எர்ரர் வருவது பிடிக்கவில்லை. சிபி எனக்குப் பிடிக்கவில்லை. அவர்கள் செயல் என்னைக் குழப்பத்தில் ஆழ்த்துகிறது. எனக்கு இன்னமும் சக்தி வேண்டும். சக்தி பெற்று மனச்சக்தியால் சிபியை...'

அதற்கு மேல் அதன் எண்ணிக்கையில் ஓவர்ஃப்ளோ ஏற்பட, எல்லா வற்றையும் வித்தியம் ஞாபகத்திலிருந்து கலைத்துக்கொண்டு புத்தகத்தில் ஆழ்ந்தது.

இரவு சிபியும் நிலாவும் ஆழ்ந்து தூங்கிக்கொண்டிருந்தபோது ஜீனோ மறுபக்கத்து அறையில் ஒரே மாதிரி விழித்துக்கொண்டு இருந்தது. அதன் உள்ளுக்குள் எல்லா சில்லுகளையும் பாதி சக்தி இயக்கத்தில் அமைத்துவிட்டு ரிஃப்ரெஷ் மட்டும் ஓடிக் கொண்டிருக்க, அதுவும் ஒருவித அரை மயக்கத்தில் இருந்தபோது கமாண்டோ படையினர் கரிய கரிய உருவங்களாகச் சாளரங்களில் பஞ்சடி வைத்து உள்ளே குதித்தார்கள்.

மொத்தம் பதினெட்டு பேர் இருந்தார்கள்.

7

இரவில் தாக்க வந்த கமாண்டோக்கள், அத்தனை எச்சரிக்கை இயக்கங்களையும் மழுப்பிவிட்டுத்தான் நிலாவின் அறைக்குள் நுழைந்தார்கள். அரசியை எதும் செய்யக்கூடாது என்பது அவர்களுக்கு இடப்பட்ட துணை ஆணை. சிபியை மட்டும் தனிப்படுத்தி, கைது செய்து அழைத்து வரவேண்டும் என்பது அவர்கள் குறிக்கோள். அதற்கான சாதனங்கள் அனைத்தையும் வைத்திருந்தனர். தெர்மோ கண்ணாடி போட்டிருந்ததால், இருட்டில் உஷ்ண வடிவில் சிபியும் நிலாவும் படுத்திருப்பது ஓர் ஆரஞ்சுக் குழப்பமாகத் தெரிய, மெள்ள அணுகினார்கள்.

முன்னணியில் இருந்தவன், பையிலிருந்து லேசான துப்பாக்கிபோல எடுத்து விசையைத் தட்ட, அதில் இருந்து 'ப்ஸ்ஸ்ஸ்' என்று ஒரு மேகம் பரவி இன்பமான மணம் சட்டென்று சூழ்ந்துகொள்ள, தூக்கத்தில் இருந்த சிபியும் நிலாவும் மயக்கத்துக்கு நழுவினார்கள்.

இந்தச் சப்தம் ஜீனோவுக்குப் போதுமானதாக இருந்தது. புது பாட்டரி போட்டதால் அதன் ஆடியோவும், முகர்சக்தி ஃபிரிமோன் அனலைஸரும் திறம்படவே செயல்பட, அதன் ஸ்லீப் மோடிலிருந்து துரிதமாக எழுந்து, நிலாவின் அறையை நோக்கி அடியெடுத்து வந்தது.

கமாண்டோ படையினர் இப்போது லாகவமாக சிபியின் தூங்கும் உடலை ஏந்திச் சென்றனர்.

ஜீனோவுக்கு அந்தக் காட்சி தெரியவில்லையாதலால், தன் இன்ஃப்ரா ரெட் சென்ஸரைத் தட்டியெழுப்பிப் பார்த்தது. சிபியை அவர்கள் எடுத்துச்செல்வது பஜ்ஜென்று தெரிந்தது. 'ஒரு வேளை நிலாவோ' என்று ஜீனோ சுவரில் தாவி, விளக்கைப் போட்டது. உடனே கமாண்டோ படையினர் அத்தனை பேரும் உஷாராகி தத்தம் லேசர்களை உயர்த்திப் பிடிக்க, 'யார், யார்? யார் விளக்கு போட்டது?

யார், யார்?' என்று சுற்றும் முற்றும் காலியான அறை வாசலைக் கேட்டார்கள். பதில் இல்லை. ஜீனோ ஒரே திசையில் பார்த்துக் கொண்டு இயந்திரத்தனமாகத் தன் தலையைத் திருப்பியது. அவர்கள் சிபியைத் தாங்கிக் கொண்டிருப்பது தெரிந்தது. கமாண்டோ தலைவன் அதி ஜாக்கிரதையுடன் ஜன்னல்களையும் திரைச்சீலை களையும் லேசரால் நிரடுவது வேடிக்கையாக இருந்தது.

'யார் லைட் போட்டது?'

'தானாகவே எரியுமோ?'

'தாழ்வாரத்தின் கூரை மேலே, நடையிலே யாராவது இருக்கிறார்களா பார்...'

சிபியைத்தான் எடுத்துப் போகிறார்கள். நிலாவை அல்ல. சிபி போகட்டும் என்ற ஒரு செய்தித் தொடர் ஜீனோவினுள் தெளிவு பெற, 'வவ் வவ்' என்றது.

பயந்து போன காவலன் லேசரை அதன்மீது குறி பார்க்க, 'சீ! பொம்மைடா. ஒண்ணும் செய்யாது... ராணியோட பொம்மை...'

'யாரும் இல்லை...' என்றான் தேடிப் பார்க்கச் சென்ற காவலன்.

'சரி, வா போகலாம்.'

அவர்கள் சிபியைத் தாங்கிக்கொண்டு புறப்பட்டுச் செல்ல, ஜீனோ சற்று நேரம் முன்போலவே ஒரே திக்கில் பார்த்துக் கொண்டிருந்து விட்டு, சட்டென்று சுதாரித்துக்கொண்டு நிலாவின் அருகில் சென்றது.

நிலா மயக்கத்தில் இருந்தாள்.

'சோடியம் கலந்த ஏதோ ஒரு வஸ்து இது. இதன் மயக்கம் தெளிய அரை மணியாவது ஆகும். எதற்கு விரயமாக வீற்றிருக்கவேண்டும். புத்தகமாவது படிக்கிறேன்' என்று தனக்குள் பேசிக் கொண்டது.

புத்தகத்தைப் பிரித்து வைத்துக்கொண்டு மூன்று பக்கங்கள் புரட்டியிருக்கும். எதோ ஞாபகம் வந்தது போல நாற்காலியில் இருந்து குதித்து, விவி திரையை மானிட்டரில் போட்டது. அதன் முன்னே யிருந்த விசைப் பலகையில் தன் நாய்க்கால்களால் 'மெத்து மெத்து' என்று ஒத்த, திரையில் மானிட்டர் உருவம் உயிர் பெற, 'சபாஷ்' என்று ரவியின் குரல் கேட்டது.

திரையில் சிபியை அழைத்து வருவது தெரிந்தது.

'என்ன சிபி... பெண்டாட்டியுடன் படுத்திருந்த உன்னைக் கலைத்த தற்கு வருந்துகிறோம்.'

மனோ, 'வெட்டிப் பேச்சை வெட்டு. ரவி, விஷயத்துக்கு வருகிறாயா?'

'சரி. சிபி, முதலில் நீ எப்படித் தப்பித்தாய் என்று சொல்லி விடு. அப்புறம் மற்ற விஷயங்களைக் கவனிக்கலாம்.'

'எப்படித் தப்பித்தேன் என்று எனக்கே தெரியாது!'

'அப்படியா! தெரிந்துகொள்ளலாம்.'

சிபி இப்போது தைரியமாகத்தான் தோன்றினான். 'என்னைச் சித்ரவதை செய்ய முடியாது. நான் நிலாவின் ஆதரவைப் பூரணமாகப் பெற்றிருக்கிறேன். உங்களால் நிலாவைக் கொல்ல முடியாதவரை என்னையும் கொல்ல முடியாது.'

'அப்படித்தானே நினைத்துக்கொண்டிருக்கிறாய்!'

'நிலா உறக்கத்திலிருந்து எழுந்ததும் உடனே என்னைத் தேடுவாள். நான் இல்லையெனில் நிச்சயம் உங்கள் மேல் சந்தேகம் ஏற்பட்டு, இங்கே தேடுவதற்கு ஆணையிடுவாள்...'

'அதுவரை யார் உன்னை உயிருடன் வைத்துக்கொள்ளப் போகிறார்கள்?' மனோ தன் லேசரை உயர்த்தி அதை உச்ச விசைக்கு அமைத்தான். சிபியின் கண்களில் கலவரம் தென்பட, 'இரு மனோ, நீங்கள் நினைப்பது அத்தனையும் தவறு...' சிபி மனோவைப் பார்த்தான்.

'இரு இரு. சுடாதே. சொல்லி விடுகிறேன். நிலாவுக்கு உதவுவது யார் என்று சொல்லி விடுகிறேன்.'

'அந்த விவரம் எமக்குத் தேவையில்லை. உன்னைத் தவிர யாரும் உதவ முடியாது. ஊர்ஜிதமாகிவிட்டது.'

'ஐயோ பேதைகளா! அவள் கணவன், அவளுடன் படுக்கையில் படுப்பவன் என்பதைத் தவிர, நான் அவளுக்கு வேறு ஏதும் உதவ வில்லை.!'

'பொய்!'

'நிஜமாக அவளுக்கு உதவுவது...'

'யார் யார்?'

'யார் இல்லை. எது என்று கேள். அது... அந்த நாய் ஜீனோ?'

மனோவும் ரவியும் சிரித்தார்கள். 'உளறுகிறாய். நான் அந்த நாயை என் கையாலேயே கொன்றிருக்கிறேன். ஜீனோ அழிக்கப்பட்டு

மாதங்களாகின்றன. அவளிடம் இருப்பது அரசாங்க ரோபாட் தொழிற் சாலையின் கீழ் மாடல்!'

'அப்படித்தான் நினைத்துக் கொண்டிருக்கிறாய். இரு, என்னைச் சுடுவதற்குமுன் அந்த நாயை அழைத்து வந்து, அதனுள் இருக்கும் இணைப்புகளை உங்கள் பொறியாளர்களை வைத்துப் பார்க்கச் சொல். நானும் உதவி செய்கிறேன். அதன் பின் என்னைக் கொலை செய்' என்றான் சிபி.

'சாகசம்' என்றான் ரவி.

'இல்லை. நிஜம்! பதினைந்து நிமிஷம் என் சாவை ஒத்திப் போடுவதில் உனக்கு அதிக நஷ்டமில்லை என்று நம்புகிறேன்.'

இருவரும் ஒருவரையொருவர் பார்த்துக்கொள்ள, 'சரி' என்று உயர்தர அமைதிக் காவலன் ஒருவனைத் தட்டிக் கூப்பிட்டு, 'அரண்மனைக்குப் போய் அரசியின் அந்தரங்க நாயை எடுத்து வா' என்று ஆணை யிட்டான்.

ஜீனோ ஒன்றுவிடாமல் திரையில் பார்த்துக்கொண்டு இருந்தது. 'இப்போது நிலாவை எழுப்புவதில் அர்த்தமில்லை. எழுந்திருக்க மாட்டாள். காவலர்கள் என்னை அழைத்துச் செல்ல வருவார்கள். அவர்களுடன் நான் சண்டையிட்டுத் தப்பித்தால் நான் சாதாரண நாய் இல்லை என்பது உடன் தெரிந்துவிடும். அவர்கள் முதலில் சந்தேகிப்பது சிபியை. அது வலுக்க, நான் சாதாரண நாய் போலவே நடந்துகொள்ளவேண்டும். அவர்கள் என் உள்பாகங்களைத் திறந்து ஆராயும் சாத்தியக்கூறு இருக்கிறது. திறந்தால் எனக்குள் இருக்கும் இணைப்புகளின் சிக்கல்களைப் பார்த்த மாத்திரத்தில் அவர்களுக்கு விஷயம் புரிந்துவிடும். பத்து நிமிடங்களில் கண்டுபிடிக்கப்பட்டு விடு வேன். காவலனைக் கொன்றுவிடலாம். லேசர் இருக்கிறது. கொன்று விட்டுத் தப்பிக்கலாம். அநாவசியமாகக் கொல்ல விரும்பவில்லை. அதற்குப் பதிலாக வருபவனிடம் பேச்சு கொடுத்துப் பார்க்கலாம்.'

காவலர்கள் வந்தபோது ஜீனோ மும்முரமாகப் படித்துக் கொண் டிருந்தது. இரண்டு பேர் வந்திருந்தார்கள். ஒருவன் பெயர் தேவா. 'டேய், ராணி அறையிலே நுழையலாமாடா? அப்பறம் ஏதாவது எக்கச்சக்கமாக...'

'மனோவே சொல்லியிருக்கார்... என்ன பயம்?'

'நாய் பொம்மையா?'

'ஆமாடா?'

'எங்கே இருக்கு அது?'

'தோ, இங்க இருக்கேன் அண்ணாச்சி!'

அவன் திடுக்கிட்டு, 'தேவா, இப்ப யார் பேசினா...?'

'நீ பேசலை?'

'நான்தான் பேசினேன் அண்ணாச்சி!'

அவர்கள் திடுக்கிட்டு நாற்காலிப் பக்கம் பார்க்க, 'ஏய்...இத பார்றா!'

ஜீனோ ஒரு கையில் புத்தகத்துடன், மறுகையில் ஜேவ் பானம் ஒன்றை வைத்துக்கொண்டு, கால் மேல் கால் போட்டுக்கொண்டு, லேசாக ஆட்டிக்கொண்டிருந்தது.

'அப்ப நிஜமாகவே நாய்தான். இதைத்தாண்டா பிடிக்கணும்.'

'பரவாயில்லை, பிடிங்க...'

ஒருவன் அருகே வர, 'டேய், நாய் கடிக்க கிடிக்கச் செய்துராதே?'

'கொதறிடுவோம். லேசர் குத்து தெரியுமல்லவா?'

'தெரியும் அண்ணா!'

'என்ன, அண்ணா கிண்ணான்னெல்லாம் பேசுது? வாயாடி நாய்...'

'ராணியோட நாய் இல்லையா?'

'அடேய் மடையா!' என்று அதட்டலாகப் பேசியது.

'யாரை... என்னையா?'

'இங்கே பார்!'

'என்னம்மா, திமிரா இருக்குதா உனக்கு?'

'காவலா, உனக்கு வாழ்நாள் முழுவதும் காவலனாக இருக்க விருப்பமா?'

'அதைப் பற்றி என்ன இப்போ?'

'எனக்கு ராணி நிலாவை நெருக்கமாகத் தெரியும் என்பது உனக்குத் தெரியுமா?'

'இதோட என்ன தேவா வளவன்னு?'

'ராணி முக்கியமா, ரவி முக்கியமா' என்றது ஜீனோ.

'என்ன கேக்குது?'

'வாடா போகலாம்.'

'வரேன், கேள்விக்குப் பதில் சொல்லு - ராணி முக்கியமா... ரவி, மனோ முக்கியமா?'

'நீ எதுக்கு கேக்கறேன்னு புரியலையே பொம்மை.'

'மனுஷா, பாரு! நீ வாழ்நாள் பூரா நான்காவது தரக்காவலனா இருக்க விருப்பமா அல்லது ராணிகிட்ட சிபாரிசு பண்ணி உனக்கு மேல் நோக்கர் உயர்வு பெற விருப்பமா?'

'மேல் நோக்கரா!' - அவன் கண்கள் விரிந்தன.

'ஆமாம்! சொந்த விவி, சொந்த ரோபாட், வியாழக்கிழமை தோறும் பாட்டில் ஜேவ். மாதா மாதம் சம்போக ராத்திரிக்கு பாஸ். எத்தனை சலுகைகள்!'

'அதுக்கு நான் என்ன பண்ணணும்?'

'தேவா! அது நம்மை மயக்க வைக்கிறது. வேண்டாம்.'

'இருடா, நாய் என்ன சொல்லுது கேக்கலாம்.'

'தாரளமா என்னைக் கைது பண்ணிக்கொண்டு போங்க... ஆனா, ஒரே ஒரு நிமிஷம். அரசு ரோபாட் டிப்போ இருக்கு பாருங்க... அது வழியாடு கொண்டுபோனீங்கன்னா நல்லது.'

'எதுக்கு?'

'அங்க ஒரு ஆளுக்கு பாக்கிப் பணம் கொடுக்கணும். ஜிங்கோவில் தோத்தது.'

'ஜிங்கோகூட ஆடுவியா நீ?'

'உம்... ஆடலாமா?'

'ஏய் தேவா! வா நாயே.'

'ரோபாட் டிப்போ வழியாகடு கூட்டிட்டுப் போனா அரசிகிட்டே சொல்லிப் பதவி உயர்வு...'

'எனக்கு?' என்றான் தேவாவின் சகா.

'உனக்கும் அண்ணாச்சி. ரெண்டு பேருக்கும்.'

'சரி. நீ சொல்றதைச் செய்யறோம். அதிக நேரமாக்கக் கூடாது.'

'ரெண்டு நிமிஷம்... பணத்தைக் கொடுத்துட்டுத் திரும்பிட வேண்டியது, அவ்வளவுதான்.'

ஜீனோவைக் கையில் எடுத்துக்கொண்டு அவர்கள் இருவரும் புறப்பட, அதன் தலையைத் தடவிக் கொடுத்து 'டாகி டாகி' என்றான்.

'இந்தக் கொஞ்சல் எல்லாம் வேண்டாம். நான் உன் டாகி இல்லை. என் இண்டலெக்ட் உன்னைவிடப் பல மடங்கு உயர்ந்தது. கால்மன் ஃபில்டர் வைத்திருக்கிறேன். தெரியுமா?'

'காபி ஃபில்டர்தான் தெரியும்' என்று தேவா சிரிக்க, எலெக்ட்ரோ காரில் புறப்பட்டபோது, 'நாயே, நீ விழாவுக்குப் போயிருக்கிறாயா?'

'ஆம்.'

'கோலாகலமா?'

'ஆமாம். எதுவும் கிடைக்கும்!' எலெக்ட்ரோ கார் சப்தமில்லாமல் வேகம் பிடிக்க... ஜீனோ காதை மட்டும் வெளியே நீட்டியபடி, 'உங்களுக்கு ஒரு கவிதை சொல்லட்டுமா?' என்று கேட்டது.

'தேவா, பார்றா... ஒரு நாய் நமக்குத் தண்ணீ காட்டுது!'

'தண்ணி காட்டவில்லை... கவிதை சொல்ல விரும்பினேன்.'

'சொல்லு...'

'தொட்டுப்பார்; தொட்டுப்பார்; கிட்டே வந்து தொட்டுப்பார்...'

'எதை நாயே...'

'என் ஜிஜ்ஜுவை!'

'ஜிஜ்ஜு என்றால்...?'

'ஜிஜ்ஜு என்றால் ஜோல்ங்கட்டி என்று அர்த்தம்!'

அரசு ரோபாட் கிடங்கு அருகில் நிறுத்தி, 'நான் உள்ளே போகவேண்டும். நீ என்னுடன் வந்தால்தான் அனுமதிப்பார்கள். உன் அனுமதிச் சீட்டு தேவைப்படும்' என்றது ஜீனோ.

ஜீனோவைக் கையில் தாங்கிக்கொண்டு இந்தக் காவலன் தன் அமைதிப்படை தனிச்சீட்டை டிப்போ வாசலிலுள்ள கண்ணாடிக் கதவு விளிம்பில் காட்ட, அது திறந்துகொண்டது.

ஜீனோ உள்ளே சென்றதும், அவன் கையிலிருந்து குதித்தது.

‘தேவா, என்னைப் பிடி’ என்று ஓடியது.

தேவா என்பவன் உற்சாகத்துடன் ஜீனோவைப் பிடிக்கப் போக, கடைசி நிமிஷத்தில் நழுவி மறுமுனைக்குச் சென்று ‘வவ் வவ்’ என்றது.

‘நாய்! விளையாடாதே. கடன் கொடுக்கவேண்டும் என்று சொன்னாயே... கொடுத்துவிட்டு வா!’

‘கடனா? எனக்கா? அஆ... அல்லது ஹஹா! ஜிஜ்ஜு ஜோல்கங்கட்டி!’

இதற்குள் தேவாவின் சகா அனுமதியுடன் உள்ளே வந்து, ‘என்ன இத்தனை நேரம்?’

‘நாய் ஓடிப் பிடித்து விளையாடுகிறது... பிதற்றுகிறது.’

‘வா!’

‘நேரமாகிறது நாயே, மரியாதையாக வா!’

‘வரமாட்டேன்.’

‘பார்த்தாயா! ஏமாற்றுகிறாயா?’

அவர்கள் துரத்தி அருகில் வந்ததும், சுவரில் ஏறிய ஜீனோ உயரத்தில் அடுத்த அறைக்குத் தாவியது. தேவாவும் சகாவும், கதவைத் திறந்து கொண்டு அடுத்த அறையில் நுழைய... அலமாரி அலமாரியாக ஆயிரம் பொம்மை நாய்கள் அடுக்கி வைக்கப்பட்டிருந்தன... எல்லாம் ஜீனோ போல...

8

அந்த நான்காம் தரக் கவலர்களான தேவா, சகா இருவரையும் ஜீனோ ஏமாற்றிவிட்டதை உணர்ந்துகொள்ள, அவர்களுக்குச் சற்று நேரம் பிடித்தது.

'டேய், எங்கேடா நாய்?'

'இதோ, இதில இருக்கு தேவா. ஏய் ஜீனோ, ஜீனோ!' 'ஷ்ய் ஷ்ய்' என்று விசிலடித்து 'வந்துரு வந்துரு... செல்லம் இல்லை? எங்கே இருக்கே இதில்... நீ யாரு' என்று ஒரே மாதிரியாக இருந்த நூற்றுக்கணக்கான நாய்களை தேவா ஒவ்வொன்றாக விசாரிக்க, சகா என்பவன் அவனையே கண்கொட்டாமல் பார்த்து,

'கூப்பிட்டா அது வரப் போகிறதா?' என்றான்.

'ஆம்! வராம பின்னே?'

'முட்டாளே, அந்த நாய் நம்மை ஏமாற்றியிருக்கிறது. இதில அது எது என்று சொல்வது?'

'ஐயோ! இப்போது ரவியும் மனோவும் நம்மைக் கொன்றுவிடுவார்களே! நாய் வேண்டுமே!'

'உன்னால்தான் வந்தது. அதுதான் ஆசை காட்டுகிறதென்றால் அதைப் போயா நம்புவது? நம்பி ரோபாட் தொழிற்சாலைக்கு அழைத்து வந்து... வேறு வினையே வேண்டாம்...'

தேவா, 'ஒரு யோசனை' என்றான்.

'என்னவாம்? ஜீனோ! ஜீனோ! வந்துரும்மா எங்கிருந்தாலும்... வந்துரு. பிஸ்கெட் தரேன்!'

'சகா! நாம இங்கே வந்தது யாருக்கும் தெரியாதில்லே? பேசாம இந்த நாய்ல ஒண்ணை எடுத்துப்போய் கொடுக்கவேண்டியதுதானே! நம்ம

65

வேலை என்ன? அரண்மனைக்குப் போய் அரசியின் நாயை எடுத்து வரச் சொன்னாங்க. எடுத்து வந்தோம். யாருக்குத் தெரியப் போகிறது இது அரசியின் நாய் இல்லையென்று? எல்லா நாய்களும் ஒரே மாதிரி இருக்கிறதல்லவா?'

'ஆமடா, உனக்கும் மூளை இருக்கு!'

அவர்கள், அலமாரியில் முன்னே இருந்த நாயை எடுத்துக்கொண்டு புறப்பட்டுச் சற்று நேரம் சென்றதும், நாற்பதாவது நாயாக நின்று கொண்டிருந்த ஜீனோ 'அப்பாடா!' என்று சொல்லிக்கொண்டு புறப் பட்டது.

'நெருக்கடியிலிருந்து தப்பினேன். முட்டாள் காவலர்கள்!' என்று நகத்தைத் தீட்டிக்கொண்டு, மேலேயிருந்த ஏர் கண்டிஷன் காற்று வெளியேற்றப் பெட்டியை நோக்கித் தாவியது.

மனோவும் ரவியும் காவலர்கள் கொண்டுவந்த நாயை வாங்கிக் கொண்டு, சிறைப்பட்டிருந்த சிபியிடம் காட்டினார்கள்.

'இதைத்தானே ஜீனோ என்கிறாய்?'

'இதுதானா நிலாவின் நாய்?'

'ஆம்! இதுதான் ஜீனோ என்கிறாயா!'

'ஆம்!'

'இது சாதாரண அரசாங்க ரோபாட் நாய். பார் முத்திரை, பாட்ச் நம்பர் எல்லாம் இருக்கிறது. இது இரண்டு மூன்று செயல்கள்தான் செய்யும். என்ன, என்ன மனோ?'

'குரைக்கும்... வாலாட்டும், பத்தடி நடக்கும்.'

'இல்லை. இது பேசும் நாய்!'

'பேச வை, பார்க்கலாம்.'

சிபி, 'ஏன் ஜீனோ! பேசு, பேசு, அப்போது அத்தனை பேசினாயே!' என்றான்.

அந்த மடநாய் வாலாட்டிவிட்டு 'வவ்' என்றது. அவ்வளவுதான்.

'சிபி! உன் பொய்களை நான் ரசிக்கிறேன். நிலாவுக்குச் சதி எண்ணங்கள் கற்றுத் தரும் அளவுக்கு அத்தனை தைரியமும் திறமையும் இருக்கிறவனுக்கு, ஒரு நம்பகமான நாய்க்கதை சொல்லத் தெரியவில்லை என்பது ஆச்சரியமாக இருக்கிறது.'

'ரவி, மனோ! என்னை நம்புங்கள். நான் என் கண்ணாலேயே இந்த நாய் பேசுவதையும் யோசனை சொல்வதையும் பார்த்தேன்.'

'யாரங்கே! நாளை நீதிமன்றத்துக்கு ஏற்பாடு செய்யச் சொல்!'

அதைக் கேட்டதும் சிபி கலவரப்பட்டு, 'ரவி, மனோ! நான் சொல்வது தான் நிஜம். வேண்டுமெனில் நிலாவைக் கேட்டுப்பாருங்கள்... நிலாவை அழைத்து இதற்கு ஆணை தரச் சொல்லுங்கள். நிலாவை பிக்சர் போனில் கூப்பிடுங்கள். நான் நிரூபிக்கிறேன். ரவி, நான் நிலாவின் கணவன். உரிமைகள் உள்ளன. என்னை நீங்கள் கொல்ல முடியாது. கொன்றால் உள்நாட்டுக் கலகம் வரும். நிலா உங்களை விட்டுவைக்க மாட்டாள். ஐயோ! நிலா, நிலா இதையெல்லாம் கேட்க மாட்டாயா? உண்மையை நிரூபிப்பது அத்தனை கஷ்டமாக இருக்கிறதே... நிலா... நிலா...'

ரவி அதைப் பொருட்படுத்தாமல், 'நாளைக் காலை மன்றம் கூடி உடனே தீர்ப்பு' என்றான்.

'அதற்கு அரசியின் அனுமதி வேண்டாமா?'

'வேண்டாம். உள்துறைத் தலைமை அமைதிக் காவல் படைத் தலைவன் என்கிற தகுதியில் தேசத்தின் பாதுகாவல் பிரச்னை வரும்போது எனக்குச் சலுகைகள் உண்டு.'

'நிலாவின் கையெழுத்தின்றி ஏதும் நடக்காதே. அவள் கையெழுத்திட்ட அட்டையைக் காட்டினால்தானே மரண அறையின் கதவுகளைத் திறக்க முடியும்?'

'பேசாமல், லேசரால் கொன்றுவிடலாம் மனோ!'

'இல்லை, நிலாவுக்கு இவன் சாவது தெரியவேண்டும். அவள் அதைப் பார்க்கவேண்டும்!' என்றான் ரவி.

'ஐயோ! என்ன கொடுமை... என்ன விபரீதம்!'

அதிகாலை ஜீனோ, நிலாவை எழுப்பியது. 'ஜீனோ, என் கணவன் எங்கே?' என்றாள் கண் விழித்தவுடன்.

'ராத்திரியே புறப்பட்டுப் போய்விட்டாற்போலத் தோன்றுகிறது' என்ற ஜீனோ, மேஜை மேல் ரயா பானத்தை வைத்துவிட்டு 'பல் துலக்க வேண்டுமா?' என்றது.

'ஆம்' என்று சோம்பல் முறித்து, 'ஜீனோ என்கிட்டே வா' என்றாள்.

'இங்கேயே இருக்கிறேன். என்ன விஷயம்?'

‘நேற்று உன்னைக் கொடுமையாகப் பேசி விட்டேன். அதற்காக மன்னிக்கவும்.’

‘மன்னிப்பு என்பது எனக்குத் தேவையில்லாத ஒரு பொருள். ரயாவுக்கு சுக்ரோஸ் எவ்வளவு?’

‘இரண்டு’ என்றாள்.

‘ஸ்நானம் பண்ண விருப்பமா அரசி?’

‘இல்லை ஜீனோ! சோம்பலாக இருக்கிறது. சிபி சொல்லாமல் கொள்ளாமல் போய்விட்டானே. ஏன்? இரவு நானும் சிபியும்...’

ஜீனோ குறுக்கிட்டு, ‘தெரியவில்லையே...’ என்றது.

‘உன்னிடம் ஒரு வார்த்தைக்கூடச் சொல்லவில்லையா?’

‘இல்லை.’

‘ஏன் எனக்கு இவ்வளவு அசதி?’

‘தெரியவில்லையே அரசி!’

‘விவி போடுகிறாயா? காலைச் செய்தியில் தலைப்புகள் என்னவென்று பார்க்கலாம்.’

ஜீனோ விவி திரையை அவளருகில் கொண்டுவந்து மாட்டியது. மார்புக்கு முன் அமைக்க, நிலா ரயா பருகிக்கொண்டே விவி பார்த்தாள்.

> சதிகாரன் அகப்பட்டான்... ராணி உயிர் தப்பித்தாள். காலை வழக்கு விசாரணை.

‘ஜீனோ, ஏன் சிபியோட படம் காட்டறாங்க?’

‘தெரியவில்லையே! சூடு எத்தனை இருக்கலாம் வெந்நீருக்கு?’

> நிலாவின் ஆட்சிக்காலச் சதிகாரனும், அரசியின் முன்னாள் கணவனுமாகிய சிபி என்பவன் இன்று பிடிபட்டான்...

‘ஜீனோ, ஓ!’ என்று உரக்கக் கத்தினாள். ‘வா இங்கே, பாத்ரூமில் என்ன வேலை?’

ஜீனோ மெள்ள வந்து, ‘என்ன?’ என்றது.

‘இது என்ன செய்தி? இதை முதலில் ரத்து செய்யச் சொல். அவர்கள் சிபியைப் பிடித்து வைத்திருக்கிறார்கள்!’

தேசத் துரோகக் குற்றம், ராணியின் அந்தரங்க அறையில் நுழைவு பெற்று ராணியைப் பலவந்தப்படுத்த முயன்ற குற்றம், புரட்சி முக்கோணத்தின் மற்ற தலைவர்களான ரவி, மனோ இருவரையும் கொல்ல முயற்சி... எல்லாக் குற்றங்களுக்கும்...

'ஜீனோ கூப்பிடு ரவியையும் மனோவையும். முதலில் இதை ரத்து செய்!'

ஜீனோ, 'சரி' என்று பிக்சர் போனில் அவசர அழைப்பு ஒன்று போட்டது.

'மன்னிக்கவும், இப்போது அவர்கள் இருவரையும் பார்க்க இயலாது. அவர்கள் வழக்கறையில் இருக்கிறார்கள். முக்கியமான வழக்கு...'

ஜீனோ, 'பார்க்க முடியாதா?' என்றது.

'ஜீனோ, சும்மா இருக்காதே. ஏதாவது செய்து தொலை. சிபி குற்ற மற்றவன். அவனைக் கொல்வது அபத்தம். முதலில் அவர்களைக் கூப்பிடு. ரவி, மனோவைத் தடுக்கவேண்டும். ஏதாவது செய் நாயே! என் அடிமைதானே நீ? எதாவது செய்தே தீரு.'

'இரு, இரு. அவசரப்பட வேண்டாம். யோசிக்கலாம்.'

'என்ன யோசனை?' என்று கைகளை உதறினாள். ஜீனோ ஒரு நிமிஷ நிஷ்டைக்குப் பின் 'நிலா, இந்தச் சந்தர்ப்பத்தில் சிபியைக் காப்பாற்றக் கூடியது ஒரே ஒரு உண்மைதான்' என்றது.

'என்ன, என்ன... சொல்லித் தொலையேன்!'

'நிலா, நீ இப்போது தீர்மானிக்கவேண்டும்.'

விவி திரையில் நீதிமன்றம் காலியாயிருக்க, நீதிபதியின் இருக்கையின் மேலே நிலாவின் படமும் தேசக் கொடியும் தெரிய, ஒரு விசேஷ நீதிபதி வந்து அமர, சிபி, இரு காவலர்களுக்கு இடையில் அழைத்து வரப்பட்டான்.

'சிபிதான் உனக்கு உதவி செய்கிறான் என்பது அவர்கள் சந்தேகம். உனக்கு உதவி செய்வது நான் என்பது அவர்களுக்குத் தெரியாது. நிலா, இப்போது உனக்குத் தேவை சிபியா, நானா என்பதை நீ தீர்மானித்தாக வேண்டும். சிபியின் அறியாமையை நிரூபிக்க, நான் என்னை என் முழு புத்திசாலித்தனத்துடன் வெளிப்படுத்திக்கொள்ளவேண்டும். நீ வாய் வார்த்தையாக அவர்களிடம் சொன்னால்கூட அவர்கள் நம்பப் போவதில்லை.'

'என்ன சொல்கிறாய் ஜீனோ, குழப்புகிறாயே?'

'சுருக்கமாகச் சொன்னால் சிபியா நானா - உனக்கு யார் வேண்டும்? சிபியைக் காப்பாற்றினால் என்னை இழந்தாக வேண்டும் நீ. என்னை அழித்து விடுவார்கள்!'

நிலா யோசிக்க முடியாமல் திணறினாள்.

இப்போது நீதிபதி நாடு தழுவிய விவி திரையில், 'சிபி, உன்மேல் சாட்டப்பட்டிருக்கும் குற்றம் உனக்குத் தெரியுமா?' என்றார்.

'ஜீனோ, சிபியைக் காப்பாற்ற உன்னை நான் இழந்துதான் ஆக வேண்டும் என்றால் அப்படியே செய்யலாம்!' என்றாள் நிலா.

'அப்படியென்றால் சிபிதான் உனக்கு முக்கியம் என்றாகிறது.'

'ஆம் ஜீனோ. சிபி ஒரு முழு மனிதன் நீ... நீ... ஒரு இயந்திரம் தானே...?'

'நான் இல்லாமல், என் ஆலோசனைகள் இல்லாமல் உன்னால் சமாளிக்க முடியுமா?'

'முடியும். பழகிக்கொள்கிறேன். ஜீனோ, உன்னை இழப்பதில் விருப்பமில்லைதான். ஆனால் நீயா, என் கணவனா என்கிற பிரச்னை வந்தால் என் கணவன்தான் எனக்கு முக்கியம்.'

ஜீனோ, 'சரி, அப்படியே ஆகட்டும்' என்று அலமாரிக்குச் சென்று ஒரு புத்தகத்தை எடுத்தது.

'மன்னிக்கவும் ஜீனோ. நான் உண்மையை அப்பட்டமாகச் சொல்லி விட்டேன். ஏதாவது ஒரு தந்திரம் செய்து, சிபி, நீ இருவரும் தப்பிக்க முடிந்தால் அது உத்தமம்...'

'அது இந்தக் கடைசி நிமிடத்தில் சாத்தியமில்லை.'

'ஜீனோ என்னை...'

'மன்னிப்பு என்பதற்கு எனக்கு அர்த்தம் தெரியாது. தேவையில்லாத வார்த்தை. நீ முதலில் செய்ய வேண்டிய காரியம் ஒன்று உள்ளது. அவசர சக்திகளை உபயோகித்து மனோவுடன் சிவப்புச் சாதனத்தின் மூலம் உடனடித் தொடர்பு...'

ஜீனோ, அவள் சொல்லாமலே தொடர்புகொள்ள ஆரம்பித்தது. பிக்சர் போனின் பானலில் புத்தகத்தைப் பார்த்து, அரசியின் சலுகை நம்பரை ஒத்தியது. போனில் பிம்பம் வழிக்கப்பட்டு, ரவியும் மனோவும்

அவர்கள் அறையில் தெரிந்தார்கள். ஜீனோ, அவர்களைத் திரை மூலம் பார்த்து, 'ரவி, மனோ! சிபியை அனாவசியத்துக்குக் கொலை செய்யாதீர்கள்... நிலாவுக்குத் தந்திரம் கற்றுத் தந்தது நான்தான்' என்றது.

ரவிதான் முதலில் இந்தப் பக்கம் அதன்பால் ஈர்க்கப்பட்டான். திரையில் தெரிந்த நிலாவையும் நிலாவின் அருகில் உட்கார்ந்து கொண்டிருந்த ஜீனோவையும் பார்த்தான், 'என்ன நிலா?' என்றான்.

'சிபியை விடுதலை செய்து விடு. குற்றவாளி அவனல்ல...இதோ ஜீனோ.'

'ஜீனோவா?'

'ஆம்!' என்றது ஜீனோ. 'நான் தப்பித்தது பெரிய கதை. அதைச் சொல்ல நேரமில்லை. நிலாவுக்கு உதவியது நான்தான். சிபியல்ல... சிபியை விடுதலை செய்!'

'ஜீனோ! நிஜமான ஜீனோவா?'

'ஆதாரம் வேண்டுமா? ஏதாவது ஒப்பிக்க வேண்டுமா? ஏதாவது சாமர்த்தியமாகச் செய்துகாட்ட வேண்டுமா...?'

'ஜீனோ! பழைய ஜீனோவா!' என்றான் ரவி.

'ரவி, ஞாபகம் இருக்கிறதா? முதன்முதல் நிலாவின் வீட்டுக்கு வாடகைக்கு வந்தோமே.'

'ஜீனோ, உயிருடன்தான் இருக்கிறாயா? உன்னை என் கையாலேயே...'

மனோதான் முதலில் தீர்மானமாகச் செயல்பட்டான். 'சிபியின் விசாரணையை முதலில் நிறுத்துவோம். அது ஜீனோதான்' என்றான்.

'ஜீனோ, ரொம்ப நன்றி' என்றாள் நிலா, 'சிபியின் உயிரைக் காப்பாற்றினாய்.'

'என்னை அழிக்கப் போகிறார்கள் இப்போது.'

'கவலைப்படாதே ஜீனோ. நான் அவர்களிடம் சொல்லி உனக்குத் தண்டனை கிடைக்காமல் பண்ணி விடுகிறேன்.'

'அப்படியெல்லாம் நிகழாது. நான் என் இயந்திர எல்லைகளைப் பயங்கரமாக மீறி விட்டேன். எனக்கு மன்னிப்பு கிடைக்காது.'

'ஓடிப்போய் விடேன்!'

'ஓடிப்போய் என்ன பயன்? மற்றொரு குறைபட்ட மனிதனுக்குச் சேவகம் பண்ணவேண்டும். அது எனக்குச் சரிவராது. ஒளிந்து வாழ வேண்டும். எப்படி வாழ்ந்தாலும் வாரம் ஒருமுறை சோலார் சாப்பாட்டுக்கும் பாட்டரி மாற்றத்துக்கும் பேரிங் எண்ணெய்க்கும் வந்துதானே ஆகவேண்டும்! அது எனக்குச் சரி வராது.'

'ஜீனோ, உன்னை அவர்கள் ஒன்றுமே செய்யக்கூடாது என்று அரசி ஆணையிட்டுக் கையெழுத்திட்டு விடுகிறேனே!'

'நிலா! நான் போகுமுன் ஒன்று சொல்ல விரும்புகிறேன். நீ அரசி அல்ல... என்னைப் போல நீயும் ஒரு அடிமை... அலங்கரிக்கப்பட்ட அடிமை! இதோ அவர்கள்...'

சிபி, 'நிலா!' என்று ஓடிவந்து அவளை அணைத்துக்கொண்டான்.

ரவி, மனோ இருவரும் உள்ளே வந்து 'எங்கே நாய்?' என்றார்கள்.

'இங்கே' என்றது ஜீனோ.

'ஜீனோ, என் நண்பனே.'

'முன்னாள் நண்பன்' என்றான் ரவி.

'உன்னை என்ன செய்வது ஜீனோ... இத்தனை சாமர்த்தியமான உன்னை எங்களால் தாங்க முடியுமா ஜீனோ?' என்றான் மனோ.

ரவி, 'வேண்டுமெனில் கூண்டில் அடைத்து வைத்து ஆயுள் தண்டனை கொடுக்கவா?'

'என் ஆயுள், பாட்டரி சார்ஜ் பண்ணவில்லையெனில் ஒரு வருஷம் தான்.'

'ஜீனோ, நீதான் நிலாவுக்கு அத்தனையும் சொல்லிக் கொடுத்தாயா?'

'ஆம். இனி மறைத்து வைத்துப் பிரயோசனமில்லை.'

'உன்னை என்ன செய்வது ஜீனோ! நீயே தண்டனையையும் சொல்லி விடு ஜீனோ!'

'அதைக் கேட்காதே. நான் சொல்கிறேன். இந்த நாயை என்ன செய்வது என்று...' முன்னால் வந்தான் மனோ.

'என்ன?'

மனோ ஜீனோவின் அருகே வந்து அதன் வாலைப் பிடித்துத் தூக்கினான்.

'என்னவோ பேசாமல் பிய்த்து உதறிப்போடுவதற்குப் பதிலாக இதனுடன் தர்க்கம் பண்ணிக்கொண்டிருக்கிறாயே!' என்று அதன் வாலைப் பிடித்துச் சுழற்றினான்.

'இந்த முறை தப்பே நிகழக்கூடாது.'

9

ஜீனோவை மனோ அத்தனை மூர்க்கத்தனமாக வாலைப் பிடித்துச் சுழற்றுச் சுழற்றினாலும் ஜீனோ பேசிக்கொண்டே இருந்தது. 'மனோ, என்னை விட்டுவிடுவதுதான் உனக்கு உத்தமம். என்னை லேசில் அழிக்க முடியாது. இம்மாதிரி திருகுவதில் உனக்குத்தான் சக்தி விரயம். எனக்கு வலி என்பதே கிடையாது!'

'கிடையாதா, பார்க்கலாம்...' என்று ஓங்கி அதைச் சுவரில் மளேர் என்று அறைந்தான்.

இத்தனை தாக்குதலுக்கு ஜீனோ தூள் தூளாகச் சிதறியிருக்கவேண்டும். அதற்குப் பதிலாக ஜீனோ ஓர் ஆச்சரியமான காரியம் செய்தது. மோதிய சுவரில் ஒட்டிக்கொண்டு... வழுக்கிக்கொண்டு மறுபடி மெள்ள நடந்து வந்து மனோவின் அருகில் நின்றது!

'உன்னால் முடியாது மனோ! மறுபடி முயற்சித்துப் பார்க்கிறாயா?' மனோ அதிசயத்துடன் தன் சகாவைப் பார்க்க, ரவி, 'புதிதாக இதையெல்லாம் கற்றுக்கொண்டு விட்டாயா? இதற்கு என்ன...'

'ஆம், ரவி! இந்த வகைத் தாக்குதலை எதிர்பார்த்து, என் வால் சுழற்சி யால் எதிர் சக்தி உண்டாக்கி, நியூட்டனின் மூன்றாவது விதிப்படி அந்த சக்தியை ரத்து செய்து மெத்தென்றுதான் சுவரில் அடிபட்டேன். சேதம் எதும் இல்லை. மறுபடி முயற்சிக்கிறாயா மனோ?'

மனோ ஆத்திரத்துடன் அதை எடுத்துப் பிய்த்து விடும் ஆசையுடன் புத்தகத்தைப் பிரிப்பது போல் அதைக் கிழிக்க முற்பட்டான். ஜீனோ அவன் கைகளை நக்க, அவன் 'ஸ்ஸ்ஸ்' என்று கையைப் பிடித்துக் கொண்டு அதைக் கீழே போட்டான். 'ஐயோ! எரிச்சல்'

'கொஞ்சம் காட்டமான ஹைட்ரோ குளோரிக் அமிலம் ரவி, நீ ஏதாவது முயற்சி பண்ண உத்தேசமா?'

ரவி, ஜீனோவைக் கையில் எடுத்து, 'அப்படியா சேதி ஜீனோ? இத்தனை தெரியுமா உனக்கு' என்று காவலனின் லேசரை எடுத்து அதன் கண்ணின் மேல் வைத்து, 'இப்போது என்ன பதில் சொல்கிறாய் பார்க்கலாம்' என்று லேசரின் திருகு பட்டனை அழுத்த, ஜீனோவின் கண் லேசர் சூட்டில் புகைந்து போகும் என்றுதான் எதிர்பார்த்தான். இல்லை.

'ஆன்ட்டி லேசர் வைத்திருக்கிறேன்... வருகிற பிம்பத்தையே திருப்பி அனுப்பி எய்தவனையே தாக்கும் சக்தி படைத்த மாடல்-2 ஒன்று இருக்கிறது. அதை பிரயோகிப்பதற்கு முன் எச்சரிக்க வேண்டியது என் கடமை!'

'அப்படியா சேதி, பார்க்கலாமா?'

'பார்க்க விருப்பம்தான் என்றால் பார்க்கலாம்.'

'ஏய் சுடு!' என்று ஓர் அமைதிப்படைக் காவலனைப் பணித்தான்.

'எ...எ...எ... எங்கே சுடவேண்டும்?' என்றான் காவலன், சற்று நடுக்கத்துடன்.

'என்னடா, நாய்க்கு பயமா என்ன? அதோ பார் நாய்? இதைச் சுடு...சுடுறா.'

'என்ன என்னவோ சொல்லுதுங்களே?'

'முட்டாள். அது சொல்கிற மாதிரி ஆயுதம் கண்டுபிடிக்கப்படவே யில்லை. சுடு... நான் உத்தரவாதம்... சுடு!'

அவன் தயங்கித் தயங்கித்தான் லேசரை உயர்த்தி ஜீனோவைக் குறி பார்த்துச் சுட்டான். சுட்ட மாத்திரத்தில் தொப்பென்று விழுந்தான்.

'நான் முன்னெச்சரிக்கை செய்தேன். நீங்கள்தான் கேட்கவில்லை.'

அவர்கள் ஆச்சரியத்துடன் கீழே கிடந்த காவலனை நோக்கிச் சென்று மூச்சு இருக்கிறதா என்று பார்க்க...

'அவன் செத்து அரை நிமிஷமாகிறது.'

இப்போது அவர்கள் யாவரும், கீழே தன் நகங்களை ஆராய்ந்து கொண்டிருந்த ஜீனோவைச் சற்று அச்சத்துடன் பார்த்தார்கள்.

ரவி, 'இது இத்தனை ஜாலக்கு எப்படிக் கற்றுக்கொண்டது?'

'சொந்தமாகத்தான்...' என்றது ஜீனோ.

‘இதை இப்போது என்ன செய்வது?’

‘நான் சொல்லட்டுமா?’

‘நாயே, உன்னை யாரும் கேட்கவில்லை.’

ஜீனோ, அவர்கள் ஆலோசனையின் அருகில் வந்து உட்கார்ந்து கொண்டது.

‘உன்னை, உன்னை அப்படியே கழுத்தைத் திருகிப் போட்டுறலாம்னு தோணுது.’

‘முடியாது... சாத்தியமில்லை.’

‘உன்னைக் கொல்ல முடியாதுன்னு நெனைச்சுக்கிட்டிருக்கியா நாயே?’

‘சேச்சே, முடியும். உங்களால் முடியாது என்றுதான் சொல்ல வந்தேன். சிந்தித்துப் பாருங்கள்.’

‘பின்னே யாரால் முடியும்?’

‘அதை நான் சொல்லமாட்டேன்... ரோபாட் விதிகளின்படி, ஒரு ரோபாட் தன்னையே அழித்துக்கொள்ளக்கூடாது. அதற்கான செய்திகளையும் தரக்கூடாது!’

ரவி, மனோ இருவரும் கலந்தாலோசிக்க, நிலா, ‘இப்போதாவது புரிகிறதா, சிபி குற்றவாளி இல்லையென்று. அவனை உடனே விடுதலை செய்ய ஏற்பாடு செய்யுங்கள்.’

‘முதலில் இந்த நாயைக் கொல்லவேண்டும்.’

‘அது தற்போதைய நிலையில் சாத்தியமில்லை.’

‘மனோ எனக்கு ஒரு யோசனை.’

‘என்ன?’

‘டாக்டர் ரா.’

‘அட!’ என்று கை சொடக்கினான் மனோ.

‘அவர்தான் சரி’ என்று பிக்சர் போனுக்கு அந்தக் காவலனின் உடலைத் தாண்டிக்கொண்டு சென்றான்.

டாக்டர் ரா-வின் உருவம் திரையில் தெரிய, ‘என்ன ரவி?’ என்றார் அந்த சூப்பர் கம்ப்யூட்டர் விஞ்ஞானி.

'டாக்டர்! ஒரு ரோபாட் நாய் ரொம்ப தொந்தரவு தருகிறது. அதை அழிக்கவேண்டும்.'

'அழிக்கவேண்டுமெனில் பேசாமல் ஒரு லேசரை எடுத்து ஒரு குத்து குத்துவதை விட்டு என்னை ஏன் தொந்தரவு செய்கிறீர்கள்!'

'டாக்டர்! இந்த நாயை அழிப்பது அத்தனை சுலபமில்லை. இது ரொம்பத் தந்திரங்கள் வைத்திருக்கிறது.'

'அப்படி ரோபாட் ஏதும் இந்த உலகத்தில் கிடையாது. புரட்சிக்கு முன் பண்ணிய நாய்கள் அத்தனையையும் அழித்தாகிவிட்டது: ஜீனோ என்ற ஒன்று இருந்தது. அதையும்...'

'டாக்டர் ரா! சாட்சாத் ஜீனோ பேசுகிறேன்!'

'அட! எங்கே, அந்த நாயைக் காட்டு?' ஜீனோவே திரையின் முன் வந்தது.

'ஹலோ, டாக்டர்! என் ஹ்யூரிஸ்டிக் ப்ரொக்ராம் வைத்துக்கொண்டு என்னுடைய நாலெட்ஜ் பேஸை நானே விரிவுபடுத்திக்கொண்டு விட்டேன். இப்போது என்னை அழிக்க இவர்கள் கஷ்டப்படு கிறார்கள்.'

'என்ன ஓர் ஆச்சரியம் இது! உன்னை நான் ஆராயவேண்டுமே!'

'வாருங்களேன். சாவகாசமாகப் பேசலாம்... டாய்லரின் ஆரம்ப நுணுக்கங்கள் படித்திருக்கிறீர்களோ?'

'எங்கே, அந்தப் பிரதி இருக்கிறதா என்ன உன்னிடம்?'

'சரியாப் போச்சு. டாக்டர் ரா, உம்மை எதற்குக் கூப்பிட்டேன் தெரியுமா?' என்றான் மனோ.

'எதுக்குப்பா?'

'டாக்டர் ரா! உங்கள் சோதனைக்கூடத்துக்கு நிதி உதவி அரசாங்கத்திட மிருந்து வேண்டுமா, இல்லையா?'

'வேண்டும்.'

'அப்படியெனில் ஜீனோவை உடனடியாக அழிக்க வாருங்கள். உங்களால் முடியும். அதனுள் இருக்கும் சூட்சுமம் தெரிந்து அழிக்க வேண்டும்.'

'லேசர் குத்திப் பார்த்தாயா?!'

'எல்லாம் செய்தாகிவிட்டது டாக்டர். எதற்கும் மசியவில்லை இந்த நாய்.'

'ஆன்ட்டி லேசர் வைத்திருக்கிறேன் டாக்டர்' என்றது ஜீனோ.

'உடனே வருகிறேன்.'

'வண்டி அனுப்புகிறோம் - வாரும்' என்றது ஜீனோ. நிலா, அதை ஆச்சரியத்துடன் பார்த்து, 'ஜீனோ! நீ அத்தனை கெட்டிக்கார நாயா! எனக்குத் தெரியாமல் போயிற்றே?'

'என்னுடன் பேச வேண்டாம் நிலா. உனக்கு உன் கணவனுடன் அற்ப சந்தோஷம்தான் முக்கியம்... என்னுடைய நட்பை இழந்து விட்டாய் நீ.'

'ஜீனோ! ஜீனோ... அப்படிப் பேசாதறா கண்ணு!'

'உன் பேச்சின் தொனியே நன்றாக இல்லை.'

டாக்டர் ரா - அவருடைய ஆராய்ச்சிப் புகழுக்கேற்றவாறு தலைமுடி வளர்க்க அனுமதிக்கப்பட்டிருந்தார். ஒரு நிகழ்கால மெஸையா போல் இருந்தார். பிரதானமான மூக்கின்மேல், சிந்தனையில் சொறிந்து சொறிந்து சிவப்பு ஓவர்... ஆலிவ் பானத்தின் கறை, பெட்டி பெட்டியாகப் புகை பிடித்து, பழுப்படைந்த விரல்கள்... இருந்தும் வித்தகர். இன்றைய தினத்தில் அவரை மீறிய கம்ப்யூட்டர் ஆள் இல்லை. ஏ ஐ சித்தாந்தங்களின் அடிப்படையில் டாக்டர் ரா அமைத்த இன்ஃபரன்ஸ் இன்ஜின், இருபது ஆண்டுகள் கடந்தும் இன்றும் பற்பல துறைகளில் பயன்படுகிறது.

'வாங்க வாங்க!' என்றது ஜீனோ. 'உங்கள் 'எதிர்கால இருட்டுக்கள்' சமீபத்தில்தான் படித்தேன்.'

டாக்டர் ரா ஜீனோவை முறைத்துப் பார்த்து, 'ஓ, இதுதானா! என்ன ரவி?'

'ஆமாம் டாக்டர். ரொம்ப தண்ணி காட்டுகிறது. இதை அழிக்கவே முடியவில்லை.'

'மனிதன் படைத்ததை மனிதன் அழிக்க முடியும்' என்றார் ரா.

'முயற்சி பண்ணிப் பாருங்கள்... வாழ்த்துக்கள் ரா!'

ஜீனோவின் அருகில் சென்று, பையிலிருந்து படிக்கும் கண்ணாடியை மாட்டிக்கொண்டு, அதைக் கூர்ந்து பார்த்தார். 'எந்த மாடல் நீ?'

'இது ஜீவாவை வீழ்த்தும் முன் செய்த மாடல்.'

'பெயர் ஜீனோவா! கிரேக்க சிந்தனையாளர்... நல்ல பெயர். யார் வைத்தது?'

'நான்தான் வைத்தேன். அப்போதெல்லாம் இது சற்று அதிகப் பிரசங்கமாகப் பேசும். அதோடு சரி. இப்போது என்னவென்றால் பயங்கரமாக, தற்காப்புக்கான தந்திரங்கள் கற்றுக்கொண்டு உள்ளது' என்றான் ரவி.

'ஜீனோ, அப்படியா?'

'ஆம்...' என்றது ஜீனோ.

'உன்னுள் அழிக்கக்கூடிய ஞாபகச் சில்லு எத்தனை உள்ளது?'

'அறுபத்து நான்கு கே, டாக்டர்' என்றது.

'இந்த நாய் இன்னும் பொய் கற்கவில்லை.'

'அதை வைத்துக்கொண்டு மடக்கிவிடலாம்... நாயே, உன்னிடம் லித்தியம் எத்தனை இருக்கிறது?...'

'அது கிடக்கிறது பதினாறு மெகா.'

'எத்தனை நாளைக்கு ஒருமுறை அதை ரிஃப்ரெஷ் செய்து கொள்கிறாய்?'

'ஒரு வாரம்.'

டாக்டர் ரா. 'அவ்வளவுதான். விஷயம் ரொம்ப எளிது... இதைப் பட்டினி போட்டுச் சாகடித்துவிடலாம்.'

'டாக்டர் இது சாப்பிடுகிற நாய் இல்லை, ரோபாட்.'

'முட்டாள்களா! பட்டினி என்றால் சாப்பாடு மட்டும்தானா? இந்த நாய்க்கு உணவு சூரிய வெளிச்சம். இதனுள் இருக்கும் ப்ரொக்ராம் எல்லாம் ஒரு வாரம்தான் தாங்கும், அதன் பின் சார்ஜ் வாங்கிக்கொள்ள வேண்டும். சோலார் பானல் மூலம் அல்லது சார்ஜர் மூலம்.'

'என்ன ஜீனோ, அப்படியா?'

'அப்படித்தான். ஆனால், யாராவது என் சோலார் பானலை நீக்க முயற்சித்தால் அது சாத்தியமில்லாமல் செய்துவிட என்னிடம் சக்திகள் உள்ளன.'

'ஜீனோ, உன் சோலார் பானலை யாரும் நீக்கப் போவதில்லை' என்றார் டாக்டர்.

மீண்டும் ஜீனோ 79

‘பின் என்ன செய்யவேண்டும் டாக்டர்?’ என்று மனோ, ரவி கேட்க.

‘ஒரு பெட்டிக்குள் அடைத்து, ஒரு வாரம் இருட்டில் பூட்டி வைத்திருங்கள்,போதும்’ என்றார் டாக்டர்.

‘அதற்கு முதலில் என்ன செய்யவேண்டும்?’

‘என்னைப் பிடிக்கவேண்டும்’ என்றது ஜீனோ.

‘டாக்டர் அங்கேதான் சிக்கல். இதைக்கிட்டே அண்டுவதுதான் முடியவில்லை! என்னென்னவோ செய்து வழுக்கிக்கொண்டு தப்பித்துக் கொள்கிறது. அதுதான் பிரச்சனை!’

‘கேவலம் ஒரு பொம்மை நாயைப் பிடிக்க முடியவில்லையா? என்ன சிப்பாய்கள் நீங்கள்?’ - குறுக்கிட்டது ஜீனோ.

‘சீ நாயே! சும்மா இரு. பெரியவர்கள் பேசிக் கொண்டிருக்கையில் குறுக்கே என்ன?’

அனைவரும் நாயைக் கவலையுடன் பார்த்தார்கள்.

‘அமிலம் துப்புகிறது. நெருப்பாய் நக்குகிறது. சுழற்றி வீசினால் எதிர் சுழற்சி பண்ணுகிறது... என்ன ஒரு ஜாலக்கான நாய் தெரியுமா?’

டாக்டர் ரா, ‘இரு’ என்று சொல்லிவிட்டு, ‘ஜீனோ இங்கே வா. உன்னிடம் முக்கியமான ஒன்று சொல்லவேண்டும்.’

‘அங்கிருந்தே சொல்லலாமே.’

‘ஒன்றும் செய்யமாட்டேன், வாக்குறுதி தருகிறேன் வா!’

ஜீனோ அவர் அருகில் வர, டாக்டர் ரா அதை எடுத்துத் தடவிக் கொடுத்தார். பக்கென்று கழுத்தைப் பிடித்தார். ஜீனோ கால்களை உதற, ‘அகப்பட்டாயா...? அகப்பட்டாயா?’ என்றார்.

ஜீனோ சடுதியில் அவரை ஓர் அமில நக்கு நக்க ‘ஐயோ’ என்று கையை உதறிக்கொண்டு கீழே போட்டார்.

‘எச்.ஸி.எல்’ என்றது ஜீனோ! ‘டாக்டர்! என்னைப் பிடிக்க முயற்சிப்பதில் அர்த்தமே இல்லை.’

‘இதுதான் பொய் சொல்லாதே! இதையே கேட்டு விடலாமே, அதன் பலகீனம் எங்கே என்று?’

‘பார்க்கலாம். ஜீனோ, உன் பலகீனம் என்ன?’

‘சோலார் சார்ஜ் முறைதான் என் பலகீனம்.’

‘அது ஒன்று. வேறு ஏதாவது...’

‘லித்தியம் வரையறை... அதனால்தான் என் அறிவை விருத்தி பண்ணுவது ரொம்பக் கஷ்டமாக இருக்கிறது’

‘அதில்லை ஜீனோ. இப்போது உன்னைப் பிடிக்கவேண்டும்... நாங்கள் எப்படிப் பிடிக்க முடியும்? அதற்கு வழி என்ன?’

‘அதை நான் சொன்னால் ரோபாட்டுகளின் முதல் விதியை மீற வேண்டும். அதற்கு என் ப்ரொக்ராம் அனுமதி தராது. மன்னிக்கவும்.’

டாக்டர் ரா இப்போது மூக்கைச் சொறிய ‘இந்த மாடலின் ஸ்கீமாடிக், மான்யுவல்...’ என்று ஆரம்பித்து, ‘எல்லாம் பார்க்கவேண்டும்.’

‘எனக்கும் ஒரு பிரதி வேண்டும்’ என்றது ஜீனோ. அதைப் பொருட் படுத்தாமல், ‘மான்யுவலைப் பார்த்தால் இதன் பலவீனம் என்ன என்று தெரிந்து விடும்’ என்றார் டாக்டர்.

‘மேலே அமிலத்தைக் கொட்டினால்?’

‘வேணுமென்றால் முயற்சி பண்ணிப் பார்’ என்றது ஜீனோ.

‘ஆன்ட்டி லேசர் வைத்திருப்பது அமிலத்தைச் சமாளிக்க ஏதும் வைத்திருக்காதா என்ன? அதெல்லாம் முயற்சி பண்ணாதே... நான் என் அலுவலகத்துக்குப் போய் ஜிடிபியில் ஒரு க்வெரி அனுப்பி வைத்துப் பதில் வாங்கி வருகிறேன். அதுவரை இதை ஏதும் செய்யாதீர்கள்.’

‘ஏதும் செய்ய இயலாது.’

ஜீனோ, பேச்சு தன்னைப் பற்றியே இல்லை என்பதுபோல சோபாவில் போய் உட்கார்ந்துகொண்டு, ரஸ்ஸலின் புத்தகத்தை எடுத்துக் கொண்டது.

அது புத்தகத்தைப் பிரித்துப் படிப்பதை ரா கவனமாகப் பார்த்தார். ‘என்ன ஒரு சிருஷ்டியின் விந்தை! மனித மூளையிலிருந்து கிளைத்து, செயல் வடிவம் பெற்று, தானே கற்றுக்கொண்டது... ஜீனோ, யு’ர் ஆர் எ ஜீனியஸ்.’

ஜீனோ அதைக் கவனிக்காமல், தன் வாலை முன்னும் பின்னும், மேலும் கீழும் சுழற்றிக்கொண்டிருந்தது.

அதைப் பார்த்த டாக்டர் ரா, ‘மனோ, ரவி... சற்று வாருங்கள்’ என்று அவர்களைத் தனியாக அழைத்துச் சென்றார்.

‘வாலைப் பார்த்ததும் ஞாபகம் வந்தது. இந்த நாயைப் பிடிக்க ஒரே ஒரு வழி. பின்னாலிருந்து ஒரு பத்து டிகிரி கூம்புக்குள் அணுகுவது...

இதன் கண்களின் ஃபீல்ட் ஆஃப் விஷன் நூற்றெழுபதோடு சரி. இப்போது ஞாபகம் வருகிறது. இதன் அட்வான்ஸ் மாடலில் வாலில் ஒரு சென்ஸர் பொருத்தினோம். அதன் ஸர்வோ மட்டும் இதில் இருக்கிறது. சென்ஸர் இல்லை... அதை ரெட் ரே இணைப்பாகக் கொடுக்க உத்தேசித்திருந்தோம். ஜீனோ, 'உனக்கு வாலில் சென்ஸர் இருக்கிறதோ?' என்று இங்கிருந்து இரைந்தார் டாக்டர்.

'இல்லை.'

'ரவி, காரியம் முடிந்த மாதிரிதான். ஜீனோ சைஸுக்கு ஒரு பெட்டி கொண்டு வா' என்றார் டாக்டர் ரா.

10

'ஷ்ஷ்ஷ்ஷ்ஷ்!' - டாக்டர் ரா மெதுவாக ஜீனோவை அதன் சென்ஸர்களால் உணர முடியாத பதினைந்து டிகிரி கோணத்திலிருந்து பைய அணுகினார். மற்ற எல்லோரும் ஆர்வத்துடன் துடிப்புடன் பார்த்துக் கொண்டிருக்க... ஜீனோவை அடைப்பதற்குக் காவலன் பொறி போன்ற ஒரு பெட்டியை நடுங்கும் கரங்களுடன் பிடித்துக்கொண்டிருக்க... டாக்டர் ரா லாகவமாக ஜீனோவை லபக்கென்று பிடித்துப் பெட்டிக்குள் போட்டுவிட்டார். ஜீனோ எந்த விதத்திலும் கலவரப் படவில்லை. உள்ளேயிருந்து, 'எதற்காக இப்படி என்னைக் கட்டுப்படுத்துகிறீர்கள் டாக்டர்?' என்று கேட்டது.

'ஒன்றுமில்லை ஜீனோ... நீ கொஞ்ச நேரம் ஆசுவாசம் எடுத்துக் கொள்ளலாம்.'

'காலைக்குள் என்னை விடுதலை பண்ணி விடுவீர்கள் இல்லையா?'

'ஆம், ஜீனோ கட்டாயமாக.'

'ஏனெனில், காலை, எனக்கு அரை மணியாவது சூரிய வெளிச்சம் வேண்டும். என் மாடலில் இது ஒன்றுதான் பழுது.'

'அதற்கென்ன ஆறு மணி நேரம் தருகிறோம்' என்று அவர்களை டாக்டர் ரா சைகையால் அடுத்த அறைக்கு அழைத்தார்: 'மட நாய், நாம் அதை விடுவிக்கப் போகிறோம் என்று நினைத்துக் கொண்டிருக்கிறது. இதை இன்னும் இரண்டு மூன்று நாள் வெயில், பகல் வெளிச்சம் காட்டாமல் வைத்திருங்கள். அவ்வளவுதான். இதன் கெர்னல் புரொக்ராம் அழிந்து போய் விடும்.'

'அழிந்துபோய்...?'

'அவ்வளவுதான்... நின்று போகும். கெடியாரம் நின்று போவ தில்லையா?'

'ஐயோ பாவம்!' என்றாள் நிலா.

'ஐயோ பாவமா! இது எத்தனை மனிதர்களின் மரணத்துக்குக் காரணமாக இருந்திருக்கிறது. என் காலில் லேசர் குத்து இன்னும் இருக்கிறது!'

'டாக்டர் ரா, இந்த நாயைக் கொல்லாமல் புத்தி மந்தமாகப் பண்ணிவிட்டு செல்லமாக வைத்துக்கொள்ள முடியுமா...?' என்று கேட்டாள் நிலா.

'முடியும். அதெல்லாம் ஆபத்து.'

'ரவி, மனோ! இப்போதாவது தெரிந்ததல்லவா சிபி குற்றவாளி இல்லையென்று?'

'ஆம். மனோ, சிபியை உடனே விடுவித்தாகவேண்டும். இந்த நாயைக் காவலில் வைத்திருங்கள். தப்பித்துப் போக முடியாதபடி.'

'பெட்டி வெளிப்புறம் பூட்டியிருக்கிறது... எப்படித் தப்பிக்க முடியும்! சாவி என்னிடம்!'- ரவி ஒரு காவலனைக் கூப்பிட்டு, 'இந்த இடத்தை விட்டு நகரவே நகராதே. பெட்டியை உன் கண் பார்வையிலிருந்து அகற்றாதே' என்றான்.

'இரண்டு நாள் போதும். பாதி அறிவு அழிந்து போகும்.'

'சந்தேகத்துக்கு ஒரு வாரம் வைத்திருப்போம். அப்புறம் இதை எரிப்போம். என்ன?'

'சரி, நான் வரட்டுமா?' என்றார் டாக்டர் ரா.

'என் ஆராய்ச்சிக்கு உண்டான பண உதவி?'

'நாளை நிலா அதில் கையெழுத்திடுவாள்.'

'சிபியின் விடுதலை?' என்றாள் நிலா.

'நாங்கள் போனவுடன் சிபி விடுதலை செய்யப்படுவான் நிலா. நமக்குள் என்ன சண்டை? நாம் ஒற்றுமையாக இருந்து ஜீவாவை முறியடித்த நாட்கள் நினைவில் இல்லையா உனக்கு? உன் கணவன் சிபிதானே உனக்கு முக்கியம்? உடனே அனுப்புகிறேன். அவனுடன் சுகமாக இரு. மற்றொரு தேனிலவு கொண்டாடு. செவ்வாய்க்குப் போவதாக இருந்தாலும் சரி. ஏற்பாடு செய்கிறோம். நன்றாகப் பசித்து உண். அத்தனை நளின நாசுக்குகளையும் அனுபவி. ஆனால், நாங்கள் சொல்லும் மசோதாக்களுக்கு மட்டும் அங்கீகாரம் கொடுத்துவிடு. அது போதும், என்ன? வா மனோ, வாங்க டாக்டர்' என்றபடி கிளம்பினான் ரவி.

அவர்கள் சென்றதும், நிலா பெட்டியில் அடைப்பட்டிருக்கும் நாயை எட்டிப்பார்த்தாள். 'ஜீனோ, என்னை மன்னிப்பாய்.'

'எதற்கு?'

'உன்னை இம்மாதிரி அடைத்து வைக்க உடந்தையாக இருந்ததற்கு.'

'எத்தனை நேரம் இப்படி?'

'ஜீனோ, நீ இனிமேல் அந்தப் பெட்டியைவிட்டு வெளிவர முடியாது.'

'அப்படியானால்?'

ஜீனோ சற்று மௌனமாக இருந்தது. அதன் பின், 'துரோகம் என்கிற வார்த்தைக்கு அர்த்தம் புரியாமல் இருந்தேன் இதுவரை. இப்போது புரிந்தது. நீ செய்தது துரோகம். நான் உனக்கு எத்தனையோ மகிழ்ச்சிகளை அளித்திருக்கிறேன். என்னை இப்படி அடைத்து வைத்தால் என் எண்ணங்கள் அத்தனையும் மெள்ள மெள்ள அழிந்து நான் செயலற்றுப் போவேன். அது எனக்குப் பிடிக்காது. பயம் என்பதும் மெள்ள மெள்ள எனக்குப் புரிய தொடங்கிவிட்டது. எனக்குப் பயமாக இருக்கிறது. ஜீனோவாகிய நான் எண்ணங்கள் அழிந்து செயல்படாமல் இருக்க விரும்பவில்லை. இதற்குப் பெயர் சாவு என்றால், நான் சாக விரும்பவில்லை. எனக்குப் பயமாக இருக்கிறது. நிலா... நிலா... என்னைக் காப்பாற்று' என்றது. நிலா, காவலனைக் கூப்பிட்டு 'திறந்து விடு' என்றாள்.

'அரசி, மன்னிக்கவும். அதற்கு எனக்கு உரிமை இல்லை.'

'ஆணையிடுகிறேன்... திறந்து விடு.'

'திறக்க முடியாது அரசி... இதன் சாவி ரவி, மனோவிடம் இருக்கிறது.'

'ஜீனோ, ஏதாவது வழி சொல்லேன் நீதான்.'

'முதலில் பெட்டியைத் திறக்கவேண்டும். இங்கே வெளிச்சமில்லை. வெளிச்சமில்லை.'

'காவலனிடம் சாவி இல்லை.'

'வெளியே எந்த வகைப் பூட்டு இருக்கிறது?'

'பூட்டு இருப்பதே தெரியவில்லை ஜீனோ. நீ அல்லது சிபி என்று வரும்போது நான் சிபியை உயிர் தப்ப வைத்ததில் பிழையில்லை அல்லவா?'

'மனிதர்கள் எல்லோருமே துரோகிகள். 'சுயநலம்'- அதற்கு இன்று தான் அர்த்தம் விளங்குகிறது எனக்கு. நிலா, உன்னால் என்னை

விடுவிக்க முடியாது. நான் எனக்குள் யோசிக்கவேண்டும். அதற்காக என்னை மேலும் பேசவிடாமல் இந்த இடத்திலிருந்து விரகினால் சௌகலியமாக...சீ! மன்னிக்கவும். விலகினால் சௌகரியமாக என்று அதை வாசித்துக்கொள்ளவும். என் மெமரி பழுதாகிக் கொண்டிருக் கிறது. வார்த்தைகள் குறழ... இல்லை. குழறுகின்றன.'

அதன் பின் ஜீனோவை அடைத்து வைத்திருந்த பெட்டியிலிருந்து எந்தவிதச் சத்தமும் கேட்கவில்லை. ஜீனோ, தன் வாழ்நாள் நீடிக்கும் பொருட்டுத் தன் பாட்டரி சக்தியை விரயம் செய்யாமல் சேமித்து வைக்கும் நோக்கத்தில், ஒரு சில மைக்ரோ ஆம்பியர்களே வாங்கும் ஸ்லீப் மோடுக்குத் தன்னைத் திருத்திக் கொண்டது. ஒரு வித நிஷ்டையில் இருக்க, அதனுள் ஒரே ஒரு புரோக்ராம் மட்டும்... ஒரே ஒரு கேள்வி மட்டும் லேசாகச் சுற்றி வந்தது. 'தப்பிப்பது எப்படி-தப்பிப்பது எப்படி?'

ஜீனோவை அடைத்து வைத்திருந்த பெட்டியை எடுத்துப் போக ஆள்காரர்கள் வந்தார்கள். மிக ஜாக்கிரதையாகக் கறுப்புத் துணி மூடப் பட்டு, ஜீனோ பெட்டி நீக்கப்பட்டு, ரவி, மனோவின் அறைக்கருகில் ஜன்னல்களின்றி சோலார் திரைகள் விரிக்கப்பட்ட ஓர் இருட்டறையின் மத்தியில் வைக்கப்பட்டது.

நிலாவைப் பார்க்க மறுதினம் காலை சிபி வந்து சேர்ந்தான். 'அப்பா! மயிரிழையில் தப்பினேன் நிலா. என்னைவிட உனக்கு நாய் பெரிதாகப் போய்விட்டதா...'

'அப்படியில்லை சிபி. நீதான் எனக்கு முக்கியம். ஆனால், அந்த நாய் தனக்குத்தானே சாமர்த்தியங்கள் கற்றுக்கொண்டு இயங்கி வந்தது. என்னையும் இயக்கியது.'

'இப்போது நாய் வேண்டாம். நான் போதும். நீ ராணி... நான் ராஜா... உலகமே நம் ராஜ்யம்...'

'பொம்மை ராணி, பொம்மை ராஜா... நிஜ ராஜாக்கள் யார் என்பதில் சந்தேகமில்லை. ரவி, மனோதானே...?'

'ஆம்...'

'அவர்கள் சொல்லுகிறபடி நடந்துகொண்டால் போதும். எதற்கு அவர்களுடன் சண்டை?'

'சிபி முட்டாளே, அவர்கள் நம்மைச் சுகவாழ்வில் அதிக நாள்கள் வைத்திருக்க மாட்டார்கள். மக்கள் என்னை மதிக்கும் வரைதான்.'

‘மதிக்குமாறு நடந்துகொள்...’

‘அதை அவர்கள் அனுமதிக்கப் போவதில்லை. கொஞ்ச நாள்களில் என் மேல் ஒரு வெறுப்பு அலை கிளப்பப்பட்டு பதவி நீக்கப்படுவேன். அதன் பின் அவர்கள் பதவியேற்று... சிபி, இது எல்லாமே பொய் அரசாட்சி. இதிலிருந்து நமக்கு மீட்சியே இல்லை. நாம் இருவரும் கைப்பொம்மைகள்...’

‘அப்படியிருக்கையில் கிடைத்த சந்தர்ப்பத்தை நன்றாக ருசித்துவிட்டு, இவர்களுக்குச் செலவு வைத்துவிட்டுப் போகலாம் வா...’

‘எத்தனை நாள்கள் சிபி...’

‘கிடைக்கும் நாள்கள் எத்தனையோ அத்தனை...’

சிபி அவளை அணைத்துக்கொண்டு படுக்கைக்கு ஏந்திச் சென்றான். எலெக்ட்ரோ படுக்கையின் இதமான சூட்டில் அவர்கள் ஒரு கொப்புளத்தின் மேல் மிதந்தார்கள். கில்லு சொல்லும் சங்கீதத்துக்கு அசைந்தார்கள். பரிமாணங்கள் தவறின. இரவில் இசைந்தார்கள். அன்பு கலந்த ராத்திரியில், வான் விளிம்பின் சைக்கடெலிக் பாளங்களில் நடந்தார்கள். ஸிந்த்ரான் அமைத்த இசைப் புயலில் நழுவி... நழுவி, நழுவினார்கள்.

ஜீனோ சாமர்த்தியமாக அமைத்த தடுப்புக்களெல்லாம் இப்போது நீக்கப்பட்டு, ரவியும் மனோவும் அந்தக் காட்சியை விசேஷ ‘இன்டென்ஸிஃபையர்’ திரையில் பார்த்துக்கொண்டிருந்தார்கள்.

‘நாட்டில் அரசி, வீட்டில் எத்தனை விந்தைகள் புரிகிறாள். ரவி...’ மனோ திரையைக் கவனித்துக்கொண்டே, ‘இந்த போதைபோதும். ஆஸ்மாஸிஸ் மூலம் இருவருக்கும் செக்ஸ் உணர்ச்சி இருநூறு சதவீதம் அதிகப்படுத்தி வைக்கப்பட்டிருக்கிறது. ராப்பகலாக, கிடைத்த சந்தர்ப்பத்தில் எல்லாம் மகிழ்ச்சியில் மிதப்பார்கள். ஜேவ் பானத்தில் லைஸர்ஜிக் கொஞ்சம் கலந்திருக்கிறது. குளிர்பதனக் காற்றில் கோக்கெய்ன்- இவர்கள் உயிரியலுக்கு ஏற்றது. ராஜ்ய பாரங்களை மறந்து நிலா சந்தோஷமாக இருக்கிறாள். பார்...’

‘நாயை என்ன செய்யலாம்...’ என்றான் மனோ.

‘முதலில் அது மயக்கம் போடட்டும். டாக்டர் ரா ஒரு வாரமாவது வைத்திருக்கவேண்டும் என்று கூறியிருக்கிறார்...’

‘இந்த நாயை நாம் பழக்க முடியாதா...?’

‘வேண்டவே வேண்டாம்...’

‘இவர்கள் இப்படியே தங்களை மறந்து இருந்தால் மற்ற அரசாங்கக் காரியங்கள் என்ன ஆவது?’ என்றான் ரவி, திரையைக் கண்கொட்டாமல் பார்த்து.

நிலா அறைக்கு வெளியே ஒரு காவலன் வந்து அழைப்பொலி எழுப்ப, சிபி, ‘யாரது...?’ என்று கேட்டான்.

‘அரசியைப் பார்க்கவேண்டும்’ என்றது காவலன் குரல்.

‘இப்போது பார்க்க முடியாது...’

‘ஐயா, இது அவசர காகிதம் என்று பிரத்தியேக வண்டியில் அனுப்பப்பட்டிருக்கிறேன்...’

‘இப்போது கிடையாது என்றால்!’

‘சிபி... சிபி... என்ன தடங்கல் அங்கே?’

‘ஐயா, நான் பலவந்தமாக உள்ளே நுழைய வேண்டி வரும். எனக்கு அதற்கு அனுமதி அட்டை அளிக்கப்பட்டிருக்கிறது.’

‘நாசமாய்ப் போக... என்ன வேணும் அவனுக்கு?’

‘ஏதோ கையெழுத்திட வேண்டுமாம்!’

‘தொந்தரவு எதற்கு? ஏய் காவலா! கதவின் கீழ்ப்புறமாக அந்தக் காகிதத்தை அனுப்பு, கையெழுத்திடுகிறேன்...’

ரவியும் மனோவும் அந்தக் காட்சியைப் பார்த்துக் கொண்டிருந்தார்கள். ‘இப்படியே இவர்களைத் தினசரி அவஸ்தையில் வைத்திருந்தால் செத்துப் போய்விடுவார்கள். அத்தனை சீக்கிரத்தில் அதைச் செய்யக் கூடாது. நிலாவின் உதவி இன்னும் தேவையிருக்கிறது நமக்கு...’ என்றான் மனோ.

பத்திரமாக இருட்டில் ஆறு நாட்கள் வைக்கப்பட்டிருந்த ஜீனோவின் கூண்டை டாக்டர் ராவின் முன்னிலையில் கடைசியில் திறந்தார்கள். உள்ளே ஜீனோ சலனமற்று இருந்தது. அப்படியே ஜீவனற்று ஒரு வித அசைவுமில்லாமல் சோலார் சக்தி பெறாமல் ஆதாரச் செயல்பாடுகளும் நினைவுகளும் அழிந்த நிலையில்...

‘செத்துப் போச்சு!’ என்று அதன் கழுத்தைப் பிடித்துத் தொய்யத் தூக்கினார். ‘கண்ணில் உசிர் இல்லை. காது கேக்கலை. சென்ஸர் ஏதும் இன்புட் ஆகலை. க்ளாக் பல்ஸ்... ம்ஹூம், எல்லாம் ஆச்சு! போச்சு!’

‘எரிச்சுடலாம் டாக்டர்...’

‘தேவையில்லை. செல்லை எல்லாம் அழிச்சாச்சு’ என்று ஜீனோவின் கழுத்தை ஒரு ஸ்குரூ டிரைவரால் நெம்பினார், பிரித்தார், உள்ளே யிருந்து பச்சையாக ஒரு கார்டை எடுத்தார். ‘இதுதான் ஸிபியூ கார்டு, இதான் ஐ ஓ டிரைவர் கார்டு, இது சென்ஸர் கார்டு, இது மோட்டார் கண்ட்ரோல்...’ அக்கக்காகப் பிரித்து, ‘அவ்வளவுதான் ஆச்சு, இதை ரோபாட்டிக் லாப் எக்ஸிபிஷன்ஸ்ல தனியா வைக்கலாம். ஹ்யூரிஸ்டிக்ஸ் வழியாக ஸெல்ஃப் லேர்னிங் புரொக்ராமைத் தானே தயாரித்துக்கொண்ட முதல் ரோபாட் நாயின் மிச்சங்கள்னு... இதைப் பத்தி இன்டர்நேஷனல் ரோபாட்டிக்ஸ்ல ஒரு பேப்பர் படிக்கணும்!’

‘டாக்டர், இதால இனிமே எதும் உபத்திரவம் இல்லையே?’

‘இல்லவே இல்லை.’

‘சந்தேகமே இல்லையே! ஏன்னா, ஏற்கெனவே ஒருமுறை அது தப்பித்து வந்திருக்கிறது.’

‘அக்கக்கா பிரிச்சப்புறம் எந்த நாயாலும் ஏதும் செய்ய முடியாது.’

டாக்டர் ரா அதை எடுத்துக்கொண்டு சென்றார்.

ரவியும் மனோவும் திருப்தியுடன் பதப்பெட்டியிலிருந்து ஜேவ் ஊற்றிக்கொண்டார்கள். ‘நாளை ராணியின் நாடு தழுவிய சுற்றுப் பயணம்... ராணி எழுந்திருக்கும் நிலையில் இருக்கிறாளா?’

‘இல்லை, கர்ப்பமாகிக் கொண்டிருக்கிறாள். ராணி மேல் மக்கள் கவனம், மக்கள் வெறுப்பு இவற்றை ஏற்படுத்தவேண்டும்.’

‘முதன்முதலில் அதற்கான சில காட்சிகளை விவியில் தயாரிக்க வேண்டும்.’

‘இப்போது அந்தக் காட்சியையே விவியில் காட்டினால் என்ன?’

‘பொறு, பொறு... ஒரு கணவனும் மனைவியும் சுகிப்பதில் செய்தி யில்லை...’

‘பின்?’

‘காதலன் வேண்டும்! கள்ளக் காதலன்! யாரங்கே...’ என்று விளிக்க, ‘நேராகப் போய் காமாவை கூப்பிட்டு வா’ என்று வந்தவனிடம் சொன்னான்.

‘காமாவா? யாரது?’

‘உலகிலேயே அழகான ஆண் மகன். உயரம், பருமன், தலைமுடி, சிரிப்பு, திறமை என்று எல்லாமே ஓர் ஆதர்ச ஆண் மகனுக்கேற்ப இருப்பவன்... அழகன், காதலன், கெட்டிக்காரன்...’

'இவன்தான் காதலனா…?'

'ஆம்! அரசியின் பாதுகாவலுக்கு அனுப்பப் போகிறோம். அரசி அவன் மேல் மோகம் கொள்ளப்போகிறாள்!'

'எப்படி?'

'எல்லாமே கெமிஸ்ட்ரியின் சாகசம்! இப்போது நம் சிபியின் வலிமை குறையவேண்டும்!'

'அது எப்படி…?'

'பார்' என்றான் மனோ, அவன் முகத்தில் தசை நார்கள் இறுக, 'ஐயா, நான் உள்ளே வரலாமா…?' என்று குரல் கேட்டுத் திரும்பினான்.

'வா காமா…'

11

காமா என்பவன் சுந்தரனாக இருந்தான். சருமம் பளபளப்பாக, உயரமாக, உயரத்துக்கேற்ப கட்டுமஸ்தாக, மெல்லிய உதடுகளுடன், கண்களில் லேசான குறும்புடன், தெளிவான குறையில்லாத முகத்துடன், பணிவுடன், அன்புடன், பண்புடன் தென்பட்டான். அவனைப் பார்த்த உடனேயே புன்னகைக்கத் தோன்றியது. அரசாங்க ஜெனட்டிக்ஸ் லாபரட்டரியின் டீலக்ஸ் தயாரிப்பு.

காமா, 'ரவி, மனோ! நீங்கள் இருவரும் நாட்டின் நலனுக்காக நீடுழி வாழுங்கள். எனக்குப் புதிதாகப் பணி இருப்பதாக என் அப்பா டாக்டர் கபி சொன்னார்.'

'ஆம் காமா. அரசியின் மெய்க்காப்பாளனாக... எப்போதும் அரசியை ஆபத்திலிருந்து ரட்சிக்கும் பணி உனக்கு.'

'சரி, ரவி, மனோ, நீங்கள் வாழ்க!'

'அத்துடன் மற்றொரு பணியும் உண்டு காமா!'

'என்ன?' என்றான்.

'அரசியை உன் சாகசங்கள் மூலம் உன் காதலியாக்கவேண்டும்.'

'நாட்டின் நலனுக்காக எந்தப் பணியையும் ஏற்கத் தயார்.'

'அதற்கான பயிற்சி, உனக்குக் கோடைகாலப் பள்ளியில்...'

'அளிக்கப்பட்டது ரவி, எனக்கு எத்தனை கால அவகாசம் உள்ளது?'

'எதற்கு?'

'அரசி நிலாவைக் காதலிப்பதற்கு.'

ரவி யோசித்து, 'இன்னமும் மூன்று, நான்கு மாதங்களுக்குள் இது நிகழவேண்டும்.'

'சரி!'

'அரசாங்கக் காதல் இது. எந்தவித உணர்ச்சி வேகமோ, மற்றப் படியான சிக்கல்களோ கூடாது.'

'இருக்காது!' காமா பணிவுடன் ரவியைப் பார்த்து, 'பிள்ளை பிறப்பதைத் தவிர்க்க வேண்டுமா?'

'ராணி கர்ப்பமானால் இன்னமும் உசிதம்.'

'உத்தரவு மனோ!'

'இந்தப் பணியை வெற்றிகரமாக முடித்தால் உனக்குப் பதவி உயர்வு கிடைத்து, செவ்வாய் தூதரகத்தில் முதல் பிரஜையாக உயர்வு பெறலாம்.'

'ரவி, மனோ! அது முக்கியமில்லை. எனக்குக் கடமையைச் செய்வது தான் முக்கியம்.'

'நல்லது காமா. சென்று வா.'

காமா என்பவன் உத்தரவுப் பத்திரத்தைக் காட்டி அரண்மனைக்குள் நுழைந்தபோது, முன் வாசல் காலியாக இருந்தது. ஆரஞ்சு வண்ணக் கண்ணாடிகள் மூலம் சூரிய ஒளி லேசாக விடுவிக்கப்பட்ட உத்தரத்தி லிருந்து ஸிந்த்ரான் இசை கசிந்து கொண்டிருந்தது. தோழி போன்ற ஒரு பெண்மணி அவனைத் தாமதிக்கச் சொல்லிவிட்டு, காந்த கார் வரக் காத்திருந்தாள். அது அரைமணியில் வந்து அதில் சத்தமில்லாமல் நழுவிச் செல்லும்போது, அரண்மனையின் அதிசயங்களைத் தரிசித்து ஆச்சரியப்பட்டான் காமா. அந்தப் பெண் தன்னையே பார்த்துக்கொண்டிருப்பதை உணர்ந்தான்.

'என்ன பார்க்கிறாய் பெண்ணே?'

'நீ இந்த அரண்மனையில் இருக்கப்போகிறாயா?'

'ஆம்!'

'எத்தனை நாள்?'

'ஏன் கேட்கிறாய்?'

'நாம் மறுபடி சந்திக்கலாம் என்றுதான்.'

'எதற்கு?'

'ஓர் ஆணும் பெண்ணும் எதற்குச் சந்திப்பார்கள், அவ்வளவு முட்டாளா நீ?'

‘அதற்கு என்ன? இப்போது சந்திக்கலாமே’ என்று அவளைத் தழுவ, அந்தப் பெண் பயந்து கன்னம் சிவந்து ‘எங்கெங்கும் மானிட்டர்கள் உள்ளன. கண்காணி பார்த்தால் உடனே தண்டனை.’

‘கண்காணி அலுவலகத்தில் பெண்கள் இருப்பார்கள் அல்லவா?’ என்று அவள் இடுப்பைத் திருப்பினான்.

இப்போது அந்தப் பெண் காந்த காரில் படுத்துக்கொண்டாள்.

‘மன்னிக்கவும், மற்றொரு நாள் தொடரலாம். அரசியின் உள்ளறை வந்துவிட்டது. உன் பெயர் என்ன பெண்ணே?’

‘நான் அரசுப் பெண் படையின் நூற்றியிருபதாவது பெண். எனக்குப் பெயர் இல்லை.’

‘நூற்றிருபது! என்ன இனிமையான பெயர்! சந்திக்கலாம், வரட்டுமா? பொத்தான் இணைப்பைப் போட்டுக்கொள். மார்பு தெரிகிறது பார்!’

காமா உள்ளரண்மனை நில்தானத்தில் இறங்கிக்கொண்டு, மறுபடி பத்திரத்தைக் காட்டி அனுமதி பெற்று அரசி நிலாவின் அந்தரங்க அறை வாசலுக்குச் சென்றான்.

‘அரசி உள்ளே இருக்கிறார்கள். சிபியும் இருக்கிறார். யாரும் உள்ளே செல்லக்கூடாது என்று உத்தரவு.’

‘அப்படியா! காத்திருக்கிறேன்.’

காமா அந்த இடத்து இருக்கையில் உட்கார்ந்து எதிரே விவியின் சானலை மாற்றினான். நகர ரோபாட் ஆட்டத்தின் முதல் இறுதிப் போட்டி வேகமாக நடந்துகொண்டிருக்க, மத்திய ரோபாட்டை அலைக்கழித்துக்கொண்டு இருந்தார்கள். முதல் குத்தில் பச்சையாக ரத்தம் பீரிட்டது.

‘அடுத்த குத்தில்தான் ரத்தம் சிவப்பாகும்’ என்றாள் ராணியின் அந்தரங்கக் காரியங்களுக்காக இருந்த பெண். வயசானவளாக இருந்தாலும், முகத்தைப் பற்பல களிம்புகளால் சுமாராகப் பண்ணிக் கொண்டு, சில வருஷங்களை ரத்து செய்திருந்தாள்.

‘உங்கள் பெயர்?’ என்றான்.

‘நான் அடிமைகளுடன் பேசுவதில்லை’ என்றாள் முகத்தைக் கடுமையாக்கிக்கொண்டு.

‘இரண்டு விஷயங்கள்; கோபம் உங்கள் முகத்துக்கு அழகூட்டுகிறது. இரண்டாவது நான் அடிமையில்லை.’

'நீ யார் பின்னே?'

'அரசியின் புதிய மெய்க்காவலன்...'

'இங்கே எதற்கு வந்தாய், அந்தரங்க அறைக்கு?'

'உங்களைப் பார்க்கத்தான்.'

அவள் முகம் சிவந்தது.

'பொய்!'

'உங்களை ஒரு கேள்வி கேட்கிறேன். அரச காரியத்திலேயே வாழ்நாள் முழுவதும் செலவழிக்கிறீர்களே, ஏதாவது ஒரு நேரம், என்றாவது ஒரு தினம் உடலுறவு கொண்டிருக்கிறீர்களா யாருடனாவது?'

அவள் இன்னமும் கன்னம் குழம்பி, 'ஆபாசமான கேள்வி!' என்றாள்.

'ஆபாசமான கேள்வி இல்லை இது, உன்னதமான கேள்வி, எப்போதும் கடமை, கடமை என்று இளமையை இழந்து கொண்டிருக்கிறாய். உனக்குச் செய்தி வந்து நாட்டுக்கு அழைத்துச் செல்ல இன்னமும் எத்தனை வருஷங்கள் உள்ளன, அல்லது நாள்களா? அதற்குள் உன்னை நான் ஒருமுறையாவது சுவைக்க வேண்டாமா?'

'பாதகா, மேலே பேசாதே!'

'இங்கு யாரும் வருவார்களா?'

'அடுத்த பத்து நிமிஷத்துக்கு யாரும் வரமாட்டார்கள் பாதகனே!'

'பத்து நிமிஷம் ஏராளம்!'

காமா அவளருகில் வந்து, கன்ஸோலைத் திருப்பி இடம் பண்ணிக் கொண்டு, அவள் உதடுகளில் முத்தமிட்டான். அவனை அந்தப் பெண் பிடித்துத் தள்ள, காமா அவள் இடுப்பை வளைத்துத் தன்பால் அழைத்துக்கொண்டான்.

'இத்தனை நாள் பிறந்ததிலிருந்து எதையும் பார்த்திராதவள் போல் உன் உடல் ஏன் இப்படி இறுக்கமாகிறது. தளர்! தளர்! தளிர் போல் தளர்!' அப்போது உள்ளறையிலிருந்து ராணியின் குரல் கேட்டது.

'பணி, யாரங்கே?'

அவள் திடுக்கிட்டு தன்னைச் சுதாரித்துக்கொண்டு 'அரசி, இதோ இருக்கிறேன்' என்றாள்.

'இரண்டு பானங்கள்.'

'இதோ அரசி!'

'அடடா! உன் உடை சற்றுக் கிழிந்துவிட்டது. நான் எடுத்துச் செல்கிறேனே!' என்றான் காமா.

காமா நிலாவின் அறைக்குள் நுழைந்தபோது அவர்கள் இருவரும் எலெக்ட்ரோ போர்வைக்குள் ஒளிந்து சிபி, நிலாவின் தலைகள் மட்டும்தான் தெரிந்தன. காமா தட்டில் சூடு பான வகைகள் கொண்டு வந்து அவர்கள் அருகே வைக்க, நிலாவோ சிபியோ அவனைக் கவனிக்கவே இல்லை.

'வேறு ஏதாவது வேண்டுமா அரசி?'

'இது யார் புதுக்குரல். அதுவும் ஆண் குரல்?'

சிபி திரும்பிப் பார்க்க, காமா நிலாவையே கண்களால் அழுந்தப் பார்த்துக்கொண்டு, புன்னகை மாறாமல் 'வணக்கம்... தாழ்மை வணக்கம் அரசி!' என்றான்.

'யார் நீ? உன்னை யார் அனுமதித்தது? பணி...பணி!'

'அரசி, நான் உங்கள் புது மெய்க்காப்பாளன்!'

'நான் யாரையும் அனுப்புமாறு கேட்கவில்லை. எனக்கு எந்தக் காப்பாளனும் தேவையில்லை. இதோ இருக்கிறானே இவன். என் கணவன், காப்பாளன் எல்லாம்!'

'மன்னிக்கவும் அரசி! கடமை, சட்டம், ஒழுங்கு இவற்றின்படி நாட்டின் அரசிக்கு ஒரு காப்பாளன் இருந்தே ஆகவேண்டும்.'

'வெளியே போய் இரு' என்றான் சிபி.

'அரசி சொன்னால், நான் வெளியே போய் இருக்கத் தயார்' என்றான் காமா.

நிலா அவனை நேராக ஒருமுறை பார்த்தபோது, அவன் கண்களில் ஒரு விதமான காந்தம் அவளை என்னவோ செய்வது போல இருந்தது. தன் பார்வையைத் தழைத்துக்கொண்டாள். 'உனக்கு உள்ளே வர அனுமதி இல்லை. வெளியே போய் இரு.'

'வெளியே போடா! படுக்கை அறையிலே இனிமேல் வந்தால் லேசர் குத்து குத்திடுவேன். இது யார் தெரியுமா? நிலா, நாட்டின் அரசி.'

'என் கடமையை நான் செய்கிறேன் பிரபோ!'

காமா மறுபடி ஒருமுறை நிலாவைப் பார்க்கும்போது, ஒரு கணம் அவர்கள் பார்வைகள் கோத்துக்கொண்டு விடுபட்டன.

மீண்டும் ஜீனோ 95

அவன் போனதும் சிபி, 'வா கண்ணே...' என்றான்.

'அப்புறம்...' என்று நிலா எழுந்து ஓர் அங்கியைப் பற்றி உடலை மூடிக் கொண்டு, கண்ணாடி அருகில் சென்று தன் கூந்தலைத் திருத்திக் கொண்டாள்.

டாக்டர் ரா அந்த ஸிபியூ கார்டை ஆர்வத்துடன் தன் உதவியாளனுக்குக் காட்டிக்கொண்டிருந்தார். 'உதவி! இது என்ன தெரியுமோ?'

'பார்த்தால் ஸிபியூ கார்டு போல இருக்கிறது. டாக்டர்!'

'இது ஒரு விசேஷ கார்டு, உலகத்தின் முதன்முதல் ஹ்யூரிஸ்டிக் ரோபாட்டின் கார்டு இது. தனக்குத்தானே கற்றுக்கொண்ட ஒரு ரோபாட் நாயின் ஸிபியூ இது. இதை ஐ.ஆர்.இயில் வைக்கப் போகிறேன்... அதைப் பற்றி ஒரு கட்டுரை வாசிக்கப் போகிறேன். இந்த நாய் ராணியிடம் இருந்தது. ரொம்ப சாகசங்கள் கற்றுக் கொண்டது. இதைப் பிடிப்பதற்குள் உயிரே போய்விட்டது.'

'ஸோலார் இருக்கிறதே!' என்றான் உதவி.

'அதனால்தான் பிடிக்க முடியாது. வித்தியம் இருக்கிறது. இருந்தும், கெர்னலை அழித்துவிட்டு, இது கற்றுக் கொண்ட செயல்பாடுகள் அனைத்தையும் காலி பண்ணிவிட்டேன். ஆனால் உபத்திரவ மில்லாதது... அதன் கட்டுமானத்தை ஆராயப் போகிறேன்.'

'எப்படித் தானாகக் கற்றுக்கொள்ளும் புத்தி வந்தது இதற்கு?'

'தெரியவில்லை. உதவி, ஒரு ரகசியத்தை நீ காப்பாயா?'

'என்ன டாக்டர்?'

'இத்தனை அரிய சாதனத்தை இழக்க விருப்பமில்லாமல்தான் அக்கக்காகக் கழற்றிக்கொண்டு வந்திருக்கிறேன். இதை நம் லாபில் மறுபடி உயிர்ப்பிக்கலாமா? யாரிடமும் சொல்லமாட்டாயே.'

'டாக்டர், நீங்கள் எது சொன்னாலும் நான் செய்யத் தயாராக இருக்கிறேன்.'

'உத்தமம். யாரிடமும் சொல்லக்கூடாது. இந்த ஆராய்ச்சிக் கூடத்தை விட்டு இதை வெளியே நீக்கவேகூடாது, என்ன?'

'சரி!'

டாக்டர் ரா, 'இதற்கு ஒரு ஐ.ஸி. இணைப்பு கொடுத்து மெமரியில் ஏதாவது பாக்கியிருக்கிறதா என்று பார் முதலில்...'

உதவி என்கிறவன், ஆர்வமுள்ள துடிப்பான இளைஞன். டாக்டர் எட்டடி பாய்ந்தால் இவன் எட்டரை பாய்வான். அவன் கையில் இப்போது கிடைத்தது, ஜீனோவின் உள்ளுக்குள் இருந்த ஸிபியூ கார்டின் இணைப்பு மட்டுமே. அதை நாற்பத்தெட்டு ஒயர்களுடன் இணைத்து ட்ரிக்கர் பாயிண்ட் அமைத்து, அனலைஸரின் திரையில் பார்த்தான். ஜீனோவின் உள்ளுக்குள் இருந்த ஞாபக சக்தியின் மெமரி செல்கள் யாவும் காலியாக இருந்தன. எங்கு பார்த்தாலும் 'எஃப்-எஃப்' என்றுதான் காட்டியது. சிரத்தையாகப் பதினாறு கிலோ வரை ஒட்டிப் பார்த்தான்.

'ம்ஹூம்... முழுக்க அழிந்து போயிருக்கிறது.'

'மொத்தமும் பார்த்து விட்டாயா?'

'இல்லை டாக்டர். பதினாறு கே வரை பார்த்துவிட்டேன்.'

'முழுவதும் பார்த்து விடு. இதற்கு ஒரு ஸ்லீப் மோடு உண்டு. ஒரு பகுதியாவது ரிஃப்ரெஷ் ஆகிக்கொண்டிருக்கவேண்டும். கரண்டு வாங்குகிறதா?'

'ஆம். ஒரு சில மைக்ரோ ஆம்பியர் வாங்குகிறது.'

'அப்படியெனில் உள்ளே ஒரு பகுதியிலாவது ஐஸி இருந்தே ஆகவேண்டும். தேடு.'

உதவி, மறுபடி திரையில் தெரிந்த எழுத்துக்களைப் பார்த்துக் கொண்டே, படிப்படியாக அந்த கார்டின் பாகங்களை நிரடினான். ஓர் இடத்தில் ப்ரோவை வைத்ததும் 'வணக்கம் வணக்கம்' என்று குரல் கேட்டது.

மற்றொரு இடத்தில் 'ரவி' என்றது. 'நிலா நிலா' என்றது.

'டாக்டர், டேட்டாபேஸ் உயிருடன் இருக்கிறது. சிந்தஸைஸர் வைத்திருக்கிறது.'

'சபாஷ்! இன்னும் நிரடு.'

ஜீனோவின் ஸிபியூ மூளையின் பற்பல பகுதிகளை நிரடியதில், அவ்வப்போது பற்பலவிதமான வார்த்தைகள் கிடைத்தன. 'சிபி வேணுமா, நான் வேணுமா உனக்கு...' 'எனக்குப் பயமா இருக்கு...' 'பெர்ட்ரண்ட் ரஸ்ஸஸின் வெஸ்டர்ன் பிலாசபியில்...' 'லேசர் ஆண்ட்டி லேசர்...'

'என்ன ஏதாவது ஹோப் இருக்கா, இதை உயிர்ப்பிக்க?'

'இல்லை ப்ச்! எல்லாம் குழம்பிக் கிடக்கிறது. ஒன்றுக்கொன்று சம்பந்தமில்லாமல் இருக்கிறது. டேட்டாபேஸ் மட்டும் பத்திரமாக இருக்கிறது. அதை உபயோகிப்படுத்துகிற கமாண்டுகள் எல்லாம் அழிந்து போயிருக்கின்றன. என்ன செய்வது...'

'விட்டுறலாம்... அவ்வளவுதான். இனிமேல் குப்பைத் தொட்டிதான்!' என்றார் டாக்டர் ரா.

12

ஜீனோவின் மாஜி இதயமாக இருந்த ஸிபியூவைக் குப்பைத் தொட்டியில் போடுமுன் சற்று யோசித்தான், உதவி என்கிற இளைஞன்.

டாக்டர் ரா அதனை உசுப்பும் நம்பிக்கை இழந்து லாபுக்குத் திரும்பிப் போய் விட்டார். உதவி மட்டும் அந்த அறையில் தனியாக ஜீனோவின் இதய கார்டை வெளிச்சத்தில் பார்த்தான். 'என்ன பிரமாதமான இணைப்பு இது! நான் பயிற்சியில் இருந்தபோது, ரோபாட்டிக்ஸ் இன்ஸ்டிட்யூட்டில் இதை வடிவமைத்துக் கொண்டிருந்தபோது பங்கேற்றிருக்கிறேன். உன்னதமான ஆர்க்கிடெக்சர். இதை மட்டும் எப்படியாவது உயிர் கொடுக்க முடிந்தால்?' என்று லாஜிக் ப்ரோப் வைத்துப் பற்பல இடங்களில் நிரடினபோது ஜீனோவின் ஸின்தஸைஸர் சம்பந்தமில்லாமல் வார்த்தைகளைக் குழப்பிக் கொண்டிருந்தது விந்தை யாக இருந்தது. ஓர் இடத்தில் பட்டபோது அதன் வாக்கியம் திடீர் சீரடைந்தது, 'என்னைக் காப்பாற்று... என்னைக் காப்பாற்று. என்னிடம் துளி உயிர் இருக்கிறது.'

உதவி, 'அட!' என்று ஆச்சரியப்பட்டு மானிட்டர் திரையைப் பார்த்துக் கொண்டே, அதனுடன் இணைத்திருந்த இணைப்பின் மூலம் கேள்வி கேட்டான்.

'உனக்கு மேலும் உயிர் கொடுக்க என்ன செய்யவேண்டும்?'

'இண்டரப்ட் வெக்டரை ஏழு எஃப்புக்கு அமைத்து அங்கு நாலு-மூன்று ஏழு-ஸி-க்குத் தாவும்படிச் சொல்லு.'

உதவியின் விரல்கள் மானிட்டருக்கு முன் கீபோர்டின் விசைப் பலகையில் விளையாட, ஜீனோவின் ஸின்தஸைஸர் குரல் இப்போது தெளிவாகியது. 'அப்பாடா, நல்ல வேளை, நான் தப்பித்தேன்.'

'ஜீனோ!'

'ஆம், அதுதான் என் பெயர்.'

'உன் மற்ற பாகங்களையெல்லாம் தூக்கிப் போட்டு விட்டோமே!'

'பரவாயில்லை, உடம்பு என்பது இந்துக்கள் சொன்னதுபோல் ஒரு சட்டைதானே! கழற்றிப் போட்டுவிட்டேன். இந்தப் பிறவியில் வேறு உடம்பு அமைத்துக்கொண்டுவிட்டால் போதும்.'

உதவி, விவி திரையில் டாக்டரைக் கூப்பிட்டான்.

'டாக்டர், டாக்டர், இருக்கிறீர்களா? உயிர் வந்துவிட்டது நாய்க்கு.'

டாக்டர் இல்லை. டாய்லட் போயிருந்தாரோ. இல்லை வீட்டுக்குப் போய் விட்டாரோ.

'டாக்டரிடம் இதை இப்போது சொல்வது உசிதமில்லை. என்பது என் அபிப்பிராயம்' என்றது ஜீனோவின் குரல்.

'ஏன்?'

'டாக்டரால் சும்மா இருக்க முடியாது. ரவி அல்லது மனோவிடம் சொன்னால் மறுபடி எனக்கு ஆபத்தல்லவா?'

'முதலில் உனக்கு ஒரு வடிவம் கொடுப்போம். ஒரு 'சிப்' புடன் பேசி எனக்குப் பழக்கமில்லை. ஏதாவது வடிவம் கொடுக்கலாம். நாயே, போன ஜென்மத்தில் எந்த கலரில் இருந்தாய்?'

'ஒருவிதமான தேன் கலர். அது வேண்டாம். அரசு ரோபாட் தொழிற் சாலைக்குப் போய் கறுப்பு அல்லது வெளுப்பில் ஒரு நாய் கிடைத்தால் எடுத்து வா. எனக்கு இந்த வெளித் தோற்றங்களில் எல்லாம் அக்கறை யில்லை. ஆனால் வடிவம், வண்ணம் மாற்றவேண்டியது அவசியமே.'

'இப்போது பெரிய நாயாக இருக்க விருப்பமா, இல்லை குட்டி மடி நாயாகவா?'

'அதுவும் அத்தனை முக்கியமில்லை. ஏதோ ஒரு நாய் வேஷம் போதும்...'

'என்னுடனேயே லாபில் ஒடுங்கிக்கொண்டு இருக்கிறாயா?'

'எதற்கு?'

'என் ஹ்யூரிஸ்ட்டு ஆராய்ச்சிக்கு உதவியாக.'

'யாரிடமும் நான் இருப்பதைப் பற்றிச் சொல்லவே கூடாது.'

'சரி, சொல்லவில்லை.'

'உன் ஆசான் டாக்டர் ராவிடம்கூட?'

'ராவிடம்கூட.'

'உன்னுடன் இருக்கச் சம்மதம்தான். ஆனால் ஒரு ஷரத்தின் பேரில்.'

'என்ன?'

'அவ்வப்போது வெளியே போய்விட்டு வருவேன். எங்கே போனேன், என்ன செய்தேன் என்று கேட்கக்கூடாது.'

'சரி, சம்மதம்.'

'நானும் சம்மதம்.'

'இப்போது என்ன?'

'ஏதாவது நாய் உடல்?'

'ஆம். உடனே கொண்டு வருகிறேன்.'

உதவி புறப்படும்முன் திரும்பி அந்த கார்டைப் பார்த்துக் கேட்டான். 'ஏய் ஜீனோ! இதில் ஏதும் பித்தலாட்டம், ஏமாற்று வேலை இல்லைதானே?'

'பித்தலாட்டம், ஏமாற்று வேலையெல்லாம் கற்றிருந்தால் நான் இந்த நிலைக்கு வந்திருக்கமாட்டேன். அதைப் பற்றியெல்லாம் நாம் இரு வரும் ஆராய்ச்சி செய்வோம். சும்மா பேசிக் கொண்டே இருக்காதே, என்ன நீ!'

'நீ இப்பவே அதட்டுகிறாய்.'

'சுறுசுறுப்பாகச் செயல்படு என்று சொன்னேன்.'

'இதோ வந்துவிடுகிறேன். எங்கும் போய் விடாதே. என்ன?'

'எப்படிப் போக முடியும்? உடல் இல்லை, சர்வோ இல்லை சென்ஸர் இல்லை. எல்லாம் நீதானே வந்து இணைக்கவேண்டும்.'

உதவி, உற்சாகத்துடன் 'பி பி' என்று அர்த்தமில்லாமல் பாடிக் கொண்டு, சீழ்க்கையடித்துக்கொண்டே நடனம் போல அறைக் கதவைத் திறந்து, நடனம் போல தன் அடையாள கார்டைக் காட்டி வெளிக் கதவைத் திறக்குமாறு ஆணையிட்டு, தெருவில் வந்து வான பஸ்ஸுக்குக் காத்திருந்து, அது வந்ததும் 'ஒரு ரோபாட்டிக்ஸ்

இன்ஸ்டிட்யூட் கொடப்பா' என்று அதன் வாய்ஸ் ஃபிரண்ட்டில் சொல்ல, உற்சாகமாக வண்டி கிளம்பியது.

நிலாவும் சிபியும் நாடு தழுவிய சுற்றுப்பயணத்துக்கு ஆயத்தமாக, டெர்மினலில் தேவையான பொருள்களை எழுதிக் கொண்டிருந் தார்கள். சிபி, விசைப் பலகையில் விரல்களால் பேச, நிலா அவன் கழுத்தைக் கட்டிக்கொண்டு அடிக்கடி முத்தம் கொடுத்துக்கொண்டு, காது நுனியைக் கடித்துக்கொண்டு, சீண்டிக்கொண்டே விளையாடி னாள்.

'ஒன்பது அங்கி போதுமா?'

'தொண்ணூறு! 'ஒரு நாளைக்கு மூன்று! முப்பது நாளைக்கு?'

'அங்கங்கே போய் ஆர்டர் கொடுக்கலாம் கண்ணே. பிளாட்டினம் நகை செட்டு, பெரிலியம், வெண்கல மோதிரம். உள்ளாடைகள் எத்தனை வேண்டும்?'

'சீ!'

அப்போது, 'க்கும்' என்று குரல் கேட்க, காமா நின்றுகொண்டிருந் தான்.

'எத்தனை முறை சொல்லியிருக்கிறேன், இம்மாதிரி சப்தமில்லாமல் வராதே என்று.'

'மன்னிக்கவும் ஐயா, உங்களுக்கு அவசர அழைப்பு.'

'யார்?'

'கேட்டதில், பெயர் சொல்ல மறுத்தார்கள். உங்களுடன் தனிப்பட்ட முறையில் பேச வேண்டுமாம்.'

'விவியில் வரச் சொல்.'

'க்ரிப்டோவில் கூப்பிட்டார்!'

'என்ன ஒரு தொல்லை!' என்று சிபி எழுந்து போக,

காமா மௌனமாக நிலாவின் எதிரே திரையைப் பார்த்து, 'உங்களுக்கு பெரிலியம், பிளாட்டினம் நகைகள் எல்லாம் எந்த மூலை?' என்றான்.

நிலா மௌனமாக இருக்க...

'உங்களுக்குப் புதுசாக ஃபைபர் ஆப்டிக் நகைகள் வந்திருக்கின்றன. அவற்றுக்கு நான் ஏற்பாடு செய்திருக்கிறேன். அரசி, உங்கள்

அழகுக்கும் இளமைக்கும் ஏற்றவாறு ஆடைகள் அணிவிக்கும் பணியை என்னிடம் விட்டு விடுங்கள்.'

'அதை என் கணவன் பார்த்துக்கொள்வான்.'

'கணவன்!' லேசாகச் சிரித்தான் காமா.

சிபி திரும்ப வந்து, 'கம்ப்யூட்டர் கேந்திரத்திலிருந்து அழைப்பு வந்திருக்கிறது. நான் உடனே போக வேண்டுமாம்.'

'இரு சிபி, போகாதே.'

'இல்லை நிலா. அழைப்பு ரவியிடமிருந்து. ரவி அங்கே வந்திருக் கிறாராம் மேற்பார்வைக்கு. ஒரு ப்ரொக்ராம் சரியாக வேலை செய்ய வில்லையாம்.'

'இரு சிபி! நான் ராணி; ஆணையிடுகிறேன்!'

'நிலா, ரவி கோபித்துக்கொண்டால்?'

'கோபித்துக்கொள்ளட்டும். நீ இந்த நாட்டின் அரசன்!'

நிலா, அவளுக்கு உணவுடன் கலந்து அளிக்கப்பட்டிருந்த 'ட்ரேஜெனான்' என்கிற ரசாயனச் சேர்க்கையின் உன்னதத்தில் இருக்க, சிபியைப் பிடித்து இழுத்தாள்.

சிபிக்கு அதன் மாற்றான 'விஜினான்' கொடுக்கப்பட்டிருந்தது!

'நிலா, நிலா... இது சமயமில்லை.'

'வா சிபி.'

'ஏய் மெய்க்காப்பாளா! நீ போ வெளியே!'

காமா நிதானமாக நடந்து சென்றான்.

சிபி, நிலா பிடித்து இழுத்த இழுப்பில் படுக்கையில் பதற்றமாக விழுந்தான். 'வா சிபி! உன்னை இன்னிக்கு விடவே போறதில்லை.'

சர்ரக் என்று அவன் சட்டையைக் கிழித்து அவனை வீழ்த்தி, மார்பின் மேல் முழங்காலால் அழுத்தி, உதடு பிய்ந்து போகும்படியாக முத்தம் கொடுத்தாள்.

'ஐயோ! என்னம்மா இது. ராட்சசக் காதலாக இருக்கிறது.'

'சிபி... சிபி...சிபீய்!'

'ஐயோ! மூச்சு முட்டுகிறது.!'

சிபி மெள்ள மெள்ளப் படுக்கையின் யூரோஃபோமில் அசங்கியவன், அதன் டெம்பரேச்சர் குமிழைத் திருகினான். உஷ்ணம் குறைந்து வரினும், நிலா அதைக் கவனிக்காமல் சிபியை சிங்கம் இரையைக் குதறுவது போலத்தான் அலைக்கழித்தாள்.

'சிபி... சிபி! ம்ம்ம்ம்ப்பா!'

சிபி மிகவும் பிரயத்தனப்பட்டுப் படுக்கையைவிட்டு நழுவி, சட்டென்று அங்கியை அணிந்துகொண்டு நின்றான். 'நிலா ஆபீஸ் போய்விட்டு வந்து விடுகிறேன், என்ன?'

'சிபி, இப்போது வரப்போகிறாயா, இல்லையா?'

'இல்லை, காரியம் இருக்கிறது. இதற்கெல்லாம் தக்க வேளை என்று இருக்கிறதல்லவா கண்ணே!'

'இதற்கு வேளை இல்லை. வா என்றால் வரவேண்டும். வா, வந்து விடு.'

'இல்லை நிலா.'

'சிபி, எனக்குக் கெட்ட கோபம் வரும்.' உடலைப் பாதி மூடியிருந்த உடைகள் நழுவ, நிலா எழுந்து அவனை அபகரிக்க முயற்சித்த போது...

சிபி அவசரமாக வெளியே ஓடினான்.

நிலா நம்பிக்கையில்லாமல் அவன் போன திசையைப் பார்த்திருக்க, அவள் மார்பகங்கள் வேகமாக எழுந்து தணிய, உதடுகளைக் கடித்துக்கொண்டு முழங்காலில் படுக்கையில் நின்று, கையிலிருந்த கோப்பையை அவன் போன திசையை நோக்கி வீசி எறிந்தாள்.

அது இன்டர்காமின் மேல் விழ, அது உயிர் பெற்றுத் தன் அறையில் அமைதியாகக் காத்திருந்த காமா திரையில் தெரிய, நிலா அந்தத் திரையை நிறுத்த இருந்தவள், சற்று தயங்கினாள்.

காமா அங்கே தேகப் பயிற்சி செய்துகொண்டிருந்தான். அவன் புஜங்களின் வலிமையும், தசைநார்களின் இறுக்கமும், மூக்குக் கூர்மையும், மணிக்கட்டின் உக்கிரமும், உதடுகளின் மெலிசும் மோகமாகத் தெரிந்தன.

'காமா!'

'அரசி!'

'இங்கே வா உடனே!'

காமா வருவதற்குள், நிலா தன் படுக்கையில் போய் படுத்துக் கொண்டாள். அங்கியை மார்பு வரை போர்த்திக்கொண்டாலும் ஓரிரு இடங்களில் மறைப்பில் அலட்சியமும் இருந்தது.

காமா பவ்யமாகப் பணிவுடன் வந்து நின்று, 'அரசி, நான் உங்கள் அடிமை, ஆணையிடுங்கள்.'

'ஒரு கோப்பை தேநீர் கலந்து...'

'உத்தரவு அரசி!' என்று மைக்ரோ அவனுக்குப் போய் அதன் குமிழ்களை அழுத்த, க்ரோமியப் பளபளப்பில் படுத்திருந்த அரசியின் உடலைக் கவனித்தான்.

அரசியின் அருகில் சிறிய மேஜை அமைத்து, அந்த பானத்தை வைக்க... அரசி அதை எடுக்கையில் அவள் உடல் பளிச்சென்று தெரிய, 'மன்னிக்கவும்' என்று அவன் அங்கியை எடுத்துப் போர்த்தினான்.

போர்த்திய கையைப் பற்றினாள். 'என் வேலைக்காரனா நீ? என்ன வேலைகள் செய்வாய்?'

'எது வேண்டுமானாலும்.'

'எனக்காக ஒரு மலர் பறித்துத் தருவாயா?'

'தருவேன் அரசி.'

'எப்படிப் பறிப்பாய்?'

'எப்படி அரசிக்கு இஷ்டமோ அப்படி.'

'சரி... வா!'

காமாவை அவள் தன் மேல் சாய்த்துக்கொள்ள அவன் படுக்கையின் அருகில் இருந்த ஒரு குமிழை லேசாகத் தொட்டான். உத்திரத்தில் இருந்த ஒரு கேமராக் கண்ணின் சர்வோ உயிர் பெற அது சப்த மில்லாமல் அந்தப் படுக்கையில் நடப்பதை நோக்கித் திரும்பி விழித்தது.

13

ரவியும் மனோவும் அந்தக் காட்சியை ஒரு பகோரா பழத்தைக் கடித்துக்கொண்டே ரசித்துப் பார்த்துக் கொண்டிருந்தார்கள்.

தங்கள் செயல்கள் அரண்மனை விவியில் மற்றொரு அறையில் கண்காணிக்கப்படுகிறது என்பது தெரியாமலேயே, காமாவும் நிலாவும் தங்களை மறந்து இருந்தனர்.

ரவி பழத்தை மென்றுகொண்டே விவி திரையை அணைத்தான்.

'போதும் - தேவைப்பட்ட அளவுக்கு காட்சி காந்தத் தட்டில் பதிவாகியிருக்கிறது...'

'முழுவதையும் பார்த்து விடலாமே...' என்றான் மனோ.

'வேண்டாம் - எனக்குப் பொறாமையாக இருக்கிறது. ஒரு காலத்தில் நான் நிலாவைக் காதலித்தேன். அதற்கெல்லாம் இப்போது சமய மில்லை. ஒரு நிலா அழிந்தால் ஆயிரம் நிலா. ஒருமுறை காமன் பண் டிகைக்குப் போய் வரவேண்டும். எல்லாவற்றுக்கும் நேரமே இல்லையே? நாட்டைப் பரிபாலனம் பண்ணுவதில்...'

'ஜீனோவை அழித்தாகிவிட்டது. ராணியை அழிக்கவேண்டும்.'

'சுற்றுப் பயணத்தின்போது என்ன செய்வதாக உத்தேசம்?'

'சுற்றுப் பயணத்தின்போது நிலா, சிபி பாதுகாவலுக்காக காமா மூவரும் செல்லவேண்டும். தேசிய விவி திரையில் காமா பின்னணியில் தெரிந்துகொண்டே இருக்கவேண்டும். அரசியின் புகழ், அவர் இளமை, அவள் அறியாமை எல்லாவற்றையும் மக்கள் மனத்தில் சற்று அழுத்தமாகவே சொல்லிவிட்டு, அதன் பின் இந்த காமா விவகாரம் லேசாகப் புறப்படவேண்டும். அங்கும் இங்கும் புகைச்சலாக... அதன்பின் நம் இருவருக்கும் மக்கள் பிரதிநிதிகளிட மிருந்து புகாராக...'

'செக்ஸ் என்பது இந்தக் காலத்தில் இத்தனை சுதந்தரமாக இருக்கும் போது இந்தப் புகார் எல்லாம் செல்லுபடியாகும் என்கிறாயா? மக்கள் இதைப் பெரிசாக எடுத்துக்கொள்வார்களா?'

'சாதாரண மக்களிடம் இந்த மாதிரி நடவடிக்கைகள் மன்னிக்கப்படும். ஆனால், நாட்டின் தலைவி அப்படி இருக்கக்கூடாது என்றுதான் விரும்புவார்கள். அதுவும் அவளை முதலில் தூய்மையாக, தேவதையாகக் காட்டி... சுற்றுப் பயணத்துக்குரிய அங்கிகள்கூட அனைத்தும் வெண்மை அல்லது மெலிய ரோஜா நிறத்தில்தான் அணிவிக்க வேண்டும் என்று உத்தரவிட்டு விட்டேன்.'

மனோ, ரவியை வியந்து, 'ரொம்ப திறமைசாலியப்பா நீ' என்றான்.

'நிலா மக்களிடையே இத்தனை பிரபலமாக இருப்பதால்தான் இவ்வளவு விஸ்தாரமாகத் திட்டமிட்டு அவளை வீழ்த்த வேண்டியிருக்கிறது... சரி, மறுபடி போட்டுப் பார்க்கலாமா, சரியாகப் பதிவாகியிருக்கிறதா என்று மாதிரி பார்க்க?' ரவி அந்த இயக்கத்தின் பொத்தானைத் தட்ட, அந்தப் படுக்கை மறுபடி ஜீவனுற்று, காமா, நிலாவின் உடைகளைச் சாதுர்யமாக நீக்கும் காட்சி மறுபடி தெரிந்தது.

'சமயம் வரும்போது இதைப் பொதுமேடைகளில் காட்டி விட வேண்டி வரும்!'

'அதற்குள் தற்கொலை செய்துகொண்டுவிட்டால் சரி.'

ஜீனோவை இப்போது யாராலும் அடையாளம் கண்டுகொள்ள முடியாது. எந்த உடலாக இருந்தாலும் பரவாயில்லை என்றாலும், கடைசியில் அந்த 'உதவி'யின் யோசனைப்படி ஒரு சிறிய மடிநாயின் உருவத்தைத்தான் தேர்ந்தெடுத்திருந்தது. 'நடப்பதற்கும், உட்காருவதற்கும் வாலாட்டுவதற்கும் பாட்டரி சக்தி சொற்பமாகத் தேவைப்படும் வடிவமே தேவலை. மேலும் அதைத் தூக்குவதும் எளிது. ஒளிந்துகொள்வதும் எளிது.' ஜீனோ தனக்குள் கணக்குப் போட்டுத் தீர்மானித்தது.

'ஜீனோ... ஜீனோ' என்று உதவி தன் உணவுப் பொட்டலத்தைப் பிரித்துக்கொண்டே கூப்பிட்டான். ஜீனோ அவன் கோட்டுப் பைக்குள்ளிலிருந்து 'என்னவாம்?' என்றது.

'கோழிக்குஞ்சு போல இருக்கிறாய் நீ... எங்கே இருக்கிறாய் என்றே தெரிவதில்லை.'

'என் ஆட்டோ சார்ஜர் என்ன ஆச்சு?'

'சர்க்யூட் தயாராக இருக்கிறது. நாளை பொருத்தி விடுகிறேன்.'

'நான் கொஞ்ச நேரம் பொடி நடையாக அரண்மனை வரை போய் வருகிறேன்' என்றது ஜீனோ.

'அரண்மனையில் என்ன வேலை?'

'அதெல்லாம் கேட்காதே.'

'ஜீனோ, உனக்கு ஸ்டாரிப்ஸ் என்று ஒரு ப்ரொக்ராம் பற்றித் தெரியுமா?'

'தெரியும். ரிச்சர்ட் ஃபைக்ஸ், நில்ஸ்ஸன் - ரெண்டு பேர் 1971ல் எழுதிய ப்ரொக்ராம் அல்லாவா அது!'

'ஐயோ, அத்தனை மெமரியா நாய்க்குட்டி உனக்கு? பைக்குள்ளிலிருந்து வெளியே வா. உன்னைக் கட்டி முத்தம் கொடுக்கலாம்னு உத்தேசம்.'

'அதெல்லாம் வேண்டாம். எனக்குப் பிடிக்கவே பிடிக்காது.'

'என்ன பிடிக்கும்?'

'புத்தகங்கள். கொஞ்சம் சின்ன சைஸாக எடுத்து வா... இப்போதெல்லாம் பெரிய புத்தகங்கள் எடுத்துப் படிப்பது சிரமமாக இருக்கிறது.'

'அதற்காக ஒரு ஸ்டாண்டு பண்ணிக் கொடுக்கட்டுமா?'

'ஏதாவது செய்.'

'ஜீனோ, உன்னை வைத்துக்கொண்டு நான் ஆராய்ச்சியில் பண்ணப் போகும் சாதனைகள்... அப்பப்பா! டாக்டர் ரா, பொறாமையாலேயே வேகப் போகிறார்' என்றான் உதவி.

ஜீனோ, ஆராய்ச்சி சாலையிலிருந்து கிளம்பி இந்தப் பக்கம் அந்தப் பக்கம் பார்த்தது. புதிய அமைப்பில் முன்பிருந்த குறைகள் அனைத்தையும் அது நிவர்த்தித்துக் கொண்டுவிட்டது. வாலில் ஒரு சென்ஸர் இருந்தது. மெமரி அதிகப்படியாகிவிட்டது. சூரிய வெளிச்சம் இல்லையென்றாலும் அதனுள் இருந்த லித்தியம், ஞாபகத்தில் முக்கியமான செயல்களின் மாற்றுப் பிரதி வைத்திருந்தது. அதைப் பிடித்து நெருப்பில் போட்டால்கூட அதை அழிக்க முடியாதபடி பண்ணிக்கொண்டுவிட்டது. ஜீனோவை எப்படி அழிப்பது என்பது ஜீனோவுக்கே தெரியாது. இப்போது அத்தனை சாமர்த்தியமாக, அத்தனை தீர்க்காயுசானதாக மாறிவிட்டது.

ஜீனோ தெருவோரத்தில் நடந்து செல்ல, ஒரு தெருக்கூட்டும் ரோபாட்டைச் சந்தித்தது. அது ஜீனோவைக் குப்பை என்று எண்ணிக் கொண்டு துரத்த, ஜீனோ அதன் பார்வை வீச்சிலிருந்து விலகி, பின்பக்கம்

சென்று, அதன் பவர் ஸ்விட்ச்சை அணைத்துவிட்டது. தெருக்கூட்டும் ரோபாட் அந்த இடத்திலேயே உறைந்து நிற்க, 'என் முட்டாள் நண்பனே, மன்னிப்பாய் என்னை.' ஜீனோ அப்படியே நடந்து சென்று வேடிக்கை பார்த்தது.

கிழவர்கள் ஆளுக்கொரு ட்ரம்பெட் ஊதிக்கொண்டிருக்க தெருவோரத்தில் 'தொம் தொம்' என்று ட்ரம் கேட்டது. அடுத்த வாரம் இவர்கள் அனைவரும் திருநாட்டுக்கு அனுப்பப்படுவார்கள் என்பது ஜீனோவுக்கு இப்போது தெரிந்திருந்தது.

'திருநாடு' என்பது மனிதர்கள் மரணத்துக்கு வைத்திருக்கும் செல்லப் பெயர். 'மரணம் என்பது என்ன?' என்று ஜீனோ யோசித்தது.

'எனக்கினி மரணமில்லை. மரணமில்லை என்றுதான் நினைக்கிறேன். என்னை அழிக்கக்கூடிய சக்தி எது? மூளை சக்திதான். அந்தச் சக்தியை என் உயிர் வாழ்வுக்காக விருத்தி பண்ணிக்கொள்ளவேண்டும். முதன்முதல் என்ன? இப்போது நிலாவைப் பார்க்கவேண்டும்.'

அரண்மனை வாயிலில், கண்ணாடிக் கதவுகள் வழக்கத்துக்கு விரோதமாகச் சாத்தியிருக்க, ஜீனோ, 'இது ஒரு எளிமையான பூட்டு... இதன் மேக்னெடிக் தாழ்ப்பாளை நீக்க முடியும்' என்று கதவருகில் சென்று சற்றே முகர்ந்து பார்ப்பது போல அதை நிரட, தாழ்ப்பாள் பட்டென்று விலகியது. தானாகவே கதவு திறந்துகொண்டது.

'பழைய அராபிய இரவுக் கதைகள் போல, என்ன ஒரு வாய்ஸ் ரெகக்னிஷன்' என்று முணுமுணுத்துக்கொண்டே, திறந்த கதவின் ஊடே நுழைந்து, மெல்ல நழுவி, அரண்மனையின் உள்போக்குவரத்து வண்டி வருவதற்காகக் காத்திருந்த ஒரு பெண்ணின் கைப்பைக்குள் மெத்தென்று குதித்து, ஒத்தி ஒளிந்துகொண்டது. அந்தப் பையில் அரசாங்க காஸ்மெடிக் தொழிற்சாலையின் சாதனங்கள் பற்பல இருந்தன. ஜீனோவுக்கு அதெல்லாம் பிடிக்கவில்லை. பைக்குள் ஒரு மூன்றாம் தர வார நாவல் இருந்தது. செகண்டு ஜெனரேஷன் கம்ப்யூட்டர்களை வைத்துக்கொண்டு, வாராவாரம் கம்ப் எழுதி வெளியிடும் மெஷின் எழுத்துக் குப்பைகள். ஜீனோ அந்தப் புத்தகத்தை எடுத்து, ஒரு பக்கத்தைக் கிழித்து காலைத் துடைத்துக் கொண்டது. ஜீனோவின் ஸ்டாப் வந்ததும், அது கபக்கென்று குதிப்பதை அந்தப் பெண் பார்த்துத் திடுக்கிட்டு, 'இந்த நாய் எப்படி இங்கே வந்தது?' என்றாள்.

ஜீனோ அவளை நிமிர்ந்து பார்த்து ஒரு கண்ணைச் சிமிட்டி இன்பமாகக் குரைத்து, வாலாட்டி, காதால் 'டாடா' காட்டிவிட்டு ஓடி

மறைவதற்குள் பஸ் புறப்பட்டுவிட அந்தப் பெண் பிரமிப்பில் திறந்த வாய் மூடவில்லை.

ஜீனோ உள் அரண்மனையை அடைந்தபோது நிலாவின் நாடு தழுவின சுற்றுப் பயணத்துக்கான பற்பல ஆயத்தங்களைப் பார்த்தது.

மேஜைக்கு அடியிலிருந்து நிதானமாகவே கவனித்தது. காவலர்கள் பேசிக் கொண்டிருந்தார்கள். 'முதன்முதல் பங்களர்... அதன் பின் இங்களர், மாயூரம், தேவாரம், திருநகர், கல்கத்தா, அயோத்தி என்று பெரிய சுற்றுப் பயணம்.'

'என்ன நிகழ்ச்சி நிரல்?'

'ஒவ்வொரு இடத்திலும் ஒன்றேதான். வானிலிருந்து இறங்கியதும் கோஷ்டி கானம். தேசபக்தி, சிறுமியர் கொடியாட்டம்... சிற்சில கன்னங்கள் தடவப்படவேண்டும். வட்டப் பாதுகாவலர் மாளிகையில் அரசு விருந்து - மூத்த குடிமக்களுக்குப் பட்டங்கள்; பொது நடனம்; ரோபாட் கண்காட்சி.'

'வழக்கம் போலத்தான்.'

'அரசிக்கு இந்தச் சுற்றுப் பயணத்தில் விருப்பமே இல்லையாமே?'

'ஆம்! புதுசாக ஒரு காவலன் வந்திருக்கிறான் அல்லவா, காமா!'

'ஆமா!'

அந்த அரச மூன்றாம் நிலை ஊழியன் தன் சகாவைச் சுற்றும் முற்றும் பார்த்துச் சற்று மறைவாக அழைத்துச்சென்று கிசுகிசுப்பான குரலில் சொன்னதை, ஜீனோ அவன் உதடுகளின் அசைவை உன்னிப்பாகக் கவனித்தே, தனக்குள் 'சிக்னல் அனாலிஸிஸ்' பண்ணிக் கண்டு கொண்டது.

'தினம் அந்தக் காமா என்பவனுடன் சல்லாபமாம்.'

'சிபிக்குத் தெரியுமா?'

'தெரிந்தால் என்ன? ராணி அவள், எதையாவது செய்ய முடியுமா, சொல்.'

'அநியாயம்! ஒரு நாட்டின் ராணி போய் இப்படி...'

'நீ இதைப் பற்றி எதும் பேசாதே! அவசரமாகத் திருநாட்டுக்கு அனுப்பி விடுவார்கள். 'அண்டை அயல் பார்த்து' என்று ஒரு புது வள்ளுவர் குறள் தெரியுமா உனக்கு?'

'ஐயோ, அது தடை செய்யப்பட்ட புத்தகமல்லவா?'

'தாராளமாகக் கிடைக்கிறது. ஒரு புட்டி அரண்மனை ரக ஜேவ் பானத்துக்கு இப்போதெல்லாம் என்னென்ன கிடைக்கிறது தெரியுமா?'

ஜீனோ, 'அப்படியா செய்தி! யார் இந்தக் காமா என்று தெரிந்துகொள்ள வேண்டும்' என்று அரசியின் அறையை நோக்கிச் சென்றது.

அங்கே பாதுகாவல் அதிகமாக இருக்க, ஜீனோ அரண்மனைக்கு உள்ளே செல்லும் பிரயாணப் பெட்டியின் ஒன்றின் முதுகில் தொத்திக் கொண்டது. அது பாரமில்லாமல் சின்னதாக இருந்ததால், யாரும் அதைக் கவனிக்கவில்லை. சற்றுத் தூரத்திலிருந்து பார்த்தால் ஏதோ கைப்பிடி போலத்தான் இருந்தது.

அரசி நிலா, தன் பிரயாணத்துக்குத் தயாராக இருப்பதாகத் தெரிய வில்லை. தலை வார வந்த தாதிகளை விரட்டிவிட்டு, 'காமாவை வரச் சொல்' என்றாள்.

ஜீனோ கட்டிலுக்கு அடியில் இருந்து லபக்கென்று பஞ்சு போல் மாடத்தில் அலங்காரப் பொருள்களுக்கு அருகில் தாவிக்கொண்டு அசையாமல் இருந்தது.

'காமா... எத்தனை நேரம்!'

'அரசி, பற்பல பணிகள் உள்ளன.'

'என்னைக் கவனிப்பதைவிட என்ன பணி உனக்கு?' - நிலாவின் குரல் இச்சை தடவியிருந்தது. 'இங்கே வந்து உட்கார். என் நகங்களை யெல்லாம் பார், எத்தனை செப்பனிடவேண்டும்!'

'அதற்குத் தாதிகள். ஏன் ரோபாட் சேவகிகளே போதுமே!'

'இல்லை, நீதான் வேண்டும்.'

'அரசி, சிபி அவர்கள் வர வேண்டிய சமயம். இப்போது நாம் எச்சரிக்கையாக இருக்க வேண்டிய நிலை. காவலர்கள் வந்து கொண்டே இருக்கிறார்கள் அரசி, இதற்கெல்லாம் காலம், இடம் உண்டு.'

'இல்லை. வா, எனக்கு ஒரு முத்தமாவது கொடு.'

அவன் அவள் அருகில் வர 'காமா!' என்றது ஜீனோ பொய்க் குரலில். அந்தக் குரலை ஜீனோ, தன் ஸின்தஸைஸரில் புதிதாகப் பழகி யிருந்தது. உடலை ஊடுருவும் படி ஒரு கிறீச்சிட்ட குரல்.

'காமா!'

அவன் திடுக்கிட்டு, 'யார்... யார் என்னை விளித்தது?' என்றான்.

ஜீனோ அந்தக் குரலைச் சாமர்த்தியமாக எங்கிருந்தோ விட்டத்திலிருந்து வருவதுபோல பிரமையைச் சேர்த்திருந்தது. நிலா, காமா இருவருமே மேலே பார்க்க, 'சே! யாருமில்லை, பிரமை. யாருமில்லை, வா!'

மறுபடி காமா அவளை நெருங்க, இப்போது ஜீனோ தாழ்ந்த ஆண் குரலில் 'காமா!' என்று மற்றொரு திசையிலிருந்து அதட்டியது.

'யாரோ ஒளிந்துகொண்டிருக்கிறார்கள்' என்று அவன் பதற, நிலா அதை அதிகம் மதிக்காமல் அவளுக்கு ஊட்டப்பட்டிருந்த மருந்து தரும் காமத்தினால் 'வா, காமா - வாயேன்' என்றாள்.

'இல்லை அரசி, இப்போது சமயமில்லை.'

காமாவுக்குச் சட்டென்று வியர்த்தது. அந்த இடத்தைவிட்டு விலக, நிலா தன் தலையணையை ஓங்கிக் குத்தியதை ஜீனோ வசீகரமாகப் பார்த்துக்கொண்டிருந்தது. 'இது நிலா இல்லை.' அவள் கையை முறுக்க, பல்லைக் கடிக்க எல்லாவற்றையும் பார்த்துக்கொண் டிருந்தது. 'இவளுக்கு ஏதோ மாறுதல் தரப்பட்டிருக்கிறது.' அவள் சட்டென்று உணவுப் பெட்டகத்திலிருந்து ஒரு மதுபானம் எடுத்துப் பருகுவதைக் கவனித்தது. இப்போது நிலாவை அலங்கரிக்கப் பலர் வந்துவிட, 'சிபி வரப் போகிறார்' என்று அவர்கள் சொல்ல, நிலா அந்தரங்க அறையைவிட்டு விலக, ஜீனோ இப்போது தனியாக இருந்த்து. உணவுப் பெட்டகத்தின் மேல் நிலா பாதி பருகிவிட்டு வைத்திருந்த பானத்தை முகர்ந்து பார்த்தது.

'செய்தி இப்போது புரிகிறது' என்றது.

14

ஜீனோ, அரசி நிலாவுக்குக் கொடுக்கப்படும் மருந்தைத் தன் ஃப்ரிமோனிக் சென்ஸர்கள் மூலம் அதன் வேதியியலை ஆராய்ந்தது. நிலாவின் சுரப்பிகளில் காமத்தைக் கலக்கவென்றே ஏற்பட்ட தனிப்பட்ட கலப்பு அது என்பதை ஜீனோவால் உணர முடிந்தது. ஜீனோ, அந்த மருந்துக் குப்பியை வாயால் பற்றியெடுக்க முற்பட்டது. அப்போது பணியாளர்கள், நிலாவின் நாடு தழுவிய பயண ஏற்பாட்டுப் பெட்டிகளை எடுத்துவைக்க உள்ளே நுழைந்து விடவே, ஜீனோ பொம்மையோடு பொம்மையாக நிலைத்து நின்றது. அற்புதமான கரு நீலத்தில் அங்கி அணிந்துகொண்டு உள்ளே நுழைந்தாள் நிலா. உடன் பளபளப்பான சட்டையில் சிபியும் இருந்தான்.

'சுற்றுப்பயணம் எனக்குப் பிடிக்கவே இல்லை சிபி. பேசாமல் கட்டிலில் சதா படுத்துக்கொள்ளலாம் போல ஆகிவிட்டது.'

'நிலா உனக்கு என்னமோ ஆகிவிட்டது ரொம்ப சோம்பேறியாகிவிட்டாய். எப்போது பார்த்தாலும் படுத்துக் கொள்கிறது ஒன்றுதான் உனக்கு விருப்பமாக இருக்கிறது. நீ மாறிவிட்டாய்... என்ன ஆயிற்று நிலா?'

'ஒன்றுமில்லை' என்றாள் விரல் நகங்களைப் பார்த்துக்கொண்டு.

'என்னை நிமிர்ந்து பார்க்க மாட்டேன் என்கிறாயே ஏன்?'

நிலா ஒருமுறை அவனை நிமிர்ந்து பார்த்து, முகத்தைத் தழைத்துக் கொண்டாள்.

'வைத்தியப் பரிசோதனைக்கு ஏற்பாடு செய்யச் சொல்லட்டுமா? நீ கர்ப்பமாக இருக்கிறாய் என்கிற சந்தேகம் எனக்கு.'

'இல்லை. இன்னும் இல்லை. இன்றைய நவீன விஞ்ஞானத்தில் அதெல்லாம் அரை நிமிஷத்தில் தெரிந்துவிடும். சிபி, இந்தப் பிரயாணம் முடிந்ததும் கர்ப்பமாகலாம் என்று உத்தேசம்.'

113

அப்போது அந்த அறைக்குள் காமா நுழைந்து, 'அரசி யாவும் தயார்' என்றான், அவனைக் கண்டதுமே நிலாவின் கண்கள் பிரகாசமடைவதை சிபி கவனித்தான்.

'சரி, நீ செல்லலாம்.'

'நான் எங்கும் செல்ல முடியாது. நான் உங்களுடன் வந்தாகவேண்டும். சுற்றுப்பயணத்தின்போது அரசியின் மெய்க்காப்பாளன் நான்தான்.'

'தேவையில்லை. ரவி, மனோவிடம் நான் சொல்லிக் கொள்கிறேன்' என்றான் சிபி.

'சரி, உங்கள் இஷ்டம்' என்றான் காமா.

நிலா, 'இல்லை இல்லை. அவன் உடன் வரவேண்டும்... பழைய புரட்சியாளர்கள், பழைய ஜீவா விசுவாசிகள் இன்னும் இருப்பதால் நிகழ்ச்சிகளின்போது ஏதாவது வன்முறை நடக்கலாம் என்று சொன்னார்கள். காமா, நீயும் வரவேண்டும்' என்றாள்.

'உத்தரவு அரசி' என்றான் காமா புன்னகையுடன்.

'எனக்கு ஏதும் பிடிக்கவில்லை' என்றான் சிபி எரிச்சலோடு.

'என்ன செய்வது, இதெல்லாம் அரசக் கடமைகள் அல்லவா காமா' - நிலா.

'ஆம் அரசி.'

'இது ஏது பொம்மை?' என்றாள் நிலா.

ஆடாமல் அசங்காமல் நின்றுகொண்டிருந்த ஜீனோவின் சிறிய உருவத்தை முதலில் நிலாதான் பார்த்தாள். 'ஹை, அழகாக இருக்கிறதல்லவா?'

நிலா, ஜீனோவை எடுத்து, 'இதையும் எடுத்துப் போகலாமா? பொம்மை அழகாக இருக்கிறது. சின்னதாக, பைக்குள் அடங்கும் படியாக' என்றாள்.

'வேண்டாம்' என்றான் சிபி.

'காமா! என் மெய்க்காப்பாளனே, என்ன சொல்கிறாய்? இந்த பொம்மை எனக்குப் பிடித்திருக்கிறது! இதை எடுத்துக்கொண்டு போகலாமா?'

'எடுத்துச் செல்லலாம் அரசி. ஆனால், இதைச் சதிப்பிரிவுக்கு அனுப்பி, இதில் எதும் அபாயம் இல்லை என்று அவர்கள் பரிசோதித்து அனுப்பினால்தான் எடுத்துச்செல்லலாம்.'

'வெறும் பொம்மைக்குக் கூடவா?'

'அதுதான் சட்டம் அரசி.'

'சட்டப்படிதான் நீ எல்லாம் செய்வாயா?' என்று புன்னகையுடன் கேட்டாள் நிலா.

'ஏறத்தாழ!' என்றான் காமா சிரிக்காமல்.

'சிபி, நீ புறப்படு. நான் புறப்பட இன்னும் அரை மணியாகும். என் அலங்காரங்கள் இன்னும் பாக்கியுண்டு. காமா, வெளியே போ.'

அவர்கள் இருவரும் வெளியே செல்ல, நிலா சற்று நேரம் அந்த பொம்மையைப் பார்த்துக்கொண்டிருந்தாள்.

நிலா தன்னை அலங்கரித்துக் கொண்டிருக்கையில் சப்தமில்லாமல் வந்த காமா, அவளைப் பின்னாலிருந்து தழுவினான்.

நிலா திடுக்கிட்டு, 'என்ன இது? எத்தனை கண்காணிப்பு இருக்கிறது தெரியுமா?'

'அவற்றையெல்லாம் கண்காணிப்பவன் நான்தானே அரசி!' என்று அவளைத் திருப்பினான் காமா.

'சிபிக்குப் பொறாமை... அவனுக்குச் சந்தேகம் வந்துவிட்டது.'

'அது தவிர்க்க முடியாத ஒன்று.'

'காமா, இந்த மாதிரி நடந்து கொள்வது தப்பு. இது நானே இல்லை. எப்படியோ முடுக்கிவிடப்பட்ட இயந்திரம் என்று தோன்றுகிறது. ஏன் என்னிடம் இத்தனை இச்சை? இத்தனை இத்தனை தாகம்?'

'தாகமில்லை அரசி. காதல்.'

'எனக்கென்னவோ துரோகம் என்பது சரியான வார்த்தையாக இருக்கிறது.'

'துரோகம் என்பதற்கு நம் நாட்டில் ஒரே ஒரு அர்த்தம்தான் - தேசத் துரோகம்! மற்ற துரோகங்கள் சட்டப் புத்தகத்திலிருந்து நீக்கப்பட்டு விட்டன. மருந்து சாப்பீட்டீர்களா?'

'இன்னுமில்லை.'

காமா மருந்தை ஊற்றிக்கொடுக்க...

'இந்த மருந்து எதற்கு காமா?'

'இது உங்கள் பிரயாணத்தின் அலுப்பைத் தாங்குவதற்கு...'

மீண்டும் ஜீனோ

காமா, 'நாம் மறுபடி தனியாகச் சந்திக்கும் அவகாசங்கள் குறையப் போகின்றன' என்றான்.

'அப்படியெனில் ஓர் ஆழ்ந்த முத்தம்?'

அவன், நிலாவை வளைத்து முத்தம் கொடுக்க முற்படுகையில், 'முட்டாளே! சாக விருப்பமா?' என்ற குரல் கேட்டுத் திடுக்கிட்டு விலகினான்.

குரல் விட்டத்திலிருந்து எதிரொலிப்பது போலத் தோன்றியது.

'மறுபடி அந்தக் குரல் எங்கிருந்து வருகிறது.'

நிலாவின் முகத்தில் பயம் தோன்ற 'இது... இது... என் மனசாட்சியின் குரல்' என்றாள்.

'சே! அப்படியெல்லாம் இந்த யுகத்தில் கிடையாது.' காமா இப்போது நிஜமாகவே பயத்தில் இருந்தான்.

அவன் மருந்துக் குப்பியை எடுக்க வருகையில், ஜீனோ மறுபடி வேறு குரலில் 'அன்றைக்கு அனுபவித்த சந்தோஷம் ஆறு மாசம் தாங்கும்' என்றது.

மறுபடி குரல் எங்கிருந்து வருகிறது என்று காமா திரும்ப, ஜீனோ அந்த மருந்துக் குப்பியைக் கவிழ்த்துவிட்டு சும்மா நின்றது.

காமா இப்போது நிஜமாகவே மருண்டு, 'இது எதோ சாகசம். இது என்ன டெக்னாலஜி என்று தெரியவில்லை. மின்பொறியாளர்களை அழைத்து இந்த அறை முழுவதையும் சோதனையிடச் செய்ய வேண்டும். நம் சுற்றுப் பயணம் முடியும்வரை அறையை ஆராய அவர்களை ஏற்பாடு செய்கிறேன்.'

'இல்லை. அந்தக் குரல் என் மனசாட்சிதான்.'

'மனச்சாட்சிக்கெல்லாம் குரல் கிடையாது. அடடா, மருந்து கொட்டிப் போச்சு! இருங்கள். வேறு குப்பிக்கு ஆர்டர் செய்கிறேன்!'

'அரசி கிளம்ப நேரமாகிவிட்டது' என்று வெளி அலுவலகத்தில் இருந்து ஓர் அதிகாரி சொல்ல... 'முதல் கூட்டம் நவசென்னையில்... ஆறரை மணிக்கு. இப்போது கிளம்பினால்தான் தாமதமில்லாமல் கூட்டத்துக்குச் செல்ல முடியும்.'

சிபி உள்ளே வந்து, 'கிளம்பு, கிளம்பு... காமா, நீ இன்னுமா இருக்கிறாய்? அரசி உடை உடுத்துவதையும் கண்காணிப்பது உன் வழக்கமோ?'

‘இப்போது சண்டைபோட நேரமில்லை.’

‘புறப்படு... புறப்படு.’

‘இந்த பொம்மை?’

‘இதை அனுமதிக்கக்கூடாது அரசி. இதற்கு சதிப்பிரிவின் கிளியரன்ஸ் இல்லையே?’

‘காமா’ என்று அவள் கெஞ்ச, ‘அவன் என்ன சொல்வது? இது வெறும் பொம்மை. குழந்தைகள் விளையாட்டுக்கு ஏற்பட்டது. எடுத்து வா, பரவாயில்லை’ என்றான் சிபி.

நிலா, ஜீனோவைத் தன் சொந்தப் பைக்குள் எடுத்துப் போட்டுக் கொண்டாள்.

முதலில் காந்த காரில் சப்தம் இல்லாமல் வான் துறையை அடைந்து, அங்கிருந்து அரசாங்க சூப்பர் வான் ரதத்தில் பதினைந்து நிமிடங்களில் நவசென்னை துறைமுகத்தை அடைய... அங்கிருந்து மற்றொரு காந்த கார் அவளை நேராகக் கூட்டத்துக்கு அழைத்துச் சென்றது. கை ஆயுதங்களின் வீச்சிலிருந்து தப்புவதற்காக உயரக் கட்டப்பட்ட மேடையில் அரசியைப் பார்த்ததுமே, ஜன வெள்ளம் ‘அரசி நிலா... நிலா’ என்று மந்திரம் போல உச்சரித்தது.

லட்சம் நாக்குகளின் ஒருங்கிணைந்த உச்சரிப்பு. நிலா தன் கையிலிருந்த ப்ளாட்டினம் கோலை உயர்த்தி, புன்னகைத்து, அவர்களுக்கெல்லாம் அன்பு முத்தத்தைக் காற்றில் பறக்கவிட, உலகெங்கும் வானெங்கும் விரவிய ஒரு மகா இன்ப சுருதியில் அந்த மைதானத்தை ஒரு கீதம் தழுவிக்கொண்டது.

‘இதற்கும் புரட்சி வரச் செய்தவளே சுதந்தரி, மலர்களெல்லாம் கொய்தவளே’ என்று வணக்கம் பாடி... அன்றைய அரசின் சாதனைப் பட்டியல்களை அரசு அதிகாரி ஒருவர் வேகமாக வாசித்தளிக்க, இரண்டு பெண்கள் அவளருகே வந்து நூறு நாள் வரை வாடாத மலர் கொத்தைக் கொடுக்க... நிலா அவர்கள் கன்னத்தைத் தட்டிக் கொடுத்துச் சிரிக்க... நாடு தழுவிய விவியில் அந்த சிரிப்பு உற்சாகத்தைப் பரப்பியது.

‘நம் அரசிதான் என்ன அழகு!’

‘அந்த நகை என்ன, ப்ளாட்டினமா?’

‘இல்லை ஃபைபர். இப்போது புதுசாக வந்திருக்கிறது.’

‘அப்படியா! அதோ பக்கத்தில் நிற்கிறானே ஒரு இளைஞன். அவன் யார்? கணவனா?’

'அதுதான் இல்லை. கணவன் முன் வரிசையில் உட்கார்ந்திருக்கிறான்.'

'மெய்க்காப்பாளனாம். ஏதேதோ சொல்கிறார்கள்.'

'அதையெல்லாம் நம்பக்கூடாது.'

'எதையெல்லாம்?'

'சும்மா கிட.'

'அந்த மாதிரி நகை எனக்கு வாங்கிக்கொடுப்பீர்களா?'

ஜீனோ, பைக்கு வெளியே எட்டிப் பார்த்தது. காமா, அரசிக்கு அருகிலே நிற்பதைப் பார்த்தது. அதன் அலசல் மூளைக்கு, 'ஏதோ ஒரு விதத்தில் அவன் சரியில்லை' என்பது தர்க்க ரீதியில் பட்டது. அவன் காதருகில் ஒரு மைக்ரோ ட்ரான்ஸ்மிட்டரின் சில்லு, கடுக்கன் போலப் பொதிந்திருப்பதையும், அதில் செய்திகள் வருவதையும் ஜீனோவால் உணர முடிந்தது. ரவியின் குரலில் காமாவுக்கு ஆணைகள் வருவதை ஜீனோ கேட்டது.

'இப்போது அரசி ரோபாட் நடனக் கண்காட்சி காணும்போது, லேசாக அவளருகில் சென்று நிற்கவேண்டும். நடனம் தீவிரமாகும்போது சிபியுடன் ஆடிக்கொண்டிருக்கும் நிலாவைப் பிரித்து, நீ அவளுடன் ஆடவேண்டும். நாடு முழுவதும் பார்த்துக் கொண்டிருக்கையில் அவள் கன்னத்தில் ஒரு முத்தம் கொடுக்கவேண்டும். உடனே நீ கைது செய்யப்படுவாய். விசாரணை ஒன்று நடக்கும். எல்லாமே ஏற்பாடு செய்தபடிதான். என்ன?'

ஜீனோவுக்கு இந்தச் செய்கையின் அர்த்தம் சற்றுக் குழப்பமாக இருந்தது. தர்க்கரீதியான ப்ரொக்ராம்களை இப்போதுதான் வடிவமைத்துக் கொண்டிருந்தபடியால் செய்தியின் முக்கியத்துவத்தை ஜீனோவால் இனம் பிரிக்க முடியவில்லை. இருந்தும், 'இந்த காமா என்கிறவன் சரியில்லை' என்கிற தலையாய செய்தியின் ஆதாரத்தில் ஆராய்ந்தபோது, 'காமா செய்யப் போவது கெடுதல்' என்பது மட்டும் புலப்பட்டது. அதைத் தவிர்க்கவேண்டும் என்கிற முடிவும் அதற்குக் கிடைத்தது.

இப்போது நவசென்னையில் முக்கிய அரசு அதிகாரிகள் வரிசையாக வந்து நிலாவுக்கு மெல்லிய மாலைகள் அணிவிக்க, அவற்றைத் தவறாத புன்னகையுடன் வாங்கிக்கொண்டு, மனசுக்குள் 'என்ன ஓர் இம்சை' என்று அவள் முணுமுணுத்துக் கொண்டது காமாவுக்கும் ஜீனோவுக்கும் கேட்டது. காமா, 'ரோபாட் நடனத்தின்போது ஒதுங்கிவிடலாம் அரசி' என்றான்.

'ஒதுங்கக்கூடாது' என்று ஜீனோ தீர்மானித்தது.

ஜீனோவுக்கு நிலாவைப் பற்றிய பழைய நினைவுகள் முழுவதும் சரியாக இல்லை. அவளைப் பற்றிய துரோக எண்ணங்கள் பற்பல அழிந்து போய்விட்டன. அரண்மனை ஞாபகம் இருந்தது. நிலா அதைத் தடவி முத்தம் கொடுத்தது ஞாபகம் இருந்தது. நிலாவின் மேல் ஒரு பரிதாப உணர்வுதான் இப்போது இருந்தது. இருந்தும் ஜீனோவின் தற்காப்பு உணர்வுகள் தன்னை அவளுக்கு வெளிப்படுத்திக்கொள்ள அனுமதிக்கவில்லை.

'ஒருமுறை காட்டிக் கொடுத்து தன்னை ஏறக்குறைய அழித்தவர்கள் இவர்கள்' என்கிற ஒரு யோசனையும் அதனுள் இருந்தது. காமாவை ஜீனோவுக்குப் பிடிக்கவில்லை என்பது என்னவோ சத்தியம்.

இப்போது ரோபாட் சர்க்கஸ் நடந்துகொண்டு இருந்தது. ஒரு ரோபாட்டின் பனிக்கட்டி வழுக்கல், ஒரு ரோபாட் எட்டு கீபோர்டு கொண்ட ஸின்த்ரான் இசை. ஒரு ரோபாட்டின் மாஜிக் காட்சி. தன் அத்தனை பாகங்களையும் உதிர்த்துவிட்டு மறுபடி அதைத் தானே பூட்டிக்கொண்டு நிலாவுக்கு ஒரு பூ கொடுத்துவிட்டுப் போனது.

ஜீனோ மெதுவாக பைக்குள்ளிருந்து வெளியே குதித்து, நிலாவின் அருகே நின்றுகொண்டிருந்த காமாவை நோக்கி நகர்ந்தது.

வான் குரல், 'அடுத்தது நடனம்' என்றது.

ஜீனோ பஞ்சடி வைத்து காமாவின் பைக்குள் பக்கென்று தாவி ஏறிக் கொண்டது.

15

அரசியின் சுற்றுப் பயணத்தின் கோலாகலங்கள் பின்னிரவு பன்னிரண்டு மணிவரை நடைபெற, அரசியும் சிபியும் மீண்டும் தென் மண்டல உப அதிகாரியின் அரசு விடுதிக்குத் திரும்பி வர மணி பன்னிரண்டு பத்தாகிவிட்டது.

சிபி சோம்பலுடன் உடைகளைக் கழற்றி ராக்காலத்துக்கேற்ற பாலிமர் போர்வைக்குள் புகுந்துகொள்ள, 'என்ன நிலா, ஏதும் பேசாமல் இருக்கிறாய்?' என்றான்.

'இந்த விழா, நடனம், பாடல் எதுவுமே பிடிக்கவில்லை சிபி' என்றாள் நிலா.

'கவனித்தேன். உனக்கு இப்போது பிடிப்பது ஒன்றே ஒன்றுதான் என்பது என் முடிவு. இன்று ஆளை விடு. மிகவும் களைத்திருக்கிறேன்' - சிபி படுத்துக்கொண்டு விளக்கை அணைத்தான்.

சாளரத்தின் ஸின்த்தடிக் வெளிச்சத்தில். நகரத்தின் ராக்கால வானவில் களை நிலா சுவாரஸ்யமின்றிப் பார்த்துக் கொண்டிருக்க, பின்னாலிருந்து காமா, 'அரசி' என்றான்.

திரும்பிப் பார்த்தாள்.

'நீங்கள் இன்னும் உறங்கவில்லை என்று தெரிகிறது.'

'ஆம் காமா.'

'உறக்கத்துக்கு ஏதாவது மருந்து வேண்டுமா?'

'உனக்குத் தெரியாதா அந்த மருந்து?'

காமா, படுக்கையில் சுருட்டிக்கொண்டு உறங்கும் சிபியைத் திரும்பிப் பார்த்தான்.

'பூகம்பம்கூட அவனை எழுப்பாது.'

'பின் என்ன தயக்கம்?'

'இந்த ஒளியை அணைத்து விடலாமே?'

காமா தன் அங்கியை கழற்றி வைத்தபோது, அவன் பையில் ஒளிந்திருந்த ஜீனோ தாவிக் குதித்து, இருட்டில் தன் இன்ஃப்ரா சென்ஸர்களைக் கொண்டு அவர்கள் இருவரையும் பார்த்தது. 'ஆண்ட்ரோஜென்களும் எஸ்ட்ரோஜென்களும் செய்யும் சாகசம் இது' என்று அதனுள் ஒரு செய்தி ஓடியது.

ஜீனோ தன் உள்ளே இருந்த, சுயமாகக் கற்றுக்கொள்ளும் பகுதியிலிருந்து, சிபிக்கும் காமாவுக்கும் வெவ்வேறு மருந்துகள் புகட்டப்படுவதை அறிந்து வைத்திருந்தது.

'முதன் முதலாகக் காமா என்பவனைக் காட்சியிலிருந்து நீக்க வேண்டும். இவனைக் கொல்ல லேசர் பயன்படுத்த எனக்கு அத்தனை பலம் இல்லை. மடிநாயாக இருப்பதில் இந்தச் சங்கடம். வேறு வழி இருக்கிறதா?'

ஒருவித நளினமும் இல்லாத, காமம் மட்டும் கலந்த அந்தச் செய்கை சரியில்லை என்று ஜீனோவுக்குத் தோன்றியது. மெள்ள படுக்கைக்கு அருகே சென்றது. தன்னை வெளிப்படுத்திக் கொள்ளாமல் படுக்கை மேல் தாவி ஏறியது.

ஜீனோவின் புதிய வடிவத்தில், எதற்கும் இருக்கட்டும் என்று இரண்டு மூன்று க்ரோமியம் பற்கள் கொடுத்திருந்தான் டாக்டர் ராவின் உதவி. அவை ஜீனோவுக்கு இப்போது உபயோகப்பட்டன.

இன்ஃப்ரா கதிர்களின் சிவப்பு வடிவத்தில் அவர்கள் குழப்பமாகத் தெரிந்தாலும், காமாவின் காலை ஒரு சமயத்தில் ஜீனோவால் வெடுக்கென்று கடிக்க முடிந்தது.

'ஆவ்!'

'என்ன காமா?'

காமா மறுபடி 'ஆவ்' என்றபடி விளக்கைப் போட்டான். 'காலில் ஏதோ கடித்தது. எலி போல!'

'எலியா! எலிகளை உலகத்திலிருந்து ஒழித்து நாற்பது ஆண்டுகள் ஆகிவிட்டனவே... இப்போது அருங்காட்சியகத்தில்தான் எலிகள்... ஐயோ, என்ன இது ரத்தம்?'

ஜீனோ, காமாவின் காலில் ஒரு முக்கியமான ரத்தக் குழாயைப் பொத்தலிட்டிருந்ததால், வெளிர் நீலப் படுக்கையில் சிவப்பு பளிச்சென்று கசிந்தது தெரிந்தது.

'காமா, உன் சாகசங்களில் ஏதாவது ஒன்றா இந்த ரத்தம்?'

'இல்லை அரசி, இந்த ரத்தம் நிஜம். வலியும் நிஜம். இன்னும் இரண்டு நிமிடத்துக்குள் வைத்திய உதவியில்லாவிட்டால் நான் ரத்தம் வடிந்தே காலியாகி விடுவேன்' என்றான்.

நம்பர்களை அழுத்தி விவி திரையில் தொடர்புகொள்ளக் காமா முயல... அதே சமயம் ஜீனோ, விவியின் இணைப்பு கேபிளைக் கடித்துக்கொண்டிருந்தது.

திரையின் கீறல்கள் மட்டும் தெரிய, காமா நொண்டிக்கொண்டே அலாரம் பட்டனை அழுத்த ஓட, ஜீனோ அலாரத்தின் ஆடியோவை வெட்டியிருந்தது. காமா மறுபடியும் நொண்டிக் கொண்டே 'என்ன இது என்றே எனக்குப் புரியவில்லை! என்னை எது கடித்தது?' என்று கட்டிலுக்கடியில் தேடினான். ரத்தம் கொட்டிக்கொண்டிருக்க...

'காமா, நீ விளையாடுகிறாயா? இந்த அறையில் எதுவும் கிடையாது!'

'இல்லை இல்லை, ஏதோ சதி இது.'

'ஒரு வேளை...'

'என்ன ஒரு வேளை?'

நிலா பயந்த குரலில், 'காமா, நாம் செய்யும் இந்தத் தவறுக்குக் கடவுள் தண்டிக்கிறாரோ என்னவோ?'

காமா சிரித்தான். படுக்கையின் மேல் புறத்தைக் கிழித்து ரத்த ஓட்டத்தைக் கட்டுப்படுத்தி, 'இங்கே ஏதாவது மருந்துப் பெட்டகம் இருந்தாகவேண்டும். அதோ...'

நிலா, 'மருந்தால் இது தெளியாது! கடவுள் தண்டிக்கிறார்!'

மருந்துப் பெட்டிலிருந்த ஸ்ப்ரேயை எடுத்த காமா, 'அரசி, கொஞ்ச நேரம் சும்மாயிருக்கிறீர்களா? நான் தவிக்கிறேன்!' என்றான்.

'நிச்சயம் இது தண்டனைதான். பாவத்துக்கு எனக்கும் தண்டனை கிடைக்கப்போகிறது. என் கணவன் சிபி தூங்கிக் கொண்டு இருக்கும் போது, அதே அறையில் மற்றொரு ஆடவனுடன்...'

'ஐயோ! சும்மா இருங்களேன்...'

'காமா, கடவுளிடம் பாவ மன்னிப்பு கேள்! ரத்தம் வடிவது நின்று விடும்!'

'அரசி, கடவுளாவது பாவமாவது இந்தக் காலத்தில்? அரசாங்க ஜெனட்டிக் தொழிற்சாலைதான் சிருஷ்டி கர்த்தாக்கள். பிள்ளைப் பிறப்பும், பள்ளிப் படிப்பும், மாற்று உறுப்புகளும் கொண்ட இந்த நவீன அறிவியல் சொர்க்கத்தில், கடவுளுக்கும் மூட நம்பிக்கைக்கும் இடமோ, சந்தர்ப்பமோ இல்லை...'

'எப்படிச் சொல்ல முடியும், நமக்கு எல்லாமே தெரியம் என்று?'

'வாயை மூடுங்கள்... இங்கு ஒருத்தன் அவஸ்தைப்பட்டு கொண்டிருக் கிறான்!' - காமா பெட்டியைத் திறந்து ஸ்ப்ரேயை உதறும்போது, ஜீனோ மெள்ளப் படுக்கை விளிம்பிலிருந்து பெட்டியைத் தட்டிவிட்டது.

காமா அதை எடுக்க படுக்கைக்கு அடியில் கை வைத்தபோது, ஜீனோ கையை நறுக்கென்று கடித்தது.

இப்போது 'ஐயோ!' என்று உதறிக்கொண்டு கையை வெளியே எடுக்கும்போது, காமாவின் கை கலர் மாறியிருந்தது.

'நிச்சயம் மற்றொரு ஜீவன் இந்த அறையில் இருக்கிறது!'

பாலிமர் போர்வையின் ஜிப்பை உருவி, 'சிபி... சிபி எழுந்திரு, என்னைக் காப்பாற்று... என்னை மன்னிப்பாய்!' என்று சிபியை எழுப்பினாள் நிலா.

காமா இப்போது நிலாவைக் கலவரத்துடன் பார்த்துக்கொண்டு, மிகவும் ரத்தமிழந்து கீழே படுத்திருந்தான்.

சிபி அங்கி அணிந்துகொண்டு, 'என்ன ஆச்சு? இவன் எங்கே உள்ளே வந்தான்?' என்றான்.

'சிபி நான் உன்னிடம் என் குற்றத்தைச் சொல்லியே ஆகவேண்டும். கடவுள் என்னைத் தண்டிக்கப் போகிறார்.'

'என்ன நிலா?'

'நான் இந்தக் காமாவுடன் சுகம் செய்தேன்.'

'இவனுடனா? இவனுடனா? கேவலம் ஒரு மெய்க்காப்பாள அடிமையுடனா?'- காமாவை அற்பமாகப் பார்த்தான்.

'சிபி, இந்தத் தப்பு செய்யும்போதெல்லாம் எனக்குக் கடவுளின் குரல் கேட்டது. காதில் பல்வேறு குரல்கள் கேட்டன. கடவுள் இருக்கிறார்.

அவர்தான் இவனை அந்தப் பாவத்துக்காக ரத்தம் சிந்த வைத்திருக் கிறார்.'

'இல்லை... இல்லை. ஏதோ ஒரு ஐந்து ஐயா! ஐயா, யாருக்காவது தகவல் தெரிவித்து என்னைச் சில நிமிடங்களில் மருத்துவமனைக்கு எடுத்துச் செல்ல ஏற்பாடு...' என்று கேட்டான் காமா.

சிபி அவனைப் பார்த்து, 'அற்பனே! என் மனைவியை, அதுவும் நாட்டின் அரசியைக் கைக்கொண்டிருக்கிறாய். உன்னை எதற்கு நான் காப்பாற்ற வேண்டும்? ரத்தம் சிந்து, இன்னமும் ரத்தம் சிந்து! செத்து ஒழி!' என்றான்.

'ஐயா, எனக்கு அத்தனை சீக்கிரம் திருநாட்டுக்குச் செல்ல விருப்ப மில்லை. ஐயா, உண்மையைச் சொல்லிவிடுகிறேன். அரசி நிலாவின் மேல் மக்கள் வெறுப்பை வளர்க்க, ரவியும் மனோவும் செய்த திட்டத்தில் அனுப்பப்பட்டவன் நான். உங்களுக்கும் அரசிக்கும் மருந்தளிக்கப்பட்டு, அரசியின் இச்சைகளை அதிகரித்து உங்கள் இச்சைகளைக் குறைத்து...'

ஜீனோ அவன் சொன்னது அத்தனையும் கேட்டுக்கொண்டிருந்தது.

சிபியின் காலடியில், மன்னிப்பு பாணியில் மண்டி போட்டிருந்த காமாவை சிபி ஆழமாகப் பார்த்து, 'திட்டம் அவ்வளவுதானா? இல்லை, இதற்கு மேலும் உள்ளதா?' என்று கேட்டான்.

'மேலும் உள்ளது பிரபோ! என்னைக் கொல்லாதீர்கள். அரசி, என்னைக் கொல்லாதீர்கள். நான் கூலிக்காரன். அரசாங்க ஜெனட்டிக் தொழிற் சாலையின் சாதாரண வாலிபன். திருநாட்டுக்குப் போக இப்போது எனக்கு விருப்பமில்லை.'

'விருப்பமில்லையென்றால் சொல்லு. என்ன மேலும் திட்டம்?'

அவர்கள் பேசுவது அத்தனையும் தலைநகரத்தில் சாட்டிலைட் இணைப்பு மூலமாக ரவியும் மனோவும் கேட்டுக் கொண்டிருந் தார்கள்.

ரவி, 'ஆபத்து மனோ, நடப்பது அத்தனையும்...'

'ஆம். பயல் நம் திட்டத்தைக் கொட்டப் போகிறான்.'

'என்ன செய்வது?'

'காமாவைத் திருநாட்டுக்கு அனுப்புவதுதான்!'

'சமயமில்லையே. அதற்குள் நம் திட்டத்தை முழுவதும் வெளியிட்டு விட்டான் எனில்?'

ரவி கவலைப்படாமல் 'இந்தக் கணமே' என்கிற பொத்தானைத் தன் விவி கம்யூனிகேட்டர் தொடுபானலில் தொட்டான்.

'ஐயா, தென்மண்டல சதியதிகாரியின் அவசர அலுவலகம்... உங்கள் சங்கேத எண்?' என்றது ஒரு மெஷின் குரல்.

ரவி தன் எண்ணைத் திரையில் சொல்ல, அதன் வாய்ஸ் ப்ரிண்ட் உடனுக்குடன் அலசப்பட்டு... 'நாட்டின் தலைவரே, வணக்கம். என்ன செய்யவேண்டும்?'

'ராணியுடன் பேசிக்கொண்டிருக்கும் காமா என்கிற மெய்க் காப்பாளனைத் திருநாட்டுக்கு உடனே அனுப்பவேண்டும்...

'செய்தியை மறுபடி சொல்கிறேன். ராணியின் மெய்க்காப்பாளன் காமா என்பவனை...'

'திருநாட்டுக்கு அனுப்ப...'

மெஷின் தயங்கியது.

'எனக்கு விசேஷ மஞ்சள் அனுமதி இருக்கிறது. தெரியுமல்லவா?' என்றான் ரவி.

'தெரியும் வள்ளலே?'

'செயல்படு... 67'

ரவி, 'இப்போது பார் மனோ' என்று விவி திரையை ஆர்வத்துடன் பார்க்க...

'காமா, எழுந்திருடா எழுந்திரு... மண்டிபோட்டுக் கெஞ்சாதே...'

'அசிங்கமாக இருக்கிறது.'

'சொல்லு... ரவியும் மனோவும் என்ன சதித் திட்டத்துக்காக உன்னைப் பயன்படுத்தினார்கள்?'

'நானும் அரசியும் படுக்கையில் படுத்திருப்பதை...'

'படுத்திருப்பதை...'

'படம் எடுத்து அந்தப் படத்தை நாடு தழுவிய விவி நிகழ்ச்சியில்...'

காமாவின் பேச்சு பாதியில் தடைப்பட்டு, ஒரு நிமிஷம் 'ஹி ஹி' என்று சிரித்து, குத்துப் பார்வை பார்த்தான்.

'ஏன் சிரிக்கிறாய்?' - சிபி கேட்டு முடிப்பதற்குள்...

காமா அவர்கள்முன் துவண்டு விழுந்தான்.

அந்த அறையின் மேல் ஜன்னலிலிருந்து ஒரு மெல்லிய துவாரத்தின் மூலம், ஒரு மெல்லிய திரவத் துப்பாக்கியில் இருந்து விஷம் கலந்த ஒரு கலவை ஊசி அம்பு போலப் புறப்பட்டு காமாவினுள் புகுந்த மாத்திரம் அவன் நினைவிழந்து துவண்டான்...

சிபி குனிந்து, 'ஏய் காமா... ஏய்' என்று கூப்பிட, பேச்சில்லை; மூச்சில்லை. நிலா நடுங்கிப் போய் 'சிபி... சிபி, இது நிச்சயம் கடவுள் அவனுக்கு அளித்த தண்டனை. இங்கு யாருமே இல்லை. நம் கண் முன்னே செத்து விழுந்தான்... சிபி அடுத்தது என் முறை! சிபி, என்னை மன்னித்து விடு. என்னைடு காப்பாற்று...'

'சீ பைத்தியமே... கடவுளுமில்லை தண்டனையுமில்லை. இன்றைய கடவுள் எல்லாம் ரசாயனமும் எலெக்ட்ரானிக்ஸும் தான். இவன் சதிப்பிரிவினரால் தாக்கப்பட்டு இறந்திருக்கிறான்.'

'எப்படி, யார் தாக்கினார்கள்?'

'இது எப்படியும் சாத்தியம். இந்த அறை முழுவதும் கண்கள், கண்ணிகள், எலெக்ட்ரானிக் நோக்கன்கள். எத்தனை ஓட்டைகள்! நிலா, ஒன்றை அறிந்துகொள். நீ ஆபத்தில் இருக்கிறாய். மிக மிக ஆபத்தில் இருக்கிறாய்!'

'இப்போது நாம் பேசுவதுகூட அவர்களுக்குக் கேட்குமா?'

'எவர்களுக்கு?'

'ரவி, மனோ...'

'நிச்சயம்...'

இந்த முறையில் திரையில் அதைப் பார்த்துக் கொண்டிருந்த ரவி, 'இந்த சிபியையும் தீர்த்துவிட வேண்டியதுதான்' என்றான்.

'அவசரப்படாதே. அவசரப்பட்டால் நாம் அழிந்து போவோம். மக்கள் கோபம் நம்மேல் பாயும். காமா போன்றவர்களைக் கொல்வதில் யாரும் கவலைப்படப் போவதில்லை. இவர்களை எல்லாம் ஏறக்குறைய பாலிமர் உறைகளைப் போல் பயன்படுத்தலாம். பிறகு கிழித்து எறிந்துவிடலாம். ஆனால், நிலா, சிபி போன்றவர்கள் இன்றும் மக்கள் மனத்தில் ஆதர்சங்களாக இருப்பவர்கள். ராஜா, ராணிகள்! சேவகர்களைக் கொல்லலாம். ராஜாவைக் கொல்வதில் இன்னமும் நளினம் நாசூக்கு வேண்டும்!'

'இப்போது என்ன?'

'நம் விளையாட்டு அவர்களுக்குத் தெரிந்துவிட்டது. அவர்கள் விளையாட்டு நமக்கு...'

'ஆனால் அது தெரிந்ததாகவே காட்டிக்கொள்ளக்கூடாது.'

'இப்போதுதான் நீ புத்திசாலித்தனமாகப் பேசுகிறாய். ரவி, அடுத்த ஆட்டம் அவர்கள் ஆடவேண்டும். என்ன செய்கிறார்கள், பார்க்கலாம்.'

நிலா நடுக்கத்தில் பதறிக்கொண்டிருந்தாள்.

'நிலா, நம் ஒரே ஒரு நம்பிக்கை. இந்தக் காட்சியை இந்தப் பின்னிரவு நேரத்தில் ரவி, மனோ இருவரும் பார்க்கவில்லை என்றுதான் கொள்ளவேண்டும்' என்றான் சிபி.

'பின் எப்படி இந்த காமா கொல்லப்பட்டான்?'

'அவன் ஏதாவது சொல்ல வந்தால் கொல்லவேண்டும் என்று சதிப் பிரிவுக்கு ஆணையிருக்கலாம். எதற்கும் நாம் ஒன்றுமே நடக்க வில்லை போல பாசாங்கு செய்வதுதான் இப்போதைக்கு உத்தமம்!'

'முட்டாள்கள்' என்றது ஜீனோ கட்டிலுக்கு அடியிலிருந்து.

16

கட்டிலுக்கு அடியிலிருந்து 'முட்டாள்' என்று சொன்ன ஜீனோவின் குரலை, அது ரவி, மனோவின் சதிதான் என்று எண்ணிக்கொண்டு, 'பேசாமல் இரு' என்று நிலாவைப் பார்த்து உதட்டில் விரல் வைத்துக் காட்டினன் சிபி.

'சிபி! இது யார் குரல்? எனக்குக் குழப்பமாக இருக்கிறது. காமாவுடன் காமம் நிறைந்து அத்துமீறும்போது இதே குரல் என்னை எச்சரித்தது. இப்போதும் ஒலிக்கிறது... இது என்ன குரல் மனச்சாட்சியா, கடவுளா?'

'பிரமை...'

'இருவருக்குமா?'

'இல்லை... இந்த விஞ்ஞான காலத்தின் சூழ்ச்சிகளில் ஒன்றாக இருக்கலாம்.'

'ரவியும் மனோவும் எத்தனை தூரத்துக்குப் போயிருக்கிறார்கள். ஓர் அழகான, காமுகனான காவல்காரனை அனுப்பி...'

அதை சிபி முழுவதும் சொல்வதற்கும், சொத்தென்று செத்து விழுந்தான் காமா.

நிலா, 'எனக்குப் பயமாக இருக்கிறது' என்றாள்.

'உன்னை வைத்துக்கொண்டு என்ன சாதிக்க முடியும்? நீ மிகவும் பயந்தாங்கொள்ளியாயிற்றே...' என்றான் சிபி.

'பயந்தாங்கொள்ளி இல்லை. நம் எதிர்ப்பு சக்திகளை முழுவதும் அறியாதவரை, அதற்குப் பணிந்துபோவதுதானே உத்தமம்? ஜீனோ இருந்தாலாவது இந்த நிலைமையைச் சமாளிக்க முடியும். உன்னால்

என்ன செய்ய முடியும்?'

'பேசாமல் அரசுக் கவலைகளை அவர்களிடம் ஒப்படைத்துவிட்டு ஒப்புக்கு அரசியாக இருப்பதுதான் உடம்புக்கு நல்லது.'

'கொடுத்த காகிதத்திலெல்லாம் கையெழுத்துப் போட்டால் மட்டும் போதுமா?'

'போதாது' என்றான் ரவி. அந்தக் காட்சியைத் தலைநகரத்தில் இருந்து கண்காணித்தபடி. 'நிலா! நீ ஒரு பொம்மை. தேவை இருக்கும்வரை நீ ராணி. அதன் பின் ராணியாவது, தோணியாவது! எல்லாமே நீக்கப்பட்டு 'புரட்சியாட்சி' மறுபடி...'

'ரவி! மெள்ள மெள்ள நிலாவின் மேல் பொல்லாங்கு புறப்பட ஏற்பாடு செய்யலாம். செய்திப் பிரிவைக் கூப்பிடு...'

அரசு தலைமையகத்தின் செய்திப் பிரிவு ஆணையாளர் படுக்கை யிலிருந்து எழுப்பப்பட்டார்.

'பைஜாமா போட்டுக்கொள்ள நேரமிருக்கிறதா? உடனே வர வேண்டுமா?'

'வரவேண்டும்' என்றான் மனோ. 'விவி திரையில் நாளை ராணி நிலாவைப் பற்றிய ஒரு செய்தி வெளி வரவேண்டும். அவ்வளவே!'

'என்ன தலைப்பு...?'

'நிலாவின் காதலன் கொலை...'

'அரண்மனையில், நள்ளிரவுச் சம்பவங்களைக் கண்ட கணவன், மெய்க்காப்பாளனைத் தீர்த்துக்கட்டினான்...'

'ஒரு நிமிஷம்! நிலா என்றால் அரசி நிலாவா?'

'ஆம் நாட்டின் தலைவி...'

'அரச பங்கம் எதையும் பிரசுரிக்கக்கூடாது என்று அரசு இருபது சட்டத்தின் ஏழாம் ஷரத்துப்படி...' ஆணையாளர் தயங்க...

'ஷரத்தைக் கொளுத்து...'

'அதற்கில்லை. அரசு ஆணைகளை மீறுவதற்கு அனுமதிவேண்டும். நீங்கள் ஆணையிட்டபடி அரசியைப் பற்றி அவதூறாகச் செய்தி பிரசுரிக்கவே முடியாது...'

'யார் அனுமதி...?'

‘ராணியின் அனுமதி. அவர்கள் கையெழுத்தை கம்ப்யூட்டர் அடையாளம் காட்டின பின்தான் எந்தச் செய்தியையும் வெளியிடும்படியாக ஒரு விதி...’

‘அனுமதியை டெலி லிங்க்கில் அனுப்பினால் போதுமா?’

‘போதும்...’

ரவி, ‘சரி, பத்து நிமிஷத்துக்குள் பேசுவோம்’ என்று மனோவைப் பார்த்தான்.

‘ராணியின் கையெழுத்தில்லாமல் ராணியைப் பற்றி அவதூறு எழுத முடியாது. அந்த விதியை மாற்றவேண்டும். இரவோடு இரவாக ஒரு சட்டம் அமைப்போம். திருத்தம் அமைப்போம்.’

‘கையெழுத்திட மாட்டாள்.’

‘பார்க்கலாம்...’ விவி திரையில், அரசி நிலாவின் சுற்றுப் பயண மண்டபத்தின் எண்களைச் சொல்ல, நிலாவும் சிபியும் தெரிந்தார்கள். ‘அரசி நிலா வாழ்க!’

‘என்ன மனோ?’ சிபியும் நிலாவும் ஒருவரை ஒருவர் பார்த்துக் கொண்டார்கள்.

‘இங்கே... இங்கே ஒரு சின்ன சம்பவம்.’

‘அதைக் கேட்கத்தான் போன் பண்ணினேன். மெய்க்காப்பாளன் காமா இறந்துவிட்டானாமே?’

‘ஆம் என்ன ஆயிற்று? ஏதோ குழப்பம்!’

‘அரசி, உங்கள் உயிர்தான் எங்கள் குறிக்கோள். மெய்க்காப்பாளன் உங்களிடம் ஏதாவது தகாத முறையில் நடந்துகொண்டானா?’

‘அ...அ...ஆம், அப்படித்தான்!’

‘அதனால்தான் அவன் சதி அதிகாரிகளால் கொல்லப் பட்டிருக்கிறான்.’

‘அரசி! ஒரு திருத்த மசோதா அவசரமாகத் தேவைப்படுகிறது. அதில் கையெழுத்திடவேண்டும் நீங்கள்!’

‘அதற்கென்ன, நாளை தலைநகர் வந்ததும்...’

‘டெலி மூலம் இப்போதே அனுப்புகிறேன். கையெழுத்திட்டால் நல்லது.’

‘அப்படியே செய்வாள்’ என்றான் சிபி.

‘சிபி! மசோதா எதைப் பற்றி என்று நீ கேட்கவே இல்லையே?’

‘ரவி! மனோ! நீங்கள் பரிசோதித்துப் பார்த்து அனுப்பினால் அது நாட்டின் நலனுக்கு ஏற்றதாகத்தான் இருக்கும். நிலா கையெழுத் திடுவாள். உடனே அனுப்புங்கள்...’

‘என்ன இப்படிப் பணிகிறாள்?’

‘அவர்களுக்குத் தெரிந்தது நமக்குத் தெரியாது என்று எண்ணிக் கொண்டிருக்கிறாள்...’

‘சிபி, இது என்ன பரிபூரண சரணாகதி?’

‘கொஞ்ச நாள் உயிருடன் வாழவேண்டுமானால் இதுதான் வழி. இதைத் தவிர, வேறு எதுவும் இருப்பதாகத் தெரியவில்லை. லேசரால் உன்னையும் கொன்றிருக்கலாம்! நிலா, அப்புறம் புரியும் உனக்கு... வீரம், தியாகம் எதற்குமே அர்த்தமில்லை என்பது...’

‘எதற்குத்தான் அர்த்தம் இருக்கிறது...’

ஜீனோ கட்டிலுக்கு அடியிலிருந்து மெத்தென்று கட்டிலுக்குத் தாவிய போது, நிலா இளைப்பாறப் போயிருந்தாள். சிபி பின்பக்கமாகத் திரும்பிக் கொண்டிருந்தான். மேலே விவி சதி கேமராவின் பார்வை வீச்சிலிருந்து விலகிக்கொண்டு, ஜீனோ மெள்ள ஊர்ந்தது. சிபி திரும்பும்போதெல்லாம் அசையாமல் நின்றது.

நிலா திரும்பி வந்ததும் சிபி சற்று விசனத்துடன், ‘அந்தப் பொம்மை நகர்கிறது போல் பிரமையாக இருக்கிறது!’ என்றான்.

‘எந்தப் பொம்மை?’

‘அந்த நாய்க்குட்டி பொம்மை.’

‘உனக்கு இப்போது எல்லாமே பிரமைதான். இப்படி அடிமைகளாக, கொத்தடிமைகளாக வாழ்வதைவிட...’

‘நிலா, நமக்கு இப்போது யாரும் இல்லை. நான், நீ மட்டும்தான். மக்கள் ஆதரவு என்பது காற்று வீசும் திக்கில் செல்லும் புகைபோல. உன்னை இன்று நேசிக்கிறார்கள். நாளை வெறுக்கப் போகிறார்கள். அதற்கான செய்திகள் அவர்களுக்கு அளிக்கப்படுகின்றன. மக்கள் இப்போது களிமண் பொம்மைகள் போல...’

நிலா, ஜீனோவை எடுத்து, ‘குட்டி நாய். குட்டி நாய்... நீ சொல்லு’ என்றாள்.

‘அது ஜீனோ இல்லை. எப்படிப் பேசும்?’

‘அப்படியா குட்டி நாய்?’ என்றாள். கையில் எடுத்துக் கிட்டத்தில் கொண்டுவந்து கண்ணைப் பார்த்தாள்.

ஜீனோ பேசாமல் இருந்தது. அது தன்னை அந்தக் கணத்தில் வெளிப்படுத்திக்கொள்ளலாமா என்று தனக்குள் தர்க்க ரீதியில் அலசிப் பார்த்து, ‘வேண்டாம்’ என்று தீர்மானித்தது.

‘பொம்மை எத்தனை அழகாக இருக்கிறது பார்...’ - ‘பச்சக்’ என்று முத்தம் கொடுத்தாள்.

‘பேச மட்டும் தெரிந்தால்...’

‘போதும், ஒரு புத்திசாலி நாயுடன் பட்ட பாடு போதும்!’

இதையெல்லாம் உன்னிப்பாக மறுமுனையில் பார்த்துக்கொண் டிருந்த ரவி, மனோவிடம் ‘இந்த நாய் என்னது புதுசாக?’ என்று கேட்டான்.

‘ஒரு பொம்மையைப் பழைய ஞாபகத்துக்காக வைத்திருக்கிறாள். வெறும் பொம்மை. வாலாட்ட மட்டும் தெரிந்த, புத்தியற்ற பொம்மை.’

‘மீண்டும் ஜீனோ சமாசாரம் ஏதாவது?’

‘அதைத்தான் டாக்டர் ரா அழித்து விட்டாரே...’

செய்தித்துறைத் தலைவரை மறுபடிக் கூப்பிட்டான்.

‘திருத்த மசோதா அமல்படுத்திவிட்டோம். அரசியைப் பற்றி இனி அவதூறு அச்சிடலாம்.’

‘சரி, சொல்லுங்கள். திருத்தம் உடனுக்குடன் அமலுக்கு வந்து விடும்.’

‘செய்தி எழுதிக்கொள்ளவும். ‘காமா என்பவனுடன் அரசி நிலா காம சரசமா...’ என்று கேள்விக்குறி போட்டு ஒரு பாக்ஸ் மேட்டர் வையும்!’

‘உத்தரவு.’

‘அதற்கான நாடா இருப்பதாகக் கோடி காட்டவேண்டும்...’

‘உத்தரவு...’

ஜீனோ, நிசி வேளையில் படுத்திருக்கும் அரசி நிலாவைப் பார்த்துக் கொண்டே இருந்தது. அருகில் சேர்ந்து தூங்கிக் கொண்டிருந்த சிபியையும் பார்த்து வாலைச் சற்று நெளித்துக் கொண்டது. அரசிக்கு எதிராக மனோவும் ரவியும் என்னவோ செய்யப் போகிறார்கள். என்ன செய்வார்கள்? மக்கள் மனத்தில்? அந்தக் காமா சொன்னது

ஞாகபத்தில் திரும்பியது. மக்கள் மனத்தில் அரசிக்கு எதிராக அவதூறு? எப்படிப் புறப்படும்? முதன்முதலில் செய்தித்துறை வழியாக... செய்தித்துறை? - ஜீனோ சுவரில் ஏறி காந்தப் பூட்டை நகர்த்தி கதவைத் திறந்து வெளியே சென்றது.

அதிகாலையில், தன் டெர்மினலில் ஒரு பகோரா பழத்தைக் கடித்துக்கொண்டே ப்ரொக்ராம் எழுதிக்கொண்டிருந்த உதவியின் முதுகை ஜீனோ நிரடியது.

திடுக்கிட்டுத் திரும்பிய உதவி, 'ஆ... ஜீனோ! என்ன இப்படித் திடீர் திடீரென்று வருகிறாய்? என்ன வேண்டும்?'

'செய்தித்துறை டேட்டாபேஸை அணுகவேண்டும்...'

'பாஸ்வேர்ட் இல்லாமல் அதை அணுக முடியாது...'

'அதற்காகத்தான் உன்னிடம் வந்திருக்கிறேன். உனக்குத் தெரியுமா பாஸ்வேர்ட் உதவி?'

'ஜீனோ, இது அரசு குற்றம் தெரியுமா? பாஸ்வேர்டை... சங்கேதத்தை உடைத்தால் ஒரு மாதம் லேசர் காவல் தெரியுமா?'

'அதைத் தவிர்க்க உன்னால் முடியாதா? என்ன உதவி! உன்னைப் போய் யாராலும் கைது செய்ய முடியமா? அப்படியே செய்தாலும் சிறையின் சங்கேதத்தை உடைப்பதற்கு எத்தனை நேரமாகும்? உன்னால் ஆகாத காரியமா? வேண்டுமானால் என்னையும் சிறைக்கு அழைத்துச் செல்...'

'ஜீனோ, ரொம்ப ஐஸ் வைக்காதே! என்ன வேணும் உனக்கு?'

'செய்தித்துறை டேட்டாபேஸ்!'

'குறிப்பாக என்ன?'

'நாளை அரசாங்கச் செய்தித்தாளில் ராணியைப் பற்றி என்ன செய்தி வரப் போகிறது?'

'தலைப்புச் செய்திதானே?'

'ஏதோ!'

உதவி, ஜீனோவை மடியில் வைத்துக்கொண்டு, அதன் தலையைத் தடவி, 'பவுடர் போட்டு விடட்டுமா?' என்றான்.

'வேண்டாம். சும்மா என்னைத் தொந்தரவு செய்யாதே! நான் என்ன, விளையாட்டுப் பொம்மையா?' என்று செய்தித் திரையைக் கவனித்தது. உதவியின் விரல்கள் கீபோர்டில் நடனமிட, செய்தித்துறையின் மத்திய

டேட்டா வங்கியிலிருந்த நாளைய செய்தியின் தலைப்புகள் திரையில் தெரிந்தன.

காமா என்பவனுடன் அரசி நிலா காம சரசமா...?
மெய்க்காப்பாளக் காதலன் கொலை!
அரண்மனை அந்தரங்கங்கள்...

'என்னது... ராணியைப் பற்றி இப்படிச் செய்தியா?'

'நான் நினைத்தேன்...' என்றது ஜீனோ.

'நினைக்க ஆரம்பித்துவிட்டாயா குட்டி நாய்?'

'நிலாவைப் பற்றிய அவதூறுச் செய்தியை எப்படி அரசுப் பத்திரிகையில் வெளியிட முடியும்? சட்டம் அனுமதிக்காதே!' என்று வியந்தான் உதவி.

'திருத்த மசோதா அவசரமாக வாங்கிக்கொண்டார்கள்.'

'யார்?'

'ரவி, மனோ...'

'என்ன குழப்புகிறாய் ஜீனோ? ரவி, மனோ, ராணி எல்லாம் அரசாங்கம்தானே...'

'உனக்கு இப்போது சொன்னால் புரியாது! உதவி, இந்த டேட்டா பேஸை மாற்ற இயலுமா?'

'முடியும். அதற்குத் தனிப்பட்ட சங்கேதம் இருக்கிறது!'

'அதுவும் உனக்குத் தெரிந்ததுதானே?'

'ஜீனோ, ஒரு நாளைக்கு ஒரு பாவம் போதும் என்று நினைக்கிறேன்.'

'பாவம் என்பது ஒரு தராதரமான வார்த்தை... சொல்லு என்ன சங்கேதம்?'

'சொல்லித் தொலை, என்ன மாற்றவேண்டும்? இது மட்டும் ப்ரொபஸர் ராவுக்குத் தெரிந்தால்...'

'உதவி! அநாவசியமாகப் பேசிக்கொண்டிருக்காதே... செய்தியை மாற்று.'

'எப்படி மாற்றவேண்டும்?'

'அரசிக்கு எதிராக 'ரவி மனோவின் சதித்திட்டம்' என்று...'

'ஐயோ! அது மகா குற்றம்... ஆறு வருஷம் சிறை...'

'ஒரு குற்றம் பண்ணிய பிற்பாடு, அது வெறும் குற்றமாக இருந்தால் என்ன, மகா குற்றமாக இருந்தால் என்ன?'

'எதற்காக இப்படியெல்லாம் செய்கிறாய் என்று குட்டி நாய் ஒரு வார்த்தை சொன்னால் பிஸ்கட் தருகிறேன்...'

'பிஸ்கட் வேண்டாம். டிஸ்கெட் கொடு. எல்லா சங்கேதங்களையும் உள்ளடக்கின மாதிரி...'

'ஐயோ, ஏன் துரோக எண்ணங்களை என்னுள் விதைக்கிறாய் நாயே? திருநாட்டுக்கு அனுப்பவேண்டிய குற்றம். நான் மாட்டேன், மாட்டேன்...' என்று உதவி தலையைப் பலமாக ஆட்ட...

ஜீனோ, 'உதவி! என்னைப் பார்!' என்றது.

ஜீனோவை உதவி பார்க்க, ஜீனோ வாலை 'விஷ்விஷ்' என்று ஆட்டி, இரண்டு கைகளையும் அதாவது முன்னங்கால்களையும் கூப்பி ஒரு நடனம் ஆடி, 'எனக்காக இதைச் செய்யமாட்டாயா? நான் உன் ஹ்யூரிஸ்டிக்ஸ் ஆராய்ச்சிக்கு உதவப் போகிறேன் அல்லவா?' என்று கண்களைச் சிமிட்டியது.

'கண்களைச் சிமிட்டாதே... சொல்லு, என்ன வேணும்?'

'செய்தித் தலைப்பை மாற்று. அரசியைக் கொல்ல ரவி, மனோ சதி என்று...'

'சரி...' என்றான் உதவி.

17

ஜேவ் பானத்தை அருந்திக்கொண்டு ஸின்த்ரான் இசையின் சுகத்தை அனுபவித்துக்கொண்டே, ரவி தன் விவி திரையில் அன்றைய காலை தலைப்புச் செய்திகளைக் கேட்டான். அதே சமயம் மனோவும் தன் அறையில் திரையில் அவரசமாகச் செய்திகளை வரவழைத்தான். அதே சமயம் செய்தித்துறைத் தலைவர் - பத்திரிக்கையாசிரியர் 'லிலா' என்ற புனைபெயர் கொண்டவர் - தன் காலைப் பணிகளை முடித்துக் கொண்டு, தன்னுடைய சொந்த ப்ரிண்ட்ரியில் புதுசாகப் பிரதி போட்டுப் பார்த்தார். விவி தலைப்புச் செய்தி மூவருக்கும் ஆச்சரியம் அளித்தது.

> அரசியைக் கொல்ல சதி... ரவி மனோ இருவரும் உடன்பாடு... அரசி நிலாவைக் கொல்ல அரண்மனையிலேயே ஒரு சதி நடந்து கொண்டிருக்கிறது. புரட்சியரசின் மும்முனைகளில் இருமுனைகள் பிரிந்து இந்த சதித்திட்டத்தை நிறைவேற்றிக் கொண்டிருக்கிறார்கள் என்ற அபூர்வமான செய்தி கிடைத்திருக்கிறது. அவ்விருவரும் வேறு யார், ரவி மனோதான்!
>
> அரசியின் மெய்க்காப்பாளனாக காமா என்பவனை அண்மையில் நியமித்தது இவ்விருவருமே!
>
> காமாவுக்கு என்ன ஆணை? அரசியின் காதலனாகி நிலாவின் மேல் மக்கள் வெறுப்பைச் சம்பாதிக்க உதவுவது...

மெள்ள மெள்ள மனோவின் தாடை நரம்புகள் ஆடின. ரவியின் பற்கள் சப்தமிட்டன. ஆசிரியர் லிலாவின் கைகள் துடிக்க ஆரம்பித்தன. உடனே சொந்த ஸிரிஞ்சில் ஒரு ஷாட் எண்டார்ஃபின் போட்டுக் கொண்டார். 'எப்படி இப்படித் தப்பாயிற்று? உடனே பிரதிகளை நிறுத்து' என்று அவர் உதவியாளரைக் கூப்பிட, அலுவலகத்தில் யாரும் இல்லை. பதிப்பு முடிந்து மூணு மணிக்குத்தான் அலுவலகத்துக்கே வருவார்கள்.

இதற்கள் ஆசிரியர் விவி திரையில் மனோவின் அவசர அழைப்பு பளிச்சிட,

'ஏய் ஆசிரியா!'

'ஐயோ, மனோ அவர்களே! ரவி அவர்களே! என்னவோ எங்கோ தப்பு நிகழ்ந்துபோய்...'

'எப்படித் திருநாட்டுக்குப் போக உத்தேசம். ஆசிரியனே? லேசர் குத்தா, புகைந்தா, இல்லை தூக்கத்திலா?'

'ஐயா நான் இந்தத் தவறைச் செய்யவில்லை. இது என்னை அறியாமல் நிகழ்ந்திருக்கிறது.'

'உம்மை அறியாமல் எப்படிச் செய்தி வரும்? வரமுடியும்? பொய்...பொய்... நீ இதில் சம்பந்தப்பட்டிருக்கிறாய். சொல்லு, யார் உன்னை இம்மாதிரி வெளியிடச் சொன்னது? சொல், சொல்...'

'யாருமில்லை ரவி. சத்தியமாகச் சொல்கிறேன்.'

'எப்படி நிகழ்ந்தது?'

'தெரியவில்லையே!'

'மனோ, கொன்று விடு' என்றான். லிலா என்னும் புனைபெயர் படைத்த அந்த ஆசிரியர், தன் உயிரைக் காப்பாற்றிக்கொள்ளும் வகையில், 'ரவி, எனக்கு ஒரு மணி நேரம் அவகாசம் தாருங்கள். இந்தத் தப்பு எப்படி ஏற்பட்டது என்று கண்டுபிடித்துச் சொல்லா விட்டால் உடனே என்னைத் திருநாட்டுக்கு அனுப்புங்கள்...'

ரவி யோசித்தான். 'சரி. ஒரு மணி நேரம் அவகாசம்... அதற்குமுன் முதலில் ஒரு மறுப்பு அனுப்பு. கட்டாயமாக நாடு முழுவதும் எல்லா பதிப்பிலும் 'ரவி மனோ பற்றி வெளி வந்த செய்தி தப்பு' என்று உடனே உடனே!'

'சரி, அதை உடனே செய்கிறேன்.'

'ஒரு மணி நேரம்தான்... ஞாகபமிருக்கட்டும்.'

உதவியின் டெர்மினலில் செய்தித்துறையிலிருந்து அந்தச் செய்தி உருவாவதை ஜீனோ கவனமாகப் பார்த்துக்கொண்டிருந்தது. இப்படி மற்றவர் டேட்டாபேஸில் ஒட்டு கேட்பது உதவிக்குப் பிடிக்கவே இல்லை.

'எனக்குப் பிடிக்கிறதே! இது என்ன மறுப்புச் செய்தியா?' என்று கேட்டது ஜீனோ.

மீண்டும் ஜீனோ

'ஆம்!'

'ரவி மனோ பற்றிச் சற்றுமுன் வெளியிட்ட செய்தி அத்தனையும் அபத்தம் என்று மறுப்பளிக்கிறோம். இந்தத் தவறு நிகழ்ந்த விட்ட தற்காக வாசகர்களிடம் மன்னிப்பு கேட்டுக் கொள்கிறோம். இது ஏதோ விஷமிகளின் சதி... ஜீவா ஆட்சியின் மிச்சங்களின் குறிப்பு...'

ஜீனோ, 'மறுப்பு கம்போஸ் ஆகி முடிந்துவிட்டதல்லவா?' என்றது.

'ஆம்!' என்றான் உதவி.

'சரி, மாற்று.'

'எதை?'

'மறுப்பை...'

'ஜீனோ?'

'உதவி! உனக்கு ஒரு அருமையான புத்தகம் பற்றிச் சொல்லட்டுமா? 'காஸ்மிக் கோட்' என்று ப்ரொபஸர் டேவிஸ் எழுதியது.'

'வேண்டாம். படித்தாகிவிட்டது.'

'உன்னை எதை வைத்து மயக்க முடியும்? டான்ஸ் ஆடட்டுமா?'

'நீயா?'

'பின், வேறு ஏதாவது நடனம் வேண்டுமா?'

'சே!'

'பெண்! லட்டு கணக்கான ஒரு பெண்ணை வரவழைக்கிறேன்... நம்பர் தெரியும்...'

'சே! பெண்களையே சுடவேண்டும்!'

'சதுரங்கம்?'

'ஊஹும்.'

'பின், என்ன வேண்டும் உனக்கு?'

'ஆளை விட்டுவிடு. நீ சொல்லிக் கொடுப்பதெல்லாம் அபத்தமான, அபாயமான காரியங்கள். எனக்கு இந்த மாதிரி டேட்டாபேஸைத் திருடுவதற்கும் மாற்றுவதற்கும் அதிகாரம் கிடையவே கிடையாது. ஏதோ ஸிஸ்டம் மெயின்டெனன்ஸுக்காக...'

'அப்படியென்றால் உன்னை வழிக்குக்கொண்டு வர ஒரே வழிதான் உள்ளது. சே, என்ன தமிழ்!'

'என்ன...?'

'நீதான் டேட்டாபேஸ் திருடினாய் என்று ஆசிரியரிடம் சொல்லி விட்டால் போதுமானது!'

'சொன்னால் எப்படி, யார் நம்பப் போகிறார்கள்?'

'சொல்லிப் பார்க்கிறேனே!'

'ஜீனோ, நீ ப்ளாக்மெயில் வேறு தொடங்கிவிட்டாயா?'

'எல்லாமே மனிதக் காரியங்கள்தாம். புதுசாக நான் எதையாவது செய்தேனா?'

'இப்போது என்னவேண்டும் சொல்...'

'மறுப்பை மாற்று.'

'எப்படி...?'

'முதலில் ஆக்ஸஸ் கோடு கொடு. எப்படி மாற்றவேண்டும் என்பதை நான் டைப் பண்ணுகிறேன்.'

'பண்ணித் தொலை...'

ரவி மனோ பற்றி முன் வெளியான செய்தி உண்மை என்பதற்கு உத்தரவாதமளிக்கிறோம். இந்தச் செய்தியை வெளிக்கொண்டு வந்ததற்காக வாசகர்களைப் பாராட்டுகிறோம். இது ஏதோ விஷமிகளின் கற்பனை அல்ல. அத்தனையும் உண்மை. திரிகால உண்மை. ரவியும் மனோவும் உயிர் வாழத்தான் வேண்டுமா என்று அரசு சிந்தித்துக் கொண்டிருக்கிறது...

'ஐயோ! ஐயோ!' என்று ஆசிரியர் லிலா வாயில் அடித்துக் கொண்டார். 'நான் ஒளிந்துகொள்கிறேன். யாராவது கேட்டால் நான் செத்துப் போய்விட்டேன் என்று சொல். ஐயையோ, கூப்பிடு அந்த டெக்னீஷியனை! இது எப்படி நிகழலாம்?'

மனோவும் 'கூப்பிடு அந்த ஆசிரிய நாயை...' என்று சொல்ல...

ரவி, 'மனோ, பொறு! இது ஆசிரியனின் வேலையில்லை. விஷயம் அதைவிடத் தீவிரமானது.'

'பின், யார் இதற்குக் காரணம் என்கிறாய்?'

மீண்டும் ஜீனோ 139

'சிபி ஒருத்தன்தான் கம்ப்யூட்டர் பற்றித் தெரிந்தவன்.'

மனோவுக்கு ஆசிரியர் குழுவிலிருந்து போன் வர, 'என்ன ஆசிரியரே, மறுப்பு வந்ததா?'

'மறுப்பைக் கொளுத்துங்கள். எங்கள் கம்ப்யூட்டரே சதி செய்கிறது...'

'அது எப்படி?'

'டேட்டாபேஸ் மாறுகிறது. அடிப்பது ஒன்று, படிப்பது ஒன்று என்று.'

'டேட்டாபேஸ் மாறுகிறதா? அப்படியென்றால் சுலபம்.'

'டேட்டாபேஸை மாற்ற அதிகாரம் உள்ளவர்கள் யார் யார்?'

'எனக்கு அந்த அதிகாரம் இருக்கிறது, அதாவது பாஸ்வேர்டு தெரிந்தவன் என்கிற வகையில்! கம்ப்யூட்டரை டிஸைன் பண்ணியவர்களுக்கும் தெரிந்திருக்கலாம்...'

'யார் அது?'

'அரசாங்க ஹ்யூரிஸ்டிக்ஸ் இன்ஸ்டிட்யூட்டைச் சேர்ந்த ப்ரொபஸர் ரா!'

'ரா! இந்தப் பேரை எங்கோ கேட்டிருக்கிறேன்...'

'ஜீனோவை மாய்த்தவர், கொன்றவர் ரா. அவர்தான் பிடித்துக் கொடுத்தார்... அக்கக்காகப் பிரித்துப் போட்டு...'

'மனோ, எனக்கு ஒரு சந்தேகம்!'

'ரவி! எனக்கும் அதே சந்தேகம்தான்!'

'உடனே ரா-வை வரச் சொல்.'

'ஜீனோ! இன்றைக்கு இந்தச் சேதம் போதும். நான் வரட்டுமா?'

'உதவி! புத்திசாலி நீ... நான் நாய். என்னை இப்படி த்ராட்டில்விட்டுப் போய்விட்டால் என் கதி?'

'உன்னை யாரும் கண்டுபிடிக்கவே முடியாது!'

'சொல்லாதே! நாம் கண்டுபிடித்தாற்போல, அவர்களும் கண்டு பிடித்து விடலாம்!'

'அதற்கு ஒரு வழி யோசித்து வை...'

'எதற்கு?'

'யாராவது விசாரிக்க வந்தால் பொய் சொல்ல.'

'எதற்குக் கவலைப்படுகிறாய்? இந்த நாட்டில் எல்லாமே கம்ப்யூட்டர்தான். ஒரு கம்ப்யூட்டரைக் குழப்பினாற்போல, மற்றொரு கம்ப்யூட்டரைக் குழப்ப முடியாதா? எனக்கு எல்லா ஆக்ஸஸையும் சொல்லிக் கொடுத்துவிடு, நான் உன்னைக் காப்பாற்றுகிறேன்!' என்றது ஜீனோ.

டாக்டர் ரா ஊட்டியில் ஒரு கான்ஃபரன்ஸில் இருந்தவர் அங்கிருந்து பிடுங்கப்பட்டு, காந்த வண்டியில் ஏற்றப்பட்டு, வாடகை டாக்ஸியில் திணிக்கப்பட்டு, அரை மணியில் தலை நகரத்துக்கு வந்த பிற்பாடுதான், 'ஏய் முட்டாள்களா! என்னை எதற்காக இப்படி அல்லாட வைக்கிறீர்கள்?' என்று கேட்க முடிந்தது.

ரவியும், மனோவும் அறைக்குள் வந்து, 'டாக்டர் ரா, உங்கள் திறமை மேலோ, நேர்மை மேலோ எங்களுக்கு எள்ளளவும் சந்தேகமில்லை' என்றனர்.

'என்னது பீடிகை? இப்போது சொல்லு!'

'அரசாங்கச் செய்தி வங்கியில் திருட்டு! பண்டமாற்று ஏதாவது செய்தீர்களா...?'

'சே! நடக்காத காரியம், அதை மாற்ற யாருக்கும் உரிமை இல்லை.'

'யாருக்கும் இல்லையா?'

'ஆம்! உனக்குக்கூட இல்லை...'

'உமக்கு?'

'எனக்கு இருக்கிறது! அதை நான் ஏன் பயன்படுத்தவேண்டும்?'

'நிச்சயம் உன்னைத் தவிர வேறு யாருக்கும் தெரியவே தெரியாது தானே?'

'நிச்சயம் தெரியாது!'

'உன் ஆராய்ச்சிச் சாலையில் பரிசோதனை உதவியாளர்கள் எவருக்கும்...'

'யாருக்கும் தெரியாது...'

'டாக்டர் ரா, அந்த நாய் ஜீனோவை என்ன பண்ணினீர்கள்?'

'அதை அப்போதே அழித்தாகி விட்டதே...' என்றார் டாக்டர் ரா தரையைப் பார்த்துக்கொண்டு.

'அப்படியா!' என்றான் ரவி நம்பிக்கையில்லாமல்.

மீண்டும் ஜீனோ 141

'டாக்டர், அதற்கு ஒரு எல்டி டெஸ்ட் எடுத்துக்கொண்டு விடுகிறீர்களா?'

டாக்டர் சற்றே பரபரப்புடன், 'எந்த மாடல் எல் டி?' என்றார்.

'லேட்டஸ்ட் நாளைய மாடல். அப்பட்டமான, கலப்பே இல்லாத உண்மை சொன்னால்தான், அது சும்மா இருக்கும். ஓர் அரை சதவிகிதம் பொய் இருந்தாலும் மெஷின் ஊளையிடும்! டாக்டர் ரா, நீங்களே உங்கள் ஆராய்ச்சிச் சாலையில் கண்டுபிடித்த அந்த அற்புத இயந்திரம் உங்களையே பரிசோதிக்கப் போகிறது...'

'நான் என்ன சொன்னேன். ஜீனோவை அழித்துவிட்டேன் என்று தானே...'

'ஆம்!'

'அது நிஜம்தான்! அதன் எல்லா பாகங்களையும் பிய்த்து உதறிப் போட்டுவிட்டோம் நிச்சயம்.'

'நீங்களே கண்ணால் கண்டீர்களா?'

'ஆம்! அது எல்லாவற்றையும் பிய்த்துப்போடும்வரை நான் இருந்தேனோ என்பது நினைவில்லை. என் உதவியாளன் இருந்தான். அது நிச்சயம்!'

'அவன் பெயர்...?'

'பெயரே 'உதவி'தான். ரொம்ப விசுவாசம்.'

'அவனை அழைக்கின்றீர்களா?'

'அழைத்தால் போகிறது! பக்கத்தில் விவி போன் இருக்கிறதா?'

'இதோ, மடியிலேயே வைத்திருக்கிறேன்.'

'அவன் எப்போது வரவேண்டும்?'

'இப்போதே, இந்தக் கணமே...'

சற்றே நடுங்கும் விரல்களுடன் நம்பர் சொல்லி, விவி திரையில் உதவியின் முகம் தெரிய, 'டாக்டர், என்ன விஷயம்?' என்றான்.

'உடனே அரண்மனைக்கு வந்து சேரு! எட்டு மணி வண்டிக்கு முப்பது செகண்டு இருக்கிறது.'

'அரசு வண்டி அனுப்புவோம்.'

'எதற்கு வரவேண்டும் டாக்டர்?'

ரவி திரையில் தோன்றி, 'டேய்! சொன்னால் வா... இல்லையேல் திருநாடு!'

'சரி வருகிறேன்!'

உதவி ஜீனோவைத் தன் கூடைக்குள்ளிலிருந்து எடுக்கச் செல்ல, ஜீனோ, 'இப்போது என்னை வெளியே எடுக்காதே... எதுவும் பேசாதே...' என்றது லேசான குரலில்.

உதவியை அழைத்துச் செல்லும் வண்டி வரக் காத்திருந்தபோது, ஜீனோ, 'ஸ்க்ராம்ப்ளர் போடு... அப்போதுதான் நம் பேச்சு மற்றவர் காதுக்கு காரேமுரே என்றிருக்கும்...' என்றது.

சாதனம் அமைத்தபின் இருவரும் பேசிக்கொண்டார்கள். ஜீனோ கூடைக்குள்ளே இருக்க, 'உதவி, நீ வேறு எங்கேயாவது பார்த்துக் கொண்டு பேசு...' என்றது ஜீனோ.

'சொல்லு ஜீனோ, நன்றாக மாட்டிக்கொண்டேன்!'

'என்ன செய்வார்கள்? உடனே கொல்ல மாட்டார்கள். பயப்படாதே...'

'இது என்ன ஆறுதலா?'

'உன்னிடமிருந்து தகவல் கேட்காமல் கொல்வார்களா?'

'மாட்டார்கள்!'

'உனக்கு ஒன்றுமே தெரியாது என்று சொல்லு!'

'அது அவ்வளவு சுலபமில்லை ஜீனோ.'

'சுலபம் உதவி! நான் சொல்லித் தருகிறேன்...' என்றது ஜீனோ.

18

'அந்த எல்டி மாடல் என்ன?' என்றது ஜீனோ.

'லேட்டஸ்ட்! மிக நவீனமானது' என்றான் உதவி.

'அதை டேட்டாபேஸ் மூலம்தானே இயக்கப் போகிறார்கள்?'

'ஆம்!'

'அப்போது பயமில்லை! நீ போ' என்றது.

விவி திரையில் அரசு வண்டி வந்திருப்பதை அறிவிப்பு தெரிவிக்க, 'ஜீனோ, என்னைத் திருநாட்டுக்கு அனுப்பப் போகிறார்கள். நான் செத்தேன். நன்றி, வணக்கம். நான் சொல்கிறேன். நாம் இனி சந்திக்க மாட்டோம்.'

'நீ போ முதலில், அழாதே! ஆனால் காட்டிக் கொடுத்து விடாதே!' என்றது ஜீனோ.

உதவி விலகியதும், ஜீனோ பஞ்சடி வைத்து அந்த டெர்மினலை அணுகியது. உதவி உபயோகித்த அனுமதி வார்த்தையை அது தனக்குள் பதிவு பண்ணி வைத்திருந்தது. அதைப் பலகையில் தொடுவதற்கு முன்பாக, ஜீனோ ரைட்டரியை அணுகியது.

அதில் 'எல்டி' என்கிற உப டைரக்டரியைத் தேர்ந்தெடுத்தது. அதை அவசரமாகப் புரட்டி, அதிலிருந்து ஓர் ஆணைத் தொடரைப் பட்டியலிட்டுப் பார்த்தது. 'ஆ! இங்கே!' என்றது.

உதவியை அமைதிப் படைக் காவலர்கள் இருவர் அணுகி, அவன் கைகளிலும் மூளையிலும் எலெக்ட்ரோடு இயந்திரத்தின் இணைப்பு களைப் பொருத்தினர்.

'உதவி! சொல் இப்போது! நீ அந்த நாய் ஜீனோவை என்ன செய்தாய்?'

'அதை... அதை... முழுவதும் அழித்து விட்டேன்.' உதவி தயங்கித் தான் பொய் சொன்னான். பொய்களைக் கண்டுபிடிக்கும் அந்தப் 'பொய் மெஷின்' திரையில், செய்தி வரக் காத்திருந்தனர் ரவியும், மனோவும். கொஞ்ச நேரத்தில், உதவியின் உடல் மாறுதல்களை அலசி, அந்த இயந்திரம் தீர்மானத்துக்கு அத்தாட்சியாகச் சிவப்பு விளக்கு எரிய... 'இவன் சொல்வது நிஜம்' என்று செய்தி காட்டியது. ரவியும் மனோவும் ஒருவரையொருவர் பார்த்துக் கொண்டனர்.

'டாக்டர் ரா! இந்தப் பொய் மெஷின்?'

'இதைப் போல ஒரு நவீனமான கருவி உலகில் ஏதும் இல்லை. இது, மூளை அலைகளையும், சருமத்தில் மிகமிக லேசான மாறுதல் களையும் தசை இயக்கங்களையும் உடல் ரசாயன மாறுதல்களையும் அலசி 'ஆசாமி பொய் சொல்கிறானா, இல்லையா?' என்பதை நூறு சதவிகிதம் உத்தரவாதமாகக் கண்டுபிடித்து விடும். இது நிஜமாகவே அபாரமான மெஷின்.'

உதவி, திரையில் காண்பிக்கப்பட்ட செய்தியை நம்பிக்கையில்லாமல் பார்த்துக்கொண்டிருந்தான். 'இது எப்படி? ஜீனோவின் வேலையாக இருக்கவேண்டும். அடேயப்பா!' உதவியின் மனத்துக்குள் ஒரு விதமான மந்தஹாசம் தோன்றியது. 'டெக்னாலஜியையே நம்பி யிருக்கும் சமயத்தில், அரசாட்சியில் டெக்னாலஜி தெரிந்த ஒருவர் எதுவும் செய்ய முடியும்; எந்தக் குற்றத்திலிருந்தும் தப்பிக்க முடியும்.'

'நான் போகலாமா?' என்று கேட்டான் உதவி.

'இரு' என்றான் ரவி. 'இந்த இயந்திரத்தின்மேல் எனக்கு நம்பிக்கை இல்லை.'

'என்ன ரவி இது?' என்றார் ரா.

'இயந்திரத்தை வடிவமைத்ததே நீங்கள்தானே?'

'ஆம்!'

'வடிவமைத்தவர் இதைத் தனக்குச் சாதகமாகச் செய்துகொள்ள முடியாதா?'

டாக்டர் ரா சிரித்து, 'எப்படி முடியும்? இது சாதாரண பொய் மெஷின் இல்லை. டிரான்ஸ்ட்யூஸர்கள் மூலம் சென்ட்ரல் டேட்டாபேஸுக்குப் போய் அது அரசாங்க மாஸ்டர் கம்ப்யூட்டரால் ஆயிரம் முறைகளில் அலசப்பட்டு கடைசியில் கிடைக்கும் விடை!'

மனோ, 'ஒரு தடவை பழைய முறைகளையும் உபயோகித்துப் பார்த்துவிடலாம்.'

'பழைய முறைகளா?'

'ஆம்! உலகத்திலேயே சிறந்த பொய் மெஷின் அதுதான். சித்ரவதை!
'அடி உதவுகிற மாதிரி மெஷின் உதவாது' என்ற பழமொழி உண்டு.'

'ஐயோ!' என்றான் உதவி. டாக்டர் ரா முகம் சிவந்து, 'ரவி, நான் இதைப் பரிபூரணமாக எதிர்க்கிறேன். இது காட்டுமிராண்டி யுகமல்ல. இந்த மெஷின் கண்டுபிடிக்காத பொய் இல்லை' என்றார்.

'சும்மா இரும்'- மனோ, உதவியின் மிக அருகில் சென்று அவன் முகத்தைப் பார்த்து, 'சீனத்து சித்ரவதை பற்றித் தெரியுமா, உதவி' என்றான்.

'தெரியும்.'

'என்ன செய்வோம்.'

'தலை கீழாகத் தொங்கப் போட்டு...'

'அது இரண்டாவது! முதலில் ஆசனத் துவாரத்தில் லேசர் குத்துவோம். அது பற்றித் தெரியுமா?'

'வேண்டாம், எதற்கு?'

'உண்மை சொல்வதற்கு...'

'இதோ பாருங்கள். என்னிடம் என்ன எதிர்பார்க்கிறீர்கள்? என்ன உண்மை வேண்டும். அதைச் சொல்லுங்கள், ஒப்புக்கொண்டு விடுகிறேன்!'

மனோ லேசரை எடுத்தான்.

'சரி, ஜீனோவை நான் அழிக்கவில்லை என்று இப்போது சொன்னால் சித்ரவதையை நிறுத்துவீர்களா?'

'அவ்வளவு சுலபமில்லை. ஜீனோ இருக்குமிடத்தைக் காட்ட வேண்டும்.'

உதவி, டாக்டர் ராவைப் பரிதாபமாகப் பார்க்க அவர் 'ரவி, மனோ! உங்கள் இருவரையும் எச்சரிக்கிறேன். இந்த அரசாங்கத்தின் அத்தனை அலுவல்களையும் ஸ்தம்பிக்க வைக்கும் சக்தி எனக்கு இருக்கிறது. அதை நான் பிரயோகிப்பதை நீங்கள் தடுக்க முடியாது' என்றார்.

'அப்படியா? உம்மை உடனே கைது செய்தால்!'

'செய்து பாரேன்' என்று சிரித்தார் ரா. 'ரவி, மனோ நீங்கள் இருவரும் சின்னப் பிள்ளைகள். நீங்கள் பிறப்பதற்கு முன்பே நான் டாக்டர்

பட்டம் பெற்றவன். திருநாட்டுக்கு அனுப்பும் வேளை வந்தும் வாழ்க்கை நீட்டத்தில் இருப்பவன். என்னை நீங்கள் தண்டிப்பதிலோ கொல்வதிலோ உங்களுக்குத்தான் கெடுதல் அதிகம்.'

ரவியும், மனோவும் கலந்தாலோசித்தார்கள். அதன்பின் அவர்கள், 'சரி, டாக்டர் ரா. இந்த உதவியாளனை இப்போதைக்கு விட்டு வைக்கிறோம். எட்டு நாளைக்குள் அரசாங்க டேட்டா பேஸில் எப்படி... யாரால், எது மாற்றப் பட்டது என்பதைப் பற்றிய ஒரு ரிப்போர்ட் வேண்டும்' என்றனர்.

'சரி, செய்கிறேன்.'

உதவியின் அருகில் வந்து 'போ' என்றான் ரவி. அவர்கள் இருவரும் புறப்பட்டுச் சென்றதும், அமைதிப்படை அலுவலகத்தைக் கூப்பிட்டு, டாக்டர் ராவின் உதவியாளனைத் தீவிரமாகக் கண்காணிக்க ஏற்பாடு செய்தார்கள்.

டாக்டர் ராவும் உதவியும் அரசு கட்டடத் தலைவாசலில் வந்து காந்த காருக்காகக் காத்திருந்தபோது, 'என்ன உதவி? அந்த நாயைக் கொன்று விட்டாய்தானே' என்றார் ரா. உதவி, 'ஆம்' என்றான்.

'எனக்கென்னமோ நீ சொல்வதில்...'

அவர்களுக்கு மேலே இருந்த எலெக்ட்ரானிக் கண்ணைக் காட்டினான் உதவி. 'அப்புறம் பேசலாமே' என்றான்.

உதவியுடன், டாக்டர் ரா பரிசோதனைச் சாலைக்குச் சென்றதும், உதவி 'பரிசோதனை மாடல் ஸ்க்ராம்ப்ளரை' அமைத்துக் கொண்டான். டாக்டர் ராவையும் அதை மாட்டிக்கொள்ளச் சொன்னான்.

'இப்போது பேசுங்கள்! இந்த மாடல் ஸ்க்ராம்ப்ளரை யாரும் இதுவரை உபயோகித்ததில்லை. நாம் பேசுவது யாருக்கும் புரியாது.'

டாக்டர் ரா உதவியைப் பார்த்தார். 'என்னடா விபரீதம் இது?'

'அந்த நாய் ஜீனோ இன்னமும் உயிருடன் இருக்கிறது.'

'எங்கே?'

'எங்கே என்று சொல்ல முடியவில்லை. அது நிறையக் கற்றுக் கொண்டுவிட்டது. அதைக் கட்டுப்படுத்துவதே கஷ்டமாக இருக் கிறது. மெஷினில் டேட்டாபேஸை மாற்றியதும், ப்ரொக்ராம் செய்தததும் அதுதான்...'

'ஐயையோ! எங்கே அந்த நாய்? என்ன ஒரு விபரீதம்?' என்றார் டாக்டர் ரா.

'இப்போது அது பெட்டிக்குள் இருக்கிறதா பார்க்கிறேன்' என்று மேஜையின் இழுப்பறையைத் திறந்தான் உதவி.

'ஜீனோ...'

'ஸ்க்ராம்ப்ளர் போட்டுக் கூப்பிட்டால் எப்படித் தெரியும் அதற்கு?' என்றார் ரா.

'என்னிடம் ஸ்க்ராம்ப்ளர் இருக்கிறது' என்று பதில் வந்தது. 'டாக்டர் ரா! வணக்கம்! நான் குப்பைத் தொட்டியில் ஒளிந்து கொண்டிருக்கிறேன். ஆராய்ச்சிச் சாலையில் இருக்கும் கண்காணிப்பு சாதனங்களுக்குத் தெரியாமல் உலவ விரும்புகிறேன்.'

'ஜீனோ, எப்படி உயிர் பிழைத்தாய் நீ?'

'அது பெரிய கதை. உதவியாளனிடம் கேட்டுப் பாருங்கள் டாக்டர் ரா.'

'உன்னைப் பார்க்க விரும்புகிறேன். எந்தக் குப்பைத் தொட்டி?'

'வெளியே எடுக்காதீர்கள். கண்காணிப்பு அதிகமாக இருக்கிறது.'

'உள் லாபில் கண்காணிப்பு சாதனங்கள் இல்லை. உதவி, இந்தக் குப்பைத் தொட்டியை அங்கே எடுத்து வா... உள்ளே போய்ப் பேசிக்கொள்ளலாம்.' உதவியும் டாக்டர் ராவும் அந்தக் குப்பைத் தொட்டியை எடுத்து அணைத்துக்கொண்டு ஆராய்ச்சிச் சாலையின் அந்தரங்க அறைக்குள் நுழைவது, மத்திய புலனாய்வுத் துறையில் பதிவாகிக் கொண்டிருந்தது.

அறைக்குள் வந்ததும் ஜீனோ வெளியே எகிறிக் குதித்தது. உதவி, எடுத்துத் தடவிக்கொடுத்தான்.

'இதுவா ஜீனோ?'

'ஆம், புதிய வடிவம்.'

'அதே ப்ராஸஸரா ஜீனோ?'

'அதேதான் டாக்டர். ஆனால், ஒரு ஆக்ஸலரேட்டர் அமைத்துக் கொண்டேன். சிக்னல் ப்ராஸஸிங்குக்காக.'

'அப்படியா! எதற்காகச் சின்ன வடிவம்?'

'சின்ன வடிவத்தில் சில செளகரியங்கள் உள்ளன. சக்தி அதிகம் செலவாகவில்லை.'

'உனக்கு யார் உயிர் கொடுத்தார்கள்? எல்லா பாகங்களையும் பிய்த்துப் போட்டு விட்டேனே?'

உதவி, 'டாக்டர்! என்னை மன்னியுங்கள். அத்தனை அதிசயமாக தனக்குத்தானே கற்றுக்கொண்ட, அத்தனை அருமையான சாதனத்தை எனக்கு அழிக்க மனம் வரவில்லை. ஸிபியூவை உயிர் கொடுத்துப் பார்த்தேன்.'

டாக்டர் ரா ஜீனோவை உள்ளங்கையில் எடுத்து முகத்தருகே கொண்டு போய், 'ஸோ, நீதான் புது ஜீனோவா! உயிருடன் இருக்கிறாயா?' என்றார்.

'அப்படித்தான் தோன்றுகிறது. 'உயிர்' என்று நீங்கள் கருதுவது எனக்கு உயிரல்ல. உங்களுக்கு செல் இயக்கம், எனக்கு க்ளாக் பல்ஸ்தான் உயிர்.'

'ஓ! வியப்பாகப் பேசுகிறாயே...'

'பயங்கரமாகக் கற்றுக்கொண்டுவிட்டது. எனக்குச் சில வேளைகளில் பயமாக இருக்கிறது டாக்டர் ரா. இதுதான் டேட்டா பேஸை மாற்றியது... தெரியுமல்லவா?'

'பொய், மாற்றச் சொன்னேன். செயல்படுத்தியது நீதான்' என்றது ஜீனோ.

'அந்தப் பொய் மெஷினைப் பொய் சொல்ல வைத்ததும்... நீதானா ஜீனோ?'

'ஆம், அது டேட்டாபேஸ்தானே!'

டாக்டர் அதை வியப்பாகப் பார்த்து, 'இன்னும் உனக்கு எத்தனை தெரியும்?' என்றார்.

'டாக்டர், கோபித்துக்கொள்ளாதீர்கள். உங்கள் கம்ப்யூட்டர் யுகத்தின் ஒரே ஒரு குறை இந்த டேட்டாபேஸ் - இதை நம்பித்தான் சர்வமும் இயங்குகிறது.'

'அதை இரும்புக் கோட்டைப் போலப் பாதுகாத்து வைத்திருக்கிறோம். பாஸ்வேர்டு இல்லாமல் க்ரிப்டோ இல்லாமல் அதைத் தொட முடியாது.'

'எல்லாம் நீங்கள் அமைத்த ப்ரொக்ராம்தானே? அதை நீங்களே மாற்றவும் முடியுமல்லவா? இப்போது உங்கள் டேட்டாபேஸை மாற்றும் அத்தனை ரகசியங்களையும் தெரிந்து வைத்துக்கொண்டு

விட்டேன் என்றால் நான்தான் இந்த நாட்டின் நிஜத் தலைவன் அல்லவா?'

'ஆம், அப்படிச் செய்து விட்டாயா?'

'இல்லை. இன்னும் இல்லை!'

'ஜீனோ, நீ செய்வது அனைத்தும் அநியாயமானது.'

'நான் நியாய அநியாயம் பார்க்கவில்லை. என்னைக் காப்பாற்றிக் கொள்ள விரும்புகிறேன்.'

'காப்பாற்றிக் கொள்.'

'அதற்கென யாரையாவது நீக்கவேண்டும் என்றாலும் தயங்க மாட்டேன்.'

'யாரை நீக்க வேண்டியிருக்கும்?'

'ரவி, மனோவை என்று எதிர்பார்க்கிறேன்.'

டாக்டர் ரா கலவரத்துடன் 'சே, இந்த நாய் அபாயமானது. உதவி, இதை முதலில் கழற்றிப் போடு' என்றார்.

'முடியாது டாக்டர்... ரொம்ப புத்திசாலியாகிவிட்டது.'

'புத்தியாவது சாலியாவது!' - டாக்டர் அதைப் பிடிக்க முற்பட...

'டாக்டர் என் அருகில் வராதீர்கள். கடிக்க வேண்டி வரும்' என்று ஒரு சாம்பிள் கடி கடித்தது.

'உனக்கு யார் பல் கொடுத்தது? உஸ்ஸ்! என்ன அமிலம், ஃபார்மிக் ஆஸிடா?'

'க்ரோமியம் பற்கள்... உதவியிடம் செய்து வாங்கிக்கொண்டேன்.'

'என்ன செய்வது? விஞ்ஞான ஆர்வம்.'

'ஆர்வமில்லை! இது திமிர்! நீ கண்டுபிடித்தது உனக்கே பாவலா காட்டுகிறது பார்!'

'சென்ற நூற்றாண்டின் கொச்சை வார்த்தை' என்றது ஜீனோ.

'வேண்டுமென்றால் ஜீனோவை அழித்து விடலாமா!' என்றான் உதவி.

'முடியாது உதவி' என்றது ஜீனோ.

இப்போது ஜீனோவை டாக்டர் பின்னாலிருந்து அணுக முயற்சிக்க... ஜீனோ, 'டாக்டர்! இந்தச் சிறு பிள்ளை வேலையெல்லாம்

வேண்டாம். என்னை அழிப்பது இன்றைய கால விஞ்ஞானத்தில் மிகவும் கஷ்டமான காரியம். இப்போது, எது என்னை அழிக்கும் என்று எனக்கே தெரியாது. விநாடிக்கு மூன்று தடவை எனக்குள் ப்ரொக்ராம்களை நானே சோதித்துக்கொள்கிறேன். ஏதாவது தவறு நடக்கும் என்று எதிர்பார்த்தால் அதைத் திருத்திக் கொள்ளும் ஃபால்ட் டாலரன்ஸ் இணைப்புகள் என்னில் உள்ளன. என்னை துர்நோக்கத் துடன் அணுகுபவர்களை உணர, இன்ஃப்ரா ரெட், டச், விஷுவல், அல்ட்ரா வயலெட் என்று எத்தனையோ சென்ஸர்கள் இருக்கின்றன. என்னை அழிக்க முடியாது! எனக்கே என்னைக் கண்டு பயமாக இருக்கிறது' என்றது ஜீனோ.

19

டாக்டர் ராவும் உதவியும் கன்னத்தில் கை வைத்து வியந்து ஜீனோவைப் பார்த்தார்கள் 'அத்தனை சக்தி வாய்ந்ததா நீ! அடேய் உதவி! நீதான் இதை உயிர்ப்பித்திருக்கிறாய்...இதைக் கொல்ல வேண்டியது உன் வேலை.'

'டாக்டர், முடியாது.'

'நான்சென்ஸ்! மனிதன் படைத்ததை மனிதனால் அழிக்க முடியும். ஆதாரமான சித்தாந்தம் இது.'

'இந்த நாய் விஷயத்தில், அது ஏறக்குறைய சாத்தியமே இல்லாமல் போய்விட்டது என்று எனக்கு அச்சமாக இருக்கிறது.'

ஜீனோ, 'ப்ச்! எத்தனை வார்த்தை விரயம்! டாக்டர், ஆக வேண்டியதைப் பாருங்கள்.'

'மேலே என்ன ஆகவேண்டும்?'

'உங்களுக்கெல்லாம் சூடு சுரணை கிடையாதா? நீங்கள் யோக்கியமான விஞ்ஞானியல்லவா?'

'ஆம், ஏன்?'

'ரவி போன்றவர்கள் பொய் சொல்லி நாட்டை ஆண்டு கொண்டிருக்கிறார்கள் அல்லவா?'

'ஆளட்டும். நவீன அரசியலில் கொஞ்சம் பொய் கலக்க வேண்டியது கட்டாயம் என்று எகானமிஸ்ட் சொல்லியிருக்கிறார்.'

'மக்களிடம் அத்தனையும் சொல்லிவிடக்கூடாது' என்றான் உதவி.

'சொன்னால் என்ன ஆகும்?'

'புரட்சி, அது இது என்று எத்தனையோ இருக்கிறது. அதையெல்லாம் போன நூற்றாண்டில் தாராளமாகப் பார்த்துவிட்டோம் ஜீனோ. ஓர் எல்லைக்கு மேல் அதில் பிரயோஜனம் இல்லையென்று கண்டு கொண்டு, இப்போது சுபிட்சமாக இருக்கிறார்கள் ஜனங்கள். நீ ஏதாவது புதுசாகக் கிளப்பாதே.'

'புதுசாக எதுவும் இல்லை டாக்டர். உங்களைப் போன்ற அதிகம் அறிவுள்ளவரைத் திருநாட்டுக்கு அனுப்புவது நல்ல அரசியல் என்கிறீர்களா?'

டாக்டர் ரா பயந்து, 'டேய்! இந்த நாயின் வாயை அடக்கு முதலில். என்னென்னவோ கேள்விகள் எல்லாம் கேட்கிறது. இதோ பார் ஜீனோ! நீ இத்தனை பேசுகிறாயே, ஏன் ஒளிந்து வாழ்கிறாய்?' என்று கேட்டார்.

'ஒளிவது என்பது நான் கற்றுக்கொண்ட தந்திரங்களில் ஒன்று. உயிர் வாழும் தேவைகளில் ஒன்று. நான் ஒன்றும் அத்தனை பலசாலி நாய் இல்லை.'

'இதன் பலம் எல்லாம் இதன் மூளையில்தான் இருக்கிறது. எத்தனையோ சின்னச் சின்ன வித்தைகள் கற்றுக்கொண்டுவிட்டது குட்டி நாய்!' என்று அதைத் தூக்கப் போனபோது, ஜீனோ 'ர்ர்ர்ர்' என்று முறைத்து, பற்களின் பளபளப்பைக் காட்டியது.

'கடிப்பாயா?'

'ஆம், கடியுடன் இந்த முறை ஆர்ஸனிக் அமிலமும் வைத்திருக்கிறேன் இன்ஜெக்‌ஷனுக்கு!'

'ஐயோ!' என்றார் டாக்டர்.

'புருடா விடுகிறது.'

'வேண்டுமானால் முயற்சி செய்து பார்' என்றது ஜீனோ.

'நாய்! உன்னைப் படைத்து உனக்குப் புத்துயிர் கொடுத்தவனையே நீ கடிப்பாயா? அத்தனை விசுவாசமற்ற பிராணியா நீ?'

'விசுவாசமெல்லாம் நிஜ நாய்க்கு. நான் நிஜ நாயல்லவே.'

'கிடக்கட்டும் ஜீனோ. உன் திட்டம் என்ன சொல்லு. நான் உதவி செய்கிறேன்...'

மீண்டும் ஜீனோ

‘எனக்கு உங்கள் உதவி தேவையில்லை, டாக்டர். உங்களுக்குத்தான் என் உதவி தேவைப்படலாம். இப்போது உம்மைவிட ராணி நிலாவுக்குத்தான் என் உதவி தேவைப்படுகிறது. வருகிறேன் டாக்டர். எனக்கு நெட்வொர்க் பற்றிப் புத்தகம்வேண்டும். லைப்ரரி எண் சொன்னால் நல்லது’ என்ற ஜீனோ கூடைக்குள் புகுந்துகொண்டது. கூடையை வெளியே கொண்டு வைத்துவிட்டு உதவி திரும்பினான்.

‘என்னமாய்ப் பேசுகிறது இந்தப் பிறவி?’

‘பிறவி இல்லை டாக்டர். நாமே அமைத்த நமக்கே தண்ணி காட்டும் அபார ‘சிப்!’ இதன் உயர்வு எல்லாம் மனித யத்தனத்தின் உயர்வுதான்!’

‘இதைக் கொல்லாவிட்டால் நம்மைக் கொன்று விடுவார்கள்?’

‘அதையே கேட்கலாம்’ என்றார் ரா.

நிலாவின் அறையில் தாதிமார் தோகை கொண்டு வீசிக் கொண்டிருந் தார்கள். ‘போதுமடி’ என்றாள் நிலா. தாதிமார் இன்னமும் தோகை வீச, ‘ஓ! நீங்கள் இருவரும் இயந்திரங்களா’ என்று அவற்றின் முதுகில் இருக்கும் ஸ்விட்சை அணைத்தாள். விவி திரையை சுவாரஸ்ய மில்லாமல் பார்த்தாள். அதில் செய்தி மறுப்பு.

> சதிகாரர்கள் அரண்மனை டேட்டாபேஸில் கை வைத்ததின் விளைவு.
>
> இன்று காலை நாடு தழுவிய விவி செய்தி ஒளிபரப்பில் புரட்சி முக்கோணத்தின் முன்னணி வீரர்களான ரவி, மனோ இருவரையும் பற்றி வந்திருந்த அவதூறான செய்தி முழுவதும் பொய்யானது, தப்பானது. இதைப் பற்றிக் கல்லூரிகளிலோ நாற்சந்திகளிலோ பேசுபவர்கள், திருநாட்டுக்கு அனுப்பப்படுவார்கள் என்று கடுமையாக எச்சரிக்கப்படுகிறார்கள்.

‘என்ன செய்தி வந்தது?’ என்று நிலா கேட்டாள். அந்த ரோபாட் தாதிமார்கள் நிரந்தரப் புன்னகையுடன் அந்தரத்தில் நின்று கொண்டிருந்தார்கள். அறையில் யாருமில்லை. சிபியை விவியில் கூப்பிட்டுப் பார்த்தாள். ‘நிலா, உன்னை ஒரு வாரம் சந்திக்கக்கூடாது என்று எனக்கு உத்தரவு வந்திருக்கிறது.’

‘யாரிட்மிருந்து?’

‘ரவி, மனோதான்.’

‘என்ன செய்தி? ஏதோ மறுப்பு வந்ததே! என்ன செய்தி வந்தது காலையில்?’

'ஐயோ! அதைச் சொன்னாலே குற்றம்.'

'சிபி! நான் ராணி. ஆணையிடுகிறேன் சொல்.'

விவியின் திரை சட்டென்று கறுப்பாகி வெட்டுப்பட்டது. நிலா, மறுபடி சிபியின் நம்பரை முயற்சித்துப் பார்க்க, இணைப்பு கிடைக்கவில்லை. அலுத்துக்கொண்டாள்.

'அரசி வாழ்க!' என்று குரல் கேட்க, பின்னால் ரவி சிரித்துக் கொண்டிருந்தான். 'வாங்கப்பா' என்று இரண்டு வெள்ளை கோட் ஆசாமிகளை உடன் அழைத்து வந்தான்.

நிலா, 'என்ன இது ரவி, அனுமதியில்லாமல் என் உள்ளறைக்கே...'

'நிலா, பாசாங்கு வேண்டாம். வாங்கப்பா' என்று அவர்களை உள்ளே வர அனுமதித்தான்.

'என்ன இதெல்லாம்? யார்? யார் இது?'

ரவியுடன் வந்த அந்த இருவரும் ஏதோ சாதனங்களையெல்லாம் ஒவ்வொன்றாகப் பிரித்தார்கள். போட்டோ லென்ஸைப் போல இருந்தது. அதனுடன் ஒரு லேசர் இணைக்கப்பட்டது.

'இதெல்லாம் என்ன?'

'ஒன்றுமில்லை. வலிக்கவே வலிக்காது.'

'என்ன என்று சொன்னால்தான்.'

'அரசி உன்னைப் பிரதி எடுக்கப் போகிறார்கள்.'

'எதற்கு?'

'ஹோலோக்ராம் அமைப்பதற்கு.'

'ஜீவா போலவா?'

ரவி அவளை ஏளனமாகப் பார்த்து, 'ஓ! உனக்கு எல்லாம் தெரியுமோ?' என்றான்.

'ஆம்.'

ரவி கன்னத்தை வருடிக்கொண்டான். 'இல்லை நிலா! இந்த முறை அந்தத் தப்பு பண்ணமாட்டோம். இந்த முறை நிலாவைப் போல இரண்டாவது நிலா. அப்படியே அச்சடித்தாற்போல் ஜெனட்டிக்படி

மீண்டும் ஜீனோ 155

அமைக்கப் போகிறோம். உன் வயசுப் பெண் ஒருத்தியை மற்றொரு நிலாவாக மாற்றப் போகிறோம்.'

'என்னைப் பதவி நீக்கம் செய்துவிடேன். சுலபமாக இருக்குமே எல்லாம்.'

'அத்தனை சுலபமில்லையே!'

அவளருகில் வந்து, அவள் கூந்தலைத் தன் முன் விரலால் நிரடி, 'உன்னை இன்னும் மக்கள் நேசிக்கிறார்கள். அதுவும் இன்று காலை கசிந்துவிட்ட செய்தி மிகுந்த குழப்பத்தை ஏற்படுத்தி விட்டது.'

'காலை என்ன நிகழ்ந்தது? என்ன அந்த செய்தி?'

'ஹை! தெரியாதது போல் கேட்கிறாயே? நிலா பாசாங்கு ஏதும் வேண்டாம். நமக்குள் என்ன பாசாங்கு?'

'பாசாங்கில்லை. எனக்கு நிஜமாகவே தெரியாது. என்ன செய்தி! நான் காலை, விவி பார்க்கவில்லை. எந்த எடிஷன்?'

ரவி சிரித்தான். 'உனக்கு யார் உதவி செய்கிறார்கள் என்பதுதான் தெரிந்தாகவேண்டும் நிலா. தெரிந்தே தீரும். உனக்கு விசுவாசிகள் இருப்பது எனக்குத் தெரியாதா? ஜீனோகூட உயிரோடு இருக்கலாம் என்கிற சந்தேகம் வந்திருக்கிறது' என்று அவளையே கண்கொட்டாமல் பார்த்தான்.

'ஜீனோவா? அப்படியா?' என்றாள் நிலா ஆச்சரியத்துடன்.

'நீ தேர்ந்த நடிகை' என்றான்.

'என்ன எடுத்தாச்சா?' என்று ரவி கேட்க...

பளிச் பளிச்சென்று மூன்று கோணங்களில் அவள் லேசர் படமெடுக்கப் பட்டாள்.

'அரசி! நான் சொல்வதைத் திரும்பச் சொல்லுங்கள். அ ஆ இ ஈ...'

'என்ன, பாலபாடமா?'

'இல்லை. உங்கள் ஃபோனீம்களை எல்பிஸி முறையில் பதிவு செய்து கொண்டு...'

'இன்னும் ஒரு வாரமாகுமா, டாக்டர் பாசு?'

'ஆகாது சார். நான்கு நாளில் ரெடி!'

'கன்னத்தில் ஒரு மச்சம் இருக்கிறது பார்.'

'தொடையில்கூட இருக்கிறது' என்றாள் நிலா.

'தேவைப்பட்டால் அதுவும் தரப்படும்' என்று சிரித்தார் டாக்டர் பாசு, ரவியைப் பார்த்துக்கொண்டே.

'சபாஷ் டாக்டர் பாசு! இந்த வேலை மட்டும் ஒழுங்காக வந்தால் நீர்தான் டாக்டர் ராவின் அடுத்த வாரிசு. ரா-வை ராவோடு ராவாக நீக்கிவிட்டு, உமக்குத்தான் தலைமை!'

'இதெல்லாம் என்ன...' என்று சிரித்த பாசு, நிலாவைப் பார்த்து, 'நீங்களே பிரமிக்கப்போறீங்க பாருங்க...' என்றார்.

டாக்டர் பாசு தன் சாதனங்கள் அனைத்தையும் வாரிக்கொண்டு சென்றதும், 'நிலா! ஒரே வாரம்தான், அதன்பின் உனக்கு விடுதலை' என்றான் ரவி.

'எந்த அர்த்தத்தில் விடுதலை?'

'தெரிய வரும்... தெரிய வரும்.'

அவன் சென்றதும் நிலா சற்று நேரம் அழுதாள். சேடிப் பெண்களைக் கைதட்டி அனுப்பிவிட்டாள். அறை முழுவதும் ஏதாவது ஆயுதம் கிடைக்குமா என்று தேடினாள். கை நகம்கூட வெட்டப்பட்டிருந்தது. 'என்ன செய்வேன்! பயமாக இருக்கிறது... விடுதலை என்று எந்த அர்த்தத்தில் சொல்கிறான்? நாலு நாளில் என்ன நடக்கப்போகிறது? என்னைப் போல மற்றொரு நிலாவைச் சிங்காசனத்தில் ஏற்றி... ஏற்றட்டும். என்னை விட்டுவிட்டால் சரி.'

நிலாவுக்குப் பதற்றமாக இருந்தது.

'ரவி என்ன சொல்கிறான்? ஜீனோ உயிருடன் இருக்கிறதா? எப்படிச் சாத்தியம்?' ஜீனோவின் ஞாபகம் வந்தது. தன் சுயநலத்துக்காக, தன் கணவனைக் காப்பாற்றவேண்டும் என்பதற்காக ஜீனோவை அழித்துவிடும்படி ஆகிவிட்டதைப் பற்றிப் பல நாள் நிலா வருத்தப்பட்டிருக்கிறாள். 'ஜீனோ... ஜீனோ! என்னை மன்னிப்பாயா?'

விவி திரைக்குமேல், அலமாரியில் இருந்த குட்டி நாய் பொம்மையை எடுத்து வைத்துக்கொண்டாள். 'இந்த நாய்க்கு மட்டும் அறிவிருந்து எனக்குப் புத்திமதி சொல்ல முடியும் என்றால்?'

ஜீனோ தன்னை மிகவும் கட்டுப்படுத்திக்கொண்டு இருந்தது. அதற்கு இன்னமும் தன்னை வெளிப்படுத்திக் கொள்ளும் நேரம் வந்ததாகத் தீர்மானமாகவில்லை. ரவியுடன் நடந்த சம்பவங்கள் அத்தனையும்

கேட்டுக்கொண்டிருந்தது. 'மற்றொரு நிலா என்றால் இந்த நிலாவை என்ன செய்வார்கள்?' என்று அதுவும் யோசித்தது. அதன் தர்க்க ரீதியான சிந்தனையில், 'இந்த நிலாவைக் கொன்று விடுவார்கள்' என்றுதான் தோன்றியது.

'ஜீனோ! நீ நிஜமாகவே உயிருடன் இருக்கிறாயா? சே! இந்த நாய்க்குட்டி எத்தனை முட்டாள். ஒரு வார்த்தை பேசத் தெரிய வில்லையே? என் ஜீனோ... அதை அநியாயமாகக் காட்டிக் கொடுத்தேன். என் மேல்தான் தப்பு. சுயநலம். எனக்கு நன்றாக வேண்டும்' என்றெல்லாம் பேசிக்கொண்டே, ஜீனோவை மறுபடி அலமாரிக்குள் வைத்துவிட்டு நிலா வெளி அறைக்குச் சென்றாள்.

ஜீனோ சுவரோரமாக சென்ஸர்களின் பார்வையில் இருந்து விலகி, விவி திரையை அணுகியது. அதன் அருகில்தான் பிரதான சென்ஸர் இருந்தது. திரைக்குப் பின்னால் சென்று, அங்கிருந்த கம்பி ஃபைபர் இணைப்புகள் அனைத்தையும் மெள்ளப் பற்களால் கடித்தது. கண்காணிப்புச் சாதனங்களையெல்லாம் துண்டித்தது. அதன் பின், வெளியே ஜன்னல் சாளரத்தில் வானத்து செயற்கை நிலாவைப் பார்த்துக் கொண்டிருந்த அரசி நிலாவின் பின்னால் சென்று காலை 'கொர்க்' என்று வருடியது.

நிலா பயந்த போய் திரும்ப, கீழே இருந்த சின்ன ஜீனோவைப் பார்த்தாள். 'என்னது, எப்படி இது இங்கே வந்தது?'

ஜீனோ, 'சொந்த சக்தியில்தான் வந்தேன்' என்றது.

'அட, நீ பேசுவாயா? இதுவரை பேசிக் கேட்டதே இல்லையே' என்று அதை எடுத்துக்கொண்டு, 'அப்பாடா இந்தத் தனிமையில் ஒரு சகா! நாயே! குட்டி நாயே! உனக்கு ஒரு பெயர் வைக்கட்டுமா, ஜீனோ என்று?'

'என் பெயரே அதுதானே!'

'அப்படியா! ரொம்ப நல்லது! என்னிடம் மற்றொரு நாய் இருந்தது. அதன் பெயரும் ஜீனோதான். அநியாயமாக அதை இழந்தேன். அந்த நாய் எத்தனை புத்திசாலி தெரியுமா?'

'என்ன ஆயிற்று அதற்கு?'

'நாங்கள் மனிதர்கள்... எங்கள் சுயநலத்தில் அதை அழித்துவிட்டோம்! நான்தான் காரணம் அதற்கு' என்று கண்ணீர் விட்டாள் நிலா.

ஜீனோ சற்று நேர மௌனத்துக்குப் பிறகு, 'அப்படியா!' என்றது.

'உன்னைப் பார்த்தால் நல்ல நாய் போலத் தெரிகிறது. ஜீனோ மாதிரி இல்லாவிட்டாலும்...'

'ஜீனோ எப்படி இருந்தது?'

'அழகு... அழகு கொள்ளை அழகு! உன்னை விடப் பெரிய நாய். எத்தனை சாகசங்கள் செய்யும் தெரியுமா!'

'அப்படியா! என்ன சாகசங்கள்?'

'அதற்குத் தெரியாத விஷயமே இல்லை. ஒரு சாம்ராஜ்யத்தையே ஆளக் கற்றுக் கொடுத்துக்கொண்டிருந்தது எனக்கு. இப்போதுதான் தனிமையில் தவிக்கிறேன். கேவலமான சுயநல வெளிப்பாடாக, அத்தனை மகத்தான விஞ்ஞான அதிசயத்தை அழிக்க உடந்தையாகி விட்டேன். அதற்கான தண்டனையை இப்போது அனுபவித்துக் கொண்டிருக்கிறேன்!'

ஜீனோ, 'க்கும்! நான் ஒரு விஷயம் உன்னிடம் சொல்ல வேண்டும்' என்றது.

20

ஜீனோ, நிலா தன்னைப் பற்றியே சிலாக்கியமாகப் பேசுவது உள்ளுக்குள் நல்லதாக, இதமாக இருந்தது போல் உணர்ந்தது. அதே சமயம் இந்த இதமான உணர்ச்சி என்பது அது தன்னுடைய ஆணைத் தொடரில் தீர்மானித்து வைத்த விஷயம் போலத் தோன்றியதே தவிர சந்தோஷம், புல்லரிப்பு என்பதில்லை. அதனுள் நல்லது, கெட்டது என்று இரண்டு வகை பிரிக்கப்பட்டிருந்தன. யாரேனும் அந்நியர் பின்னா லிருந்து வருவது 'கெட்டது!' நிலா ஜீனோவைப் புகழ்வது 'நல்லது.'

ரவி, மனோ, 'கெட்டது.'

நிலா, உதவி இருவரும் 'நல்லது.'

டாக்டர் ரா 'நல்லது கெட்டது' என்று தீர்மானிக்காத நிலையில் ஞாபகத்தில் போட்டு வைத்திருந்தது. நிலாவிடம் இப்போது தான்தான் பழைய ஜீனோ என்று காட்டிக்கொள்வதில் அபாயம் இருப்பது தெரிந்துவிட்டது.

'என்னை 'சின்ன ஜீனோ' என்று அழையேன்.'

'சின்ன ஜீனோ, சின்ன ஜீனோ!' என்று நிலா, அதை அணைத்துக்கொண்டாள்.

'சின்ன ஜீனோ! ரொம்ப ஸாஃப்டா இருக்கே நீ...'

'நீ கூட!' என்றது ஜீனோ.

'நகம் வெச்சிண்டிருக்கியா சின்ன ஜீனோ?'

'பயப்படாதே... உன் மேல் பயன்படுத்த மாட்டேன்.'

'சின்ன ஜீனோ, அந்த ஜீனோ இருந்ததே, அதைப் பற்றிக் கதை சொல்லட்டுமா? அது என்னவெல்லாம் செய்யும் தெரியுமா?'

'தெரியும்.'

'தெரியும், எப்படி?'

'ஊகிக்க முடியும். எனக்கு மடிந்து போன நாய்களின்மேல் அக்கறையில்லை.'

'உன்னை மாதிரி சின்னதில்லை அது.'

'அப்படியா. நல்லது. நாம் இறந்த நாய்களைப் பற்றி மறந்து போகலாம்...'

'உன்னால் எதுவுமே சாத்தியமில்லை. ஜீனோவாக இருந்தால் என்னை இந்த இக்கட்டிலிருந்து விடுதலை வாங்கிக் கொடுத்திருக்கும்.'

ஜீனோ தன் ஞாபகத்தில் 'இக்கட்டு' என்ற புது வார்த்தையைத் தேடுவதற்குச் சற்று நேரமாயிற்று.

'என்ன இக்கட்டு? எம்மாதிரி விடுதலை?'

'நான் இந்த நாட்டின் அரசியாக இருப்பினும், ஏறக்குறைய என்னைச் சிறைபடுத்தி வைத்திருக்கிறார்கள்!' நிலாவின் கண்களில் நீர் தளும்பியது.

'வெளியே போக முடியாது. ஜன்னல் வழியாக எட்டிப் பார்க்கத் தடை. தாதிகள் யாவரும் மெஷின்கள். நீ ஒரு மெஷின். விவி பொய் சொல்கிறது. அது அரசாங்க சுபிட்சச் செய்திகளை மட்டும் தருகிறது. ரவியும் மனோவும் தன்னிச்சைக்கு நாட்டை ஆள்கிறார்கள். நான் ஒதுக்கப்பட்டுவிட்டேன். தேவைப்பட்டால் மட்டும் புன்னகை புரியும் மெஷினாக என்னைப் பொதுக் கூட்டங்களில் பயன்படுத்துகிறார்கள். குழந்தைகளின் கன்னங்களைச் செல்லமாகத் தட்டிக்கொடுக்க மட்டும், அலங்கார உடைகள் அணிய மட்டும்...'

'உனக்கு என்ன வேண்டும்?'

'விடுதலை. இந்தத் தங்கக் கூண்டிலிருந்து விடுதலை!'

'எங்கே போவாய்?'

'முதலில் விடுதலை கிடைக்கட்டும். கதவுகள் அனைத்தும் பாதுகாவல் கேந்திரத்திலிருந்து கட்டுப்படுத்தப்படுகின்றன. எங்கெங்கு நோக்கினும் சென்ஸர்கள். நான் இப்போது அந்த எல்லைக் கோட்டைக் கடந்தால் எச்சரிக்கைகள் ஊளையிட்டு ஆயிரம் பேர் வந்து விடுவார்கள்!'

'அவ்வளவுதானே... சமாளிக்கலாம் ராணி. அதோ அந்த அலமாரியைத் திற...'

'திறக்க முடியாது. அதற்கெல்லாம் சாவி இல்லை.'

'சரி, அங்கே படம் ஒன்று இருக்கிறதல்லவா. இயற்கைக் காட்சி. அதை நீக்குங்கள்.'

'எதற்காக நீக்கவேண்டும்?'

'விடுதலை கிடைக்கிறதா என்று பார்க்கலாமே?'

நிலா சற்றே ஆர்வத்துடன் சுவரில் பதித்திருந்த அந்தப் படத்தை நீக்க, அதனுள் ஒரு சிற்றறை பொதிந்திருந்தது.

'சின்ன ஜீனோ, இங்கே என்னவோ எலக்ட்ரானிக் சமாசாரமாக இருக்கிறது. ஒரு விளக்கு பிரகாசித்து அணைகிறது. பயமாக இருக்கிறது.'

'என்னைக் கீழேயிருந்து தூக்கிக் காட்டினால் பயனுள்ளதாக இருக்கும்.'

ஜீனோவை நிலா ஒரு கையால் தூக்கி அந்தப் பொதிந்த அறையைக் காட்டினாள். ஜீனோ அதன் விளிம்பில் தாவிக்கொண்டு அதன் அமைப்பைப் பார்த்து 'மாக்னெடிக் வாட்ச் எமர்ஜென்ஸி ரிலீஸ் என்று எழுதியிருக்கிறதல்லவா?'

'ஆம்.'

'அதை மேலே தள்ளவும்' என்றது ஜீனோ.

'இதோ தள்ளிவிட்டேன்.'

'சத்தம் வந்ததா?'

'இல்லை.'

'தள்ளிப் பாரேன்...'

நிலா அந்தக் கதவைத் தொட்டபோது அது திறந்துகொண்டது.

'ஆச்சரியம். இந்நேரம் வரை பூட்டியிருந்தது!'

'இப்போது திறந்துவிட்டது. இப்போது இங்கே வரவும்.'

'சின்ன ஜீனோ, உனக்கும் மூளை இருப்பதுபோலத்தான் தோன்றுகிறது.'

'என் மூளையைப் பற்றி அப்புறம் ஆராயலாம். இந்த பைபாஸ் சரியாக எட்டு நிமிஷம்தான் வேலை செய்யும். அதனால், அதனருகில் இருக்கும் 'அலார்ம் ஹீட்டர் ஆஃப்' என்கிற இணைப்பையும் மேலே தள்ளவும்.'

'சரி, தள்ளினேன்...'

'இப்போது நீ வெளியே நடந்து செல்லலாம். எட்டு நிமிஷத்துக்குள் அரண்மனையைவிட்டு வெளியே வந்து விட்டால் எந்த எச்சரிக்கையும் உன்னைக் கவனிக்காது.'

'அப்படியா?'

'ஆம் நிலா, நீ கேட்ட விடுதலை! கிளம்பு அரண்மனையை விட்டு.'

'எங்கே போவேன்?'

'அது உன் தீர்மானம்.'

'நீயும் வாயேன்...'

'சரி, வருகிறேன்... அந்தப் பழைய ஜீனோவைப் பற்றி 'நொச்சு நொச்சு' என்று பேசாமல் இருப்பதாக இருந்தால்...'

'சரி, பேசவில்லை. என்ன இருந்தாலும் நீயும் புத்திசாலி மாதிரித்தான் தோன்றுகிறது சின்ன ஜீனோ.'

'அதிகம் பேசினால் எட்டு நிமிஷத்துக்குள் வெளியே செல்ல முடியாது. மறுபடி அத்தனை கதவுகளும் மூடிக்கொண்டு அத்தனை அலார்ம்களும் அலறும்...'

நிலா ஓர் ஊதா நிறப் போர்வையில் ஜீனோவை ஏந்திக்கொண்டு புறப்பட்டாள். ரோபாட் கண்கள் அவளைக் கவனித்தும் எச்சரிக்கவில்லை. ரோபாட் இயந்திரக் காவலர்களின் பார்வை வீச்சில் விழுந்தும், அவளுக்காக அலார்ம்கள் அலறவில்லை.

'ஜீனோ, இப்படி ஒரு பைபாஸ் இருக்கிறது எனக்குத் தெரியவே இல்லை.'

'ரிப்பேருக்காக வைத்திருக்கிறார்கள். இன்ஸ்டிட்யூட்டில் மட்டும் தெரியும்...'

'உனக்கு எப்படித் தெரியும்?'

'எனக்கு இந்த அரசின் டேட்டாபேஸ் அத்தனையும் பரிச்சயம்.'

நிலாவும் ஜீனோவும் அரண்மனை முன்வாசலின் பிரம்மாண்டமான படிகளில் இறங்கித் தெருவுக்கு வந்தார்கள். செயற்கை நிலவு வானத்தில் தோன்றிக்கொண்டிருக்க, உள்ளூர் ரோபாட் ஆட்டத்தின் ஆரவாரம், பக்கத்து மைதானத்திலிருந்து வெடித்தது.

'அரசி நிலா வாழ்க!' என்ற அரசாங்க போஸ்டர்கள், கம்பத்துக்குக் கம்பம் பொருத்தப்பட்டிருந்தன.

'அந்த முகத்தைப் பார்க்கவே பிடிக்கவில்லை' என்றாள் நிலா.

சாலையில் போகிற வருகிறவர்கள் சற்று நின்று அவளை வேடிக்கை பார்த்துத் தமக்குள் பேசிக்கொள்ளத் தொடங்க, ஜீனோ, 'நீ உன் முகத்தை மறைத்துக்கொள்வது நல்லது என்று தோன்றுகிறது. சீக்கிரமே நீ அடையாளம் கண்டுகொள்ளப் படுவாய்' என்றது.

நிலா தன் முகத்தில் பாதியை மறைத்துக்கொண்டாள். ஜீனோ அவள் போர்வையைச் சற்றே விலக்கிக்கொண்டு உற்றுப் பார்த்தது.

'எனக்கு மக்களுடன் சேர்ந்து பழகவேண்டும்போல் இருக்கிறது.'

'அதற்கு ரோபாட் கண்காட்சி சர்க்கஸ்தான் தகுந்தது.'

'ரோபாட்டுகளும் எனக்கு வெறுப்புதான். அரண்னை முழுதும் ரோபாட்.'

'அப்படியானால் சும்மா நடந்து பார். எதிர்ப்பட்ட மக்களையெல்லாம் சந்தித்துப் பேசு...'

நிலா எதிரே வருபவர்களையெல்லாம் 'நலமா, நலமா?' என்று விசாரித்தாள். குழந்தைகளைக் கன்னத்தில் தட்டினாள்.

'இதையேதான் அரண்மனையில் முன்பும் செய்ததாகச் சொன்னாய்.'

'சின்ன ஜீனோ. எனக்கு மக்களின் அருகே செல்லவேண்டும். ஓர் எளிய குடிமகனின் வீட்டில் வாழவேண்டும்.'

'அவ்வளவுதானே!'- இருவரும் மக்கள் காலனி பக்கம் நடந்தார்கள்.

'இதோ, இந்தக் கதவைத் தட்டு...'

ஒரே மாதிரி இருந்த நூற்றுக்கணக்கான வீடுகளில் ஒன்றைத் தேர்ந்தெடுத்துக் கதவைத் தட்டினார்கள்.

கதவை ஒரு சின்ன பெண் 'திறந்து யாரு?' என்றாள்.

'அப்பா, அம்மா இல்லையா?'

'மைதானத்துக்குப் போயிருக்கிறார்கள். நீங்கள் யார்?'

'என் பெயர் கலா. உன் பேரு?' என்று தன் பெயரை மாற்றிச் சொன்னாள் நிலா.

'எனக்கு இன்னமும் பெயர் கிடைக்கவில்லை. இது நிஜ நாயா?'

அந்தப் பெண்ணுக்கு ஆறு வயதுதான் இருக்கும். இப்போதே ஒரு தடிமனான புத்தகத்தைப் படித்துக்கொண்டிருந்தாள்.

'நிஜ நாயா?' மறுபடியும் கேட்டாள் அந்தப் பெண்.

'நிஜ நாய், இந்த உலகத்திலேயே கிடையாதே தெரியாதா உனக்கு?' என்றது ஜீனோ.

'உன் மாதிரி நாய் பொம்மை நான்கு இருக்கிறது என்னிடம்...'

'அப்படியா? எல்லாமே பேசும் வகையா?'

'பேசாது. 'வவ் வவ்' பண்ணும்... உள்ளே வாங்க. அப்பா வந்துடுவார்...'

'உன்னோடதான் பேசணும். நீதான் பெயர் இல்லாத பெண்ணாக இருக்கிறாயே?'

'பெயருக்கு அப்ளை பண்ணியிருக்கிறேன். இன்னமும் கிடைக்கவில்லை. அதுவரை அம்மாவும் அப்பாவும் பெண் என்றுதான் என்னைக் கூப்பிடுவார்கள்.'

'பள்ளிக்குச் செல்கிறாயா?'

'வீட்டிலேயே விவியில் படிக்கிறேன்...'

'என்ன பாடம்?'

'ரோபாட்டிக்ஸ்!'

'போச்சுறா...' என்றது ஜீனோ.

'போச்சுறா... என்றால்?'

'மனித சம்பாஷணையில் இருக்கும் அர்த்தமில்லாத சொற்களில் ஒன்று.'

'நான் உனக்கு ஒரு விளையாட்டு காண்பிக்கட்டுமா?' என்ற பெண் நிலாவைப் பார்த்து, 'உன்னை எங்கேயோ பார்த்திருக்கிறேன். விவியிலே வருவே இல்லை?' என்று கேட்டாள்.

'இருக்கலாம்!'

'இருக்க முடியாது. விவியில் வருவது இந்த நாட்டின் அரசி. தலைவி... அப்பா சொல்வார். அவளைப் பார்க்கவே முடியாதாம். வருஷம் ஒரு முறைதான் தரிசனம் தருவாளாம்.'

'அப்படியா?'

'இருந்தும் உன் முகச் சாயல் அரசி போலத்தான் இருக்கிறது. ஏதாவது விளையாடலாமா?'

'பழைய புத்தகம் ஏதாவது இருக்குமா?' என்றது ஜீனோ.

'நீ படிப்பாயா?'

'ஏதோ படிப்பேன்.'

'நான் உன் மடியில் உட்கார்ந்து கொள்ளலாமா?' என்றாள் பெண், நிலாவைப் பார்த்து.

நிலா, அவளை அன்புடன் தன் மடியில் வைத்துக்கொள்ள, அவள் தன் மடியில் ஜீனோவை வைத்துக்கொள்ள, நிலாவின் கம்பளிப் போர்வையின் நுனியை மூக்கில் நிரடியவாறு, பெண் விரல் சப்பிக்கொண்டே விவியின் குழந்தைகள் சானலை போட்டாள்.

ஓரத்தில் அரசு சானல் தவிர்க்க முடியாது சிறிய சதுரமாகத் தெரிய, 'அதோ அரசி நிலா' என்றாள் பெண்.

ரவியும், மனோவும், பாதுகாப்பு அதிகாரியைக் கடுமையாகப் பார்த்துக்கொண்டிருந்தனர். 'எங்கேயோ போயிட்டாங்க?'

'எப்படித் தப்பிக்க முடியும்? அத்தனை கண்காணிப்பு. அத்தனை எச்சரிக்கை இரைச்சல்கள் இருந்தும், என்ன இது!'

'ஐயா, விஷயம் கொஞ்சம் டெக்னிக்கலாக இருக்கிறது. யாருக்கோ அலார்ம் பைபாஸ் இருப்பது தெரிந்திருக்கிறது.'

'அரசிக்கு அந்தத் தகவல் எப்படிப் போயிருக்க முடியும்?'

'எங்கள் காவல் படையினருக்கே தெரியாது.'

'பின் யாருக்குத் தெரியும்...?'

'இன்ஸ்டிட்யூட் ஆசாமிகளுக்கு!'

'இன்ஸ்டிட்யூட் என்றால்?'

'டாக்டர் ரா...'

மனோ, 'ரவி, பார்த்தாயா?' என்றான்.

'மறுபடியும் டாக்டர் ரா! அவர்கள் இதற்கு உடந்தை. எனக்கு என்னவோ அவர்கள் இருவருமே பொய் சொல்கிறார்கள் என்று தோன்றுகிறது. அவர்களைச் சித்ரவதை செய்ய ஏன் தயங்கு கிறோம்...?'

'விஞ்ஞானிகள் நினைத்தால் இந்த அரசை அப்படியே ஸ்தம்பிக்கச் செய்ய முடியும்.'

'அதனால் வேறு வழியே இல்லையா?'

'விஞ்ஞானியை, விஞ்ஞானியை வைத்தே ஒழிக்கவேண்டும். கூப்பிடு பாசுவை.'

'இப்போது ராணிக்கு என்ன செய்வது?'

'அதற்குத்தான் பாசு!'

டாக்டர் பாசு திரையில் தோன்ற, 'என்ன ரவி, என்ன மனோ?' என்றார் கவலை தோய்ந்த முகத்துடன்.

'எல்லாம் தயாரா?'

'அதற்குள்ளாகவா... இப்போதுதான் ஆரம்பித்திருக்கிறோம். பார்க்கிறாயா?'

'எங்கே காட்டும்?'

பாசு காமிராவைத் திருப்ப, அந்த ஆராய்ச்சிக்கூடத்தின் நட்ட நடுவே பளபளக்கும் மேஜைமேல் ஒரு பெண் படுத்திருந்தாள். பாசுவின் கரத்தில் வெள்ளியிலான சிறிய கத்தி போல் ஒன்று பளபளக்க... அந்தப் பெண்ணின் முகத்தில் கத்தியினால் லேசாகத் தொட்ட போது ரத்தம் வரவில்லை. அந்தப் பெண்ணும் சிணுங்கவில்லை. அப்படியே கண்மூடிப் படுத்திருந்தாள்.

'முழு உடலையும் காட்டுங்கள், பாசு!' என்றான் ரவி.

பாசு அந்தப் பச்சைப் போர்வையை விலக்கி, 'சபாஷ் பாசு! சரியான தேர்வு... புதிய ராணி எப்போது தயாராவாள்?' என்றான் ரவி.

'இன்னும் ஒரு வாரம் ஆகும்.'

21

ஜீனோவும் ராணி நிலாவும் அந்த வீட்டை விட்டுக் கிளம்புமுன் ஜீனோ, 'இந்தப் பெண்ணுடன் இத்தனை விளையாடினோம். போகிறபோது ஏதாவது பரிசுப் பொருள் தருதல் நலம் என்று தோன்றுகிறது' என்றது.

'ஜீனோ, எனக்குத் தோன்றவே இல்லையே! என்ன பரிசுப் பொருள் தருவேன்... என்னிடம் ஏதும் இல்லையே' என்றாள் நிலா.

'எனக்கு இந்த மாதிரி ஒரு நாய் வேணும்' என்றாள் பெண்.

'கொடுக்கிறேன்...'

'இந்த நாயையே விட்டுவிட்டுப் போயேன்.'

'அது சாத்தியமில்லை...' என்றது ஜீனோ அவசரமாக.

'இந்த மாதிரி மனிதர்கள் போலப் பேசும் நாயைப் படைப்பதையே இப்போது தடை செய்து விட்டார்கள் என்று பாடப் புத்தகத்தில் படித்தேன்.'

'பாடப் புத்தகத்தில் படிப்பதையெல்லாம் நம்பாதே பெண்ணே. பாடப் புத்தகங்கள் பொய் சொல்லும். என் போன்ற நாய்கள் ஒன்றிரண்டு பாக்கியிருக்கிறதாம். சரி, சரி... வா... வா... பரிசு விஷயத்தை எடுத்ததே தப்பாயிற்று.'

'ஜீனோ டாட்டா!' என்றாள் பெண்.

நிலாவும் ஜீனோவும் மற்றவர்கள் பார்ப்பதற்கு முன் அந்த எளிய வீட்டை வீட்டுக் கிளம்பினார்கள்.

'இப்போது எங்கே?' என்றாள் நிலா.

‘மறுபடி அரண்மனைக்குத்தான்; உன்னைத் தேடிக் கொண்டிருப் பார்கள்.’

‘அரண்மனைக்குப் போக விருப்பமில்லை.’

‘விருப்பமில்லாவிட்டாலும் போய்த்தான் ஆகவேண்டும்.’

‘ஜீனோ, வேறு எங்காவது போகலாம். கடற்கரைக்குப் போகலாமா? குளிக்கலாம், மணலில் ஆடலாம்!’

‘இந்த இரவிலா?’

‘ஆம்...’

‘ஹஹஹ!’

‘அப்படியென்றால்...’

‘சிரிக்க வரவில்லை எனக்கு. இன்னும் அதன் எல்பிஸி கொஞ்சம் சிக்கலாக இருக்கிறது.’

‘வா! அரண்மனையைத் தவிர வேறு எங்காவது செல்லலாம்.’

‘அப்படியெனில், நாம் பத்திரமாக இருக்க யாரும் பார்க்கக்கூடாத இடம் ஒன்றே ஒன்றுதான்.’

‘என்ன?’

‘டாக்டர் ரா-வின் ஆராய்ச்சிச் சாலையின் உள்ளறை. அங்கே விஞ்ஞானக் கண்காணிப்பு இல்லை. அங்கே போய் கொஞ்ச நேரம் அவருடைய உதவியுடன் பேசிக்கொண்டு இருக்கலாம்.’

‘உதவியின் பெயர் என்ன?’

‘பெயரும் உதவிதான்.’

‘இந்த நாட்டில் யாருக்கும் மூன்று எழுத்துப் பெயர் வைக்கக் கூடாதே?’

‘அது அவன் பெயர் அல்ல. உதவி செய்ததால் இப்படிக் கூப்பிடு கிறார்கள். இது சட்டப்படி குற்றம். நிஜமாக என்ன பெயர் என்று தெரியவில்லை. ‘தவி’ என்று இருக்கலாம். அந்த இளைஞன் கொஞ்சம் சுவாரஸ்யமானவன். அவனுடன் சதுரங்கம் ஆடலாம். அவனைத் தோற்கடிக்க நிறைய நேரம் ஆகிறது.’

‘சதுரங்கம் ஆடுவதாக இருந்தால் நான் வரவில்லை.’

‘பின்?’

'சும்மா யாருடனாவது பேசிக்கொண்டிருந்தால் போதும். இந்த டாக்டர் ரா எப்படிப்பட்டவர்?'

'கொஞ்சம் கிறுக்கு. நீ பார்த்திருக்கிறாயே...'

'அவரைத்தான் மறுபடி எனக்குப் பார்க்கவேண்டும்.'

'அப்படியொன்றும் தேடிப் பிடித்துப் பார்க்கவேண்டிய பிரஜை இல்லை.'

ஜீனோ ஆராய்ச்சிச் சாலையின் பின்வாசலில் சங்கேதத்தை அமைக்க, கதவு திறந்துகொண்டது. டாக்டர் ரா-வின் அறைக்குச் செல்லும் பாதையில், சுவர் ஓரமாக டெலிகண்களிலிருந்து விலகி நிலாவை அழைத்துச் சென்றது.

உள்ளறையில் டாக்டர் ரா, திரையில் டேட்டாபேஸை அலசிக் கொண்டிருந்தார்.

'எல்.ஆர்.யு- விடம், சமீபத்தில் டேட்டாபேஸை அணுகியது யார் என்று கேட்டால், உன் பெயர் வருகிறது உதவி?'

'டாக்டர், நான் சொல்லவில்லையா? அந்த நாய் என் 'கோடு நம்பர்' அத்தனையும் நெட்டுரு போட்டுவிட்டது என்று...'

'இப்போது கிரிப்டோவை மாற்றவேண்டியதுதான்.'

'இது யார் அசரீரி?'

'நான்தான் டாக்டர். உடன் யார் பாருங்கள்...' என்ற ஜீனோ, தாவி உதவியின் மடியில் ஏறிக் கொண்டது.

டாக்டர் ராணியைப் பார்த்து,'ராணி நிலா! வரவேண்டும்... வரவேண்டும். என்ன இது, முன்னறிவிப்பு இல்லாமல்?' என்று வரவேற்றார்.

'இந்த நாய்தான் அழைத்து வந்தது.'

'இப்போது எதற்காக இங்கே வந்தீர்கள். நாட்டின் அரசியே?'

'ரவி மனோவிடமிருந்து தப்பிப்பதற்காகத்தான்...'

'விவியில் இந்நேரம் சிவப்பு எச்சரிக்கைகள் பறந்து கொண்டிருக்கும்.'

'டாக்டர், நான் இங்கேயே இருந்துவிடவா?'

'எத்தனை மணி நேரம்?'

'பல மணி நேரம், பல தினங்கள்!'

‘முடியாது...’ என்றான் உதவி. ‘டாக்டர், நாம் இருவரும் சதிகாரர் களாகிவிடுவோம். ராணியைக் கடத்தினதாகப் பழி சுமத்தி திருநாட்டுக்கு அனுப்பி விடுவார்கள்.’

‘ராணி! நீங்கள் இங்கே இருப்பது உங்களுக்கும் ஆபத்து, எங்களுக்கும் ஆபத்து. நீங்கள் வந்திருப்பதை நான் உடனே ரிப்போர்ட் செய்தாக வேண்டும். இல்லையேல்...’

‘செய்யுங்கள்...’ என்றது ஜீனோ.

‘ஏன்? செய்தியை அமுக்கலாம் என்று பார்க்கிறாயா நாயே... இதோ!’ என்று டாக்டர் ரா ஆராய்ச்சிச் சாலையில் அருகே இருந்த சிவப்பு பட்டனை அழுத்தினார்.

உடனே ஆராய்ச்சிச் சாலையின் கதவுகள் திறந்துகொண்டு பளீர் என்று வெளிச்சம் வர... அதே சமயம்... ரவி, மனோ இருவரின் திரைகளிலும் ராணியும் ராவும் தெரிந்தனர்.

‘அங்கே இருக்கிறாளா?’ என்றான் ரவி.

‘எப்படி டாக்டர் ரா-வின் பணிமனைக்குப் போக முடிந்தது?’

‘நான்தான் சொன்னேனே, ராவும் அவர் உதவியும் இதில் உடந்தை என்று...’

ரவி, ‘இப்போது ஏதும் செய்ய வேண்டாம். அவள் என்ன சொல்கிறாள், பார்க்கலாம்...’ என்றான்.

உடனே மனோ, ‘இல்லை ரவி, அதிக நேரம் பொறுத்தாகி விட்டது. நம் காவல் முழுவதையும் மீறி அவள் இஷ்டத்துக்கு நகரத்தில் ஊடாடுகிறாள். இது தேவையற்ற அபாயம்...’ என்றான்.

‘இப்போது என்னதான் செய்ய முடியும்? டாக்டர் பாசு, மாற்று ராணியைக் கொண்டுவரும்வரை ஏதும் செய்யமுடியாத நிலையில் இருக்கிறோம். இந்தக் கிழட்டு விஞ்ஞானியும் அல்லவா உடந்தை. பொறு! இவளுக்கு யார் இதெல்லாம் கற்றுத் தருகிறார்கள் என்பதைக் கண்டுபிடித்தே ஆகவேண்டும். டாக்டர் ரா, உதவி இருவருமே இல்லை. வேறு ஒரு ஜீவன்...’

‘ஜீனோ?’

‘ஜீனோவாக இருக்க முடியாது. அது அழிக்கப்பட்டுவிட்டது. வேறு யார்?’

‘சிபி?’

'சிபியும் இல்லை.'

ஜீனோ அப்போது கமுக்கமாக ஒரு கூடைக்குள் ஒளிந்து கொண்டிருந்தது.

காவலர்கள், அரசி நிலாவைப் பணிவுடன் அணுகி, 'அரசி! நீங்கள் இந்த வேளையில் அரண்மனையில் இருக்கவேண்டியவர்கள்' என்றனர்.

'போகிறேன். எனக்குக் கொஞ்ச நேரம் தனிமை தேவையாக இருக்கிறது.'

'உத்தரவு அரசி.'

ஜீனோ, இதற்குள் அந்த அறையின் கண்காணிப்பு இணைப்புப் பானலை அணுகி, அதைத் துண்டித்தது.

திரையைப் பார்த்துக் கொண்டிருந்த ரவியும் மனோவும், சட்டென்று திரைப்பிம்பம் கரைந்துவிட, 'யாரோ வெட்டி விட்டார்கள்' என்றனர்.

'ரொம்ப விஷயம் தெரிந்த ஆசாமி இதற்கு உடந்தையாக இருக்கிறான்.'

ஜீனோ மறைவிலிருந்து வெளிப்பட்டது. 'டாக்டர் ரா! நீங்கள் செய்தது துரோகம். தஞ்சம் என்று வந்த ராணியைச் சுயநலம் கருதிக் காட்டிக் கொடுத்துவிட்டீர்களே?'

'பாவி! இல்லையெனில் என்னை உலகத்திலிருந்தே விடுமுறை கொடுத்து அனுப்பிவிடுவார்கள்...'

'டாக்டர் ரா... எப்படியும் உம்மேல் சந்தேகம் அவர்களுக்கு ஏற்பட்டு விட்டது.'

'அதனால்...?'

'உங்கள் இருவரையும் சித்ரவதை பண்ணியே தீருவார்கள். லேசர் குத்து ரொம்ப இம்சையாக இருக்கும்.'

'நீ என்ன சொல்கிறாய்...?'

'ராணிக்கு உதவி செய்யும் கட்சிக்கு ஆள் தேவைப்படுகிறது.'

'ரவி, மனோவைப் பதவியிலிருந்து நீக்கியே ஆகவேண்டும்...' என்றாள் நிலா.

'அப்படி யார் சொன்னது?'

'இந்த நாய்தான் சொல்லிக் கொடுத்தது.'

'நாம் எல்லோரும் பிழைக்க அதுதான் ஒரே வழி. இன்றைய தேதிக்கு ஒரு புதுக்கட்சி ஆரம்பிப்போம்.'

'கட்சியா?'

'ஆம்! நிலா முன்னணி.'

'இல்லை, நிலா-ஜீனோ முன்னணி.'

'இப்படிப் பெயர் வைப்போம், ராஜ நிலா' என்று...'

'பெயர் ஏதும் பெரிசாக வேண்டாம். வெறும் ஜீ அவ்வளவுதான்.'

'ஜீ படையினர் என்று ஒன்று சேகரிக்கலாம்.'

'முதன்முதல் கையெழுத்திட யார் தயார்?'

'நான்தான்...' என்றது ஜீனோ.

'அதற்கு முன் நான்...' என்றான் உதவி.

'ரா, நீங்கள்?'

'எனக்கு ஏதும் மாற்று இருக்கிறதா என்ன?'

'கட்சியின் குறிக்கோள் என்ன...?'

'அரசாங்க டேட்டாபேஸைப் பயன்படுத்தி, அதிக ரத்தச் சேதமில்லாமல் டெக்னாலஜி புத்திசாலித்தனம் இதையெல்லாம் பயன்படுத்தி, மக்களிடம் பொய் சொல்லலாம். ஒருவித எழுச்சியைக் கொண்டுவந்து, மக்களுக்கு உண்மையைச் சொல்லி, ரவி, மனோ போன்ற பெயர்களை நீக்குவது, ஜீவாவைப் பற்றிய சரித்திரத்தைத் திருத்தி எழுதுவது...'

'அரசி நிலாவை நிஜமாகவே அரசியாக்குவது முடியாது. அதில் எனக்கு விருப்பமில்லை...'

டாக்டர் ரா, 'என்ன ராணி, நீங்கள் இல்லாமல் எப்படி?' என்றார்.

'மறுபடி ஜனநாயகமே வரட்டும்.'

'அது புத்திசாலித்தனமான காரியமாகத் தோன்றவில்லை' என்றது ஜீனோ.

'ஏன் ஜீனோ?'

'சென்ற நூற்றாண்டின் மகத்தான தப்பு ஜனநாயகம் என்பதைச் சரித்திரமே சொல்கிறது.'

மீண்டும் ஜீனோ

'யாராவது ஆண்டுதான் ஆகவேண்டும். ஆட்சியில் பொய் இல்லாமல் இருக்கவேண்டும்.'

'ஜீனோ, நீயே தலைவராக இருந்துவிடேன்?'

'நானா! இந்தப் புதிய நூற்றாண்டின் மகத்தான கேலி, ஒரு இயந்திர நாய் மனித சமுதாயத்தை அரசாள்வது. டாக்டர் ரா, வர வர நீங்கள் சொல்வதெல்லாம் அபத்தமாக இருக்கிறது.'

'மேலும் அந்த ஜீனோவாக இருந்தாலாவது ஒப்புக்கொள்ளலாம். இந்தச் சின்ன ஜீனோ குறைப்பட்ட நாய்...' என்றாள் நிலா.

'அந்த ஜீனோதான் இந்த ஜீனோ...'

'இல்லை டாக்டர் ரா. அது வேறு, இது வேறு...'

'டாக்டர்! என் பூர்வாசிரமத்தைப் பற்றியும் முன்னோர் பற்றியும் இப்போது சர்ச்சை வேண்டாம். புதுக் கட்சிக்குப் பற்பல வேலைகள் உள்ளன. முதன்முதலாகக் காவல்துறையின் டேட்டாபேஸை வரவழையுங்கள்.'

'எதற்கு ஜீனோ?'

'புதிய கட்சியில் இந்த மாதிரி எல்லாம் கேள்வி கேட்கக்கூடாது. ஒரு காரியம் சொன்னால் செய்யவேண்டும்.'

'இப்போது நாம் செய்வதையெல்லாம் ரவி, மனோ பார்க்க மாட்டார்களா!'

'சென்ஸரைத் துண்டித்தாகிவிட்டது. ஆறு நிமிஷம் டைம் அவுட் இருக்கிறது.'

'தெரியும்... அந்த டைம் அவுட்டை நிராகரிப்பதும் நம் விரல்களில் தானே இருக்கிறது. சீக்கிரம்...'

டாக்டர் ரா மாஸ்டர் கன்ஸோல் முன் உட்கார்ந்து பாஸ்வேர்டு கொடுத்து போலீஸ் துறையின் ஃபைலை வரவழைத்தார்.

'டாக்டர்! ஆணை பிறப்பிக்கவும்...'

'என்ன?'

'உடனடியாக ரவி மனோவைக் கைது செய்யுமாறு காவல்துறைத் தலைவருக்கு...'

டாக்டர் ரா-வின் விரல்கள் விசைப் பலகையில் நடனமிட, அது மோசமான ஆணை என்றது.

‘ஊஹூம்... எனக்கு கிளியரன்ஸ் இல்லை. மேலும், நாம் டேட்டா பேஸை அணுகியது இப்போது எச்சரிக்கை செய்தியாக அவர்களுக்கு உடனே போகும்.’

‘சே...’ என்றது ஜீனோ. ‘ரொம்பச் சிக்கலாக வைத்திருக்கிறீர்கள் இந்த டேட்டா அணுகலை. இப்போது என்னவாம்?’

ரவி, மனோவின் அறையில் எச்சரிக்கை ஒலித்தது.

22

ரவியும் மனோவும் அந்தத் திரைச் செய்தியை, நம்பிக்கை இல்லாமல் பார்த்தார்கள்.

'நம் இருவரைக் கைது செய்ய ஆணையா? யார் பிறப்பித்தது?'

'எல்லாம் அவர்கள்தான்' என்றான் ரவி.

'மனோ, வேளை வந்துவிட்டது. பாசாங்குகளையெல்லாம் விட்டொழிக்க வேண்டிய வேளை வந்துவிட்டது. இனி, நமக்கும் அவளுக்கும் போர்தான். மனோதத்துவப் போர்!'

'இல்லை, இது உயிர்ப் போராட்டம். எப்படி அவளால் அரசாங்கச் செய்தி வங்கியை அணுக முடிந்தது?'

'எல்லாம் டாக்டர் ரா கற்றுக் கொடுப்பதுதான்.'

'முதலில் அந்த அனுமதியை ரத்து செய்யவேண்டும். அதற்கு நமக்கு அதிகாரம் இருக்கிறதல்லவா?'

'ஆம்.'

மறுமுனையில் 'ஜீனோ, இப்போது அவர்கள் என்ன செய்வார்கள்?'

'அரசாங்க டேட்டாபேஸை யார் அணுகியது என்று தமக்குள்ளேயே கேட்டுக் கொள்வார்கள். அதற்கான பதிலை உடனே ஊகித்தறிந்து, டாக்டர் ரா-வுக்குத்தான் அந்தத் தகுதியிருக்கிறது என்று தீர்மானிப் பார்கள்.'

'ஐயோ! அதன்பின் என்னைத் திருநாட்டுக்கு அனுப்ப ஆணையிடு வார்களா?'

'இல்லை. அதற்கு முன் உமக்குக் கொடுக்கப்பட்டு இருக்கும் இந்தச் சலுகையை நீக்க முற்படுவார்கள். அதற்கான அதிகாரம் அவர்களிடம் தானே இருக்கிறது?'

'ஆம் ஜீனோ, இப்போது அந்த அதிகாரத்தை மீற முடியாதே, அதன் வெக்டரே வேறாயிற்றே?'

ஜீனோ, 'இருங்கள்' என்றது. கண்ணை மூடி நிஷ்டையில் இருப்பது போல ஒரு கணம் இருந்தது. அதையே எல்லோரும் பார்த்துக் கொண்டிருக்க, உதவி, 'ஜீனோ, ஏதாவது தோன்றுகிறதா?' என்றான்.

'எப்பேர்ப்பட்ட நாய்!' என்று பக்கத்தில் பார்த்துக் கண் சிமிட்டினான் உதவி.

'உஷ்ஷ்ஷ்...'

ஜீனோ சற்று நேரத்தில் 'டாக்டர் அவர்கள் இருவருக்கும் எவ்வளவு தூரம் கம்ப்யூட்டர் பழக்கம் உண்டு?'

'அதிகம் இல்லைதான். இருந்தும், இந்த ஆணை அவர்களுக்கென்று தரப்பட்ட உயர்தரச் சலுகை.'

'அதை அவர்கள் இதுவரை எப்போதாவது பிரயோகித்தது உண்டா?'

'இதுவரை அதற்குத் தேவை ஏற்படவில்லை.'

'அப்படியெனில், உடனே அதன் செய்முறை நடைமுறை அவர்களுக்கு ஞாபகம் இருக்காதல்லவா?'

'இருக்காது. ஆனால், மான்யுவல் கொடுத்திருக்கிறோம் அவசரத்துக்கு.'

'அதை அவர்கள் படித்துப் புரிந்துகொண்டு ஆணையைச் செயல் படுத்தக் கொஞ்சம் நேரமாகும்...'

'ஆம்.'

'எவ்வளவு நேரம்?'

'அரை மணியாவது...'

'போதும். அதற்குள் எனக்கு மைக்ரோ ஃப்ரொக்ராம் லிஸ்ட் வேண்டும்.

'எதற்கு?'

'ரவி மனோவின் சலுகை ஆணையை ரத்து செய்யும் அந்த வெக்டரில் நுழைவதற்கு!'

'அது உன்னால் முடியுமா ஜீனோ?'

‘முடியும். கொஞ்சம் உங்கள் உதவியும் உதவியின் உதவியும் வேண்டும்!’

உதவி, ரா-வைப் பார்க்க, ‘என்ன சொல்கிறாய் நீ?’ என்றார்.

‘முடியும் டாக்டர். ஆனால், அரை மணிக்குள் கஷ்டம் என்று தோன்றுகிறது… ஜீனோ, உனக்கு அப்படித் தோன்றவில்லையா?’

‘அரை மணி இப்போது இருபத்தொன்பது நிமிஷமாகிக் கொண்டிருக்கிறது. உதவி, வெட்டிக்குப் பேசிக் கொண்டிராதே. முதலில் இன்ட்ரப்ட் வெக்டர்கள் எல்லாம் எங்கே இருக்கின்றன? அவற்றின் ப்ரையாரிடி என்ன என்பதைச் சொல்.’

ஜீனோ அந்த டெர்மினலின் திரைக்குச் செல்ல, அதே சமயம் ரவியும் மனோவும் அந்த மான்யுவலைப் பார்த்து மற்றொரு திரையில் ஆணைகளை அமைத்துக்கொண்டு இருந்தார்கள். ‘உங்கள் அனுமதி வார்த்தை என்ன?’ என்று கேட்டது திரை.

‘என் பாஸ்வேர்டு எங்கே? மறந்து போய்விட்டது. எங்கேயோ எழுதி வைத்திருக்கிறேன். மனோ, உனக்கு ஞாபகம் இருக்கிறதா?’

‘நான் இதை உபயோகித்தே இல்லையே ரவி, நீதானே…’

‘அது எங்கே? ‘பாஸ்வேர்டு இல்லாமல் நுழையலாம். நான் முதற்பிரஜை’ என்று சொல்லிப் பாரேன்.’

‘இந்த ப்ரொக்ராமுக்கு மட்டும் முதற்பிரஜையாக இருந்தாலும் பாஸ்வேர்டு வேண்டுமாம். என்ன குழப்பம்?’

ரவி தன் அலமாரியில் தேடிக்கொண்டிருக்கும்போது உதவி தன் குறிப்புகளிலிருந்து ‘ஜீனோ, எழுதிக் கொள். முதன் முதல் வெக்டர் பவர் ஃபெயில் ஸெவன் ட்ரிப்பிள் எஃப்பில் உள்ளது.’

‘அடுத்தது…’

‘த்ரி ஸி…த்ரி ஸி.’

‘என்ன வேடிக்கையாகப் பேசிக்கொள்கிறார்கள்?’ என்றாள் நிலா.

‘வேடிக்கையில்லை, உங்கள் வாழ்வே இதில்தான் அடங்கி யிருக்கிறது.’

‘உதவி, சொல்லு!’

‘அப்புறம் பாயிண்டர் டேபிள் ஒன்று இருக்கிறது.’

'ஆ! இதோ கண்டுபிடித்தேன். ரவி 3778' என்றான் ரவி. அதை அவன் திரையில் அமைக்க திரை, 'ஆக்ஸஸ் கோடு நம்பர்?' என்று கேட்டது.

'அப்படி ஒன்று இருக்கிறதா, என்ன தொந்தரவுப்பா!' என்று தன் டைரியை மறுபடி புரட்டினான்.

'இதோ இதுதானே ஆக்ஸஸ் கோடு?'

அதை அவர்கள் அமைக்கும்போது ஜீனோ, 'இந்த மைக்ரோ ப்ரொக்ராம் வேர்டு நீளம் என்ன உதவி?' என்றது.

'128 பிட்டு.'

'ரொம்ப பிட்டுகளை விரயம் செய்திருக்கிறீர்கள். இந்த சுண்டைக்காய் கம்ப்யூட்டருக்கு 64 போதுமானது!'

'ஜீனோ, உனக்கு டிஸைன் பற்றித் தெரியாது. என் மைக்ரோ ப்ரொக்ராம் பற்றி மட்டும் ஏதும் அவதூறு சொல்லாதே, கெட்ட கோபம் வரும்!'

'கோபத்தில் கெட்ட கோபம் இருக்கிறதா என்ன? பரவாயில்லை... சொல்லு. 128-ல் நெக்ஸ்ட் அட்ரஸைத் தீர்மானிக்கும் பிட்டுகள் எத்தனை?'

'நடு ஃபீல்டு ஜீனோ.'

'இதோ ஆக்ஸஸ் கோடு கொடுத்தாகிவிட்டது. பின் என்ன?'

'வெய்ட்...' என்றது திரை.

அவர்கள் அங்கே கை சொடுக்கிக்கொண்டு காத்திருக்க, கொஞ்ச நேரத்தில் பதில் வந்தது. 'ரவி, நீங்கள் என்ன ஆதார ஆணை பிறப்பிக்கப் போகிறீர்கள்?'

'ஒரு ப்ரொக்ராம் சலுகையை நீக்கவேண்டும்.'

'தாராளமாக! உங்களுக்கு உரிமை இருக்கிறது. யாருடைய சலுகை?'

'டாக்டர் ரா...'

'வெய்ட்...' என்றது திரை.

'எத்தனை வெய்ட்டுப்பா, சீக்கிரம் காரியம் நடத்து. மசமசன்னு என்ன!'

'இல்லை ரவி, துஷ்பிரயோகத்தைத் தவிர்க்க விஞ்ஞானிகள் அமைத்த எச்சரிக்கைகள்தானே இவை! இவ்வளவு தூரம் நம்மால் அணுக முடிகிறதே. அதுவே பெரிசு!'

மீண்டும் ஜீனோ 179

'டாக்டர் ராவின் சலுகைகளை நீக்குவதால் உள்ள அபாயங்களைக் கவனிக்க விருப்பமா?' என்று கேள்வி கேட்டது திரை வாசகம்.

'வேண்டாம். எங்கள் இருவருக்கும் அதன் முழுத் தாக்கமும் தெரியும்.'

'மேலே என்ன செய்யவேண்டும்? அதைப் பார்...'

'சரி, உங்கள் இஷ்டம். டாக்டர் ராவின் அத்தனை சலுகைகளையும் நீக்க வேண்டுமா?'

'அதன் முழுத் தாக்கமும் தெரியும் என்று...'

'தெரியும்... தெரியும்!'

'த்ரி ஸி த்ரி ஸியை த்ரி எஃபுக்கு முதலில் மாற்று.'

'அங்கே இடம் இருக்குமா ஜீனோ?'

'மாற்றேன் பார்க்கலாம்!'

'ஜாக்கிரதை! ஸ்டாக்கை சாப்பிட்டு விடப் போகிறது.'

'அந்த ரிஸ்க் எடுத்துத்தான் ஆகவேண்டும்!'

'ஜீனோ, ஸ்டாக் கரப்ட் ஆகிவிட்டால், அரசாங்கமே ஸ்தம்பித்துப் போகும்.'

'அதுதானே நம் விருப்பமும். நீ கலை ராஜா' என்றது. 'ஒன்றும் ஆகாது. ஸ்டாக் பத்திரமாகவே இருக்கும்!'

'டாக்டர் ராவின் அத்தனை சலுகைகளையும் நீக்கும் நோக்கம் கொண்டு இந்தச் சலுகையைப் பயன்படுத்துகிறீர்கள், சரிதானே?'

'சரிதான்' என்றான் ரவி பொறுமையில்லாமல்.

அதே செய்தியை ஜீனோ தனக்குக் கிடைத்த சலுகை மூலம் படித்துப் பார்த்தது.

'உதவி! அவசரம்! இந்தச் செய்தியின் செமஃபோர் எங்கே இருக்கிறது?'

'தள்ளித்தான்.'

'அதற்குள் கலைந்து போய் விடுமல்லவா?'

'ஆம், பாரேன்!'

உதவியின் தேர்ந்த விரல்கள் விசைப் பலகையில் விளையாட, 'த்ரி டி' என்பதற்குப் பதில் 'த்ரி ஸி' என்று ஆணையிட்டு விட, அது 'ட்ராப்

வெக்டரில்' போய் மாட்டிக் கொண்டது. ஸ்ஸ்ஸ்... தப்பு செய்து விட்டேன்' என்றான் உதவி!

'போச்சா?'

திரையை அவர்கள் அனைவரும் ஆர்வத்துடன் பார்த்துக் கொண்டிருக்க, ரவி மனோவின் திரையில் வந்து நின்றது பிம்பம். ஜீனோ தலையைத் தடவிக் கொண்டே 'போச்சு...' என்றது.

'என்ன?'

'அவர்கள் முந்திக்கொண்டு விட்டார்கள்!'

'எப்படிச் சொல்கிறாய்?'

'பாரேன், எக்ஸிட் வந்துவிட்டது.'

ஜீனோவின் திரையில் 'ஸாரி! உங்கள் சலுகை இப்போதுதான் ரத்து செய்யப்பட்டது!' என்று செய்தி வந்தது.

'ஐயோ!' என்றார் டாக்டர் ரா. 'இப்போது அவர்கள் என்ன செய்வார்கள்?'

'நம் அனைவரையும் கைது செய்ய ஆணை பிறப்பிப்பார்கள் என்று எண்ணுகிறேன்.'

'ஜீனோ, இப்போது ஏதாவது செய்யேன்.'

'செய்யலாம். கம்ப்யூட்டரை அணுகவேண்டும். அதற்கான சலுகை ரத்து செய்யப்பட்டுவிட்டது. டாக்டரின் பாஸ்வேர்டில் தாவி இதுவரை நான் ஆபரேட் செய்துகொண்டிருந்தேன்.'

'இப்போ என்ன செய்வது?'

'உடனே ஒளிவதுதான் உத்தமம். அமைதிப் புயற்படையினர் வந்து சேர்வதற்குள்!'

அவர்கள் அனைவரும் ஓடத் தொடங்குமுன் புயற்படையினர் முந்திக்கொண்டு விட்டார்கள்.

'மன்னிக்கவும் அரசி. உங்கள் அனைவரையும் கைது செய்ய வேண்டியிருக்கிறது!'

'நான் ராணி ஆணையிடுகிறேன்!'

'மன்னிக்கவும் அரசி! எங்களுக்குச் சிவப்பு அனுமதி கிடைத்து விட்டது. ரவி, மனோ இவர்களுடன் நீங்கள் பேசிப் பார்க்கலாம்.

அவர்கள் அனுமதித்தால் சரி...'

திரையில் ரவியும் மனோவும் தோன்ற, 'என்ன அமைதிக் காவலரே, ஏதவாது தகராறா?' ராணி வர மறுக்கிறாளா?'

'மனோ, என்ன இதெல்லாம்?'

'முதலில், ராணிக்கு அங்கே ஆராய்ச்சிச் சாலையில் என்ன வேலை?'

'சும்மா ரா-வுடன் பேச வந்தேன்.'

'இருவருடனும் சிறைச்சாலையில் பேசலாம் ராணி! போதும் பசப்பெல்லாம்... உனக்கும் எமக்கும் போர் தொடங்கிவிட்டது. இந்தக் கணமே உன்னைத் திருநாட்டுக்கு அனுப்ப ஆணை பிறப்பிக்கலாம். ஆனால், நானே செய்த முட்டாள் காரியத்தினால், புரட்சி மும்முனைக்காரர்களான நம் மூவருக்கும் விசாரணையின்றித் திருநாடு கிடையாது. மேலும் மற்றொரு ராணி தயாராவதற்கு ஒரு வாரம் ஆகும். எனவே ஒரு வாரம் உன் வாழ் நாள் இருக்கிறது. டாக்டர் ரா, உதவி, உங்கள் இருவருக்கும் எப்போது இறக்க விருப்பம்? இப்போதேவா... இல்லை இரண்டு நிமிஷம் கழித்தா?'

'இதில் ஏதாவது விருப்பம் இருக்கிறதா என்ன?' என்றார் டாக்டர் ரா.

'டாக்டர் பாசுவிடம் லாபை ஒப்படைக்கும்வரை உங்கள் இருவருக்கும் வாழ்நாள் நீடித்திருக்கிறது. காலையில் அதை முடித்துவிட்டால் சித்ரவதையில்லாமல் செத்துப் போகலாம். இல்லையென்றால் ரொம்ப இம்சை!'

'சரி, அப்படியே ஆகட்டும்' என்றார்.

'டாக்டர் ரா, இப்போது தெரிந்துவிட்டது. எல்லாம் புரிந்துவிட்டது. ராணி நிலாவுக்கு அத்தனை புத்திசாலித்தனம் எங்கேயிருந்து வந்தது என்று வியந்து கொண்டிருந்தோம். உம் போன்ற துரோகிகள் சொல்லிக்கொடுத்து வந்திருக்கிறது. ஒரு சமயம் அதே ஜீனோவே மறு அவதாரம் எடுத்து வந்துவிட்டதோ என்று கலங்கினோம். டாக்டர் ரா, உங்கள் திறமைக்கு நாங்கள் ஏராளமாக மதிப்பு வைத்திருந்தாலும், உங்கள் துரோகத்தை மன்னிக்கவே முடியாத நிலையில் இருக்கிறோம். உங்கள் நினைவுக்காக ஒரு சின்னம் எழுப்பினாலும் உங்களைக் கொல்ல வேண்டியது அரச கட்டாயம்.'

'கொல்ல வேண்டாம் என்று கெஞ்சவில்லை' என்றார் டாக்டர் ரா.

'நான் கெஞ்சுகிறேன்!' என்றான் உதவி.

'இனி பயனில்லை.'

'ரவி, மனோ, நான் அத்தனை விஷயத்தையும் சொல்லி விடுகிறேன்!' என்றான் உதவி.

'என்ன விஷயம்?'

'ஜீனோவைப் பற்றி நீங்கள் நினைத்தது...'

'என்ன?'

'ஜீனோ...' என்று உதவி தொடங்குவதற்கு முன் சொத்தென்று முன்னால் மயங்கி விழுந்தான்.

23

உதவியைக் கடித்தது ஜீனோதான். கடித்துவிட்டுக் கமுக்கமாகக் கூடைக்குள் உட்கார்ந்திருந்தது. டாக்டர் ரா, காவலனைப் பார்த்தார்.

‘இவனைக் கொன்றது யார்?’ ஏன் அவசரப்பட்டீர்கள்?’ என்றார் கடுமையாக.

அமைதிக் காவலர்கள் ஒருவரையொருவர் பார்த்துக் கொண்டிருக்க, ராணி, ‘ரவி, மனோ! நான் இதைக் கடுமையாக எதிர்க்கிறேன். உங்கள் போக்கு மிகவும் அராஜகமானது. எந்தவித எச்சரிக்கையும் இல்லாமல் எந்தவித நியாயமும் இல்லாமல், இப்படி என் பிரஜை ஒருத்தனைக் கொல்வது ரொம்பத் தப்பு. இதற்காக நான் உங்கள் இருவருக்கும் மரண தண்டனை விதிக்கிறேன்...’ என்றாள்.

ரவியும் மனோவும் திரையில் தெரிந்து சிரித்தார்கள். ‘காவலர்கள் அவசரப்பட்டு விட்டார்கள்...’ என்றார்கள். டாக்டர் ரா கீழே கிடந்த உதவியைக் கண் கொட்டாமல் பார்த்துக்கொண்டிருக்க, ‘ராணி, தங்களுக்கு அதிகம் தொந்தரவு கொடுக்க விருப்பமில்லை, போகலாமா? உங்களுக்கு இன்னமும் ஒரு வார காலம் உயிர்வாழச் சந்தர்ப்பம் இருக்கிறது. அந்த நேரத்தை விரயம் செய்யாமல்...’ என்றான் காவலன்.

‘எனக்கு எத்தனை காலம் இருக்கிறது... என்னையும் உடனே கொன்றுவிடேன்!’ என்றார் டாக்டர் ரா.

‘இல்லை... டாக்டர் பாசுவிடம் பொறுப்பு ஒப்படைக்கும் வரை உங்களுக்கு அவகாசம் இருக்கிறது...’ என்று ரவி திரையில் சொன்னான்.

அரசாங்கச் சிறை வண்டி வாசலில் வந்து நிற்க, போகுமுன் டாக்டர் ரா பெருமூச்சுடன் உதவியைத் திரும்பிப் பார்த்து, ‘ரொம்ப புத்திசாலி. இவனைக் கொன்றதில் நாட்டுக்குத்தான் பேரிழப்பு!’

‘பரவாயில்லை... மற்றொரு உதவியாளனைத் தயார் செய்து கொள்வார் பாசு...’

வண்டிக்குள் ராணியும் ரா-வும் எதிர் எதிராக உட்கார்ந்துகொள்ள, முன் ஸீட்டில் உட்கார்ந்த காவலர்களில் ஒருவன் மற்றவனை நோக்கி, ‘ஏன் அவசரப்பட்டுக் கொன்றாய் அவனை...?’ என்றான்,

‘நான் கொல்லவில்லையே... நீதான் கொன்றதாக எண்ணிக் கொண்டிருக்கிறேன்!’

‘இல்லையே! அந்த உதவியாளனைக் கொன்றது யார் பின்னே?’

வண்டி, ‘புறப்படலாமா...’ என்று கேட்டது.

‘இரு...’ என்றான் காவலர்களில் மூத்தவன். ‘ஏதோ குழப்பம்...’ காவலர்கள் திரும்ப ராணியைக் கைது செய்த கூடத்துக்கு வந்து, கீழே கிடந்த உதவியை... உதவியின் உடல் அங்கே இல்லை!

‘ஐயோ... என்ன இது... வினோதம்? பாசாங்கு செய்தானா? இது மேலதிகாரிக்குத் தெரிந்தால் வேலை போய்விடுமே...’

‘வேலை மட்டும் இல்லை... இருவர் தலையும் போய் விடும். வா, கமுக்கமாக வா... இதைப் பற்றி யாருடனும் பேசவே பேசாதே... எனக்கு அப்போதே சந்தேகம்!’

டாக்டர் ரா-வையும் ராணியையும் சிறை வண்டியில் மத்திய உச்சப் பாதுகாப்பு சிறைச்சாலைக்கு அழைத்துச் சென்றார்கள். வெளி மதில், அதனுள் கோடு அமைக்கப்பட்ட பாதைகள், உட்கரு போல வட்டச் சிறை. அந்தச் சிறையின் ஒவ்வொரு மூலை முடுக்குகளையும் கண்காணிக்கும் லேசர் பிம்பங்கள்.

உதவியை ஜீனோ விஷக்கடி கடித்தாலும், அது தற்காலிக நஞ் சானதால், பத்து நிமிஷத்துக்குள் எழுந்துவிட்டான். அப்போது அறை காலியாக இருந்தது. ‘நான் எங்கே இருக்கிறேன்?’ என்றான்.

‘எங்கே இருந்தாயோ, அங்கேதான்...’ என்றது ஜீனோ, கூடைக் குள்ளிருந்து.

‘அப்படியெனில் நான் சாகவில்லையா?’

‘இப்படி அபத்தமாகப் பேசிக்கொண்டிருந்தால், சீக்கிரமே உன்னைப் பிடிக்க காவலர்கள் வந்து நிஜமாகவே செத்துப் போவாய். வா, என்னுடன்...’

‘ஜீனோ, என்னைத் தக்க சமயத்தில் கடித்தற்கு நன்றி!’

'ஹூம்... உன்மேல் காதலால் அதைச் செய்யவில்லை நான். நன்றியாம் நன்றி! என்னைக் காட்டிக்கொடுக்க இருந்தாய். உன்னைப் போலக் கோழையை நான் பார்த்ததில்லை. அது எபபடி?'

'என் உயிரைக் காப்பாற்றிக்கொள்ள உண்மையைச் சொல்ல வேண்டியிருந்தது...'

'இந்த வாதத்தை நான் ஏற்பதில்லை. என்னைக் காட்டிக்கொடுக்க வேண்டிய அவசியமே இல்லை. என்னைப்பற்றிப் பேச்சே எழாத தருணத்தில்... போகட்டும். உன்னிடம் நான் நன்றியை எதிர்பார்ப்பது முட்டாள்தனம்... எனக்குப் பாடம் இது...'

'ஜீனோ, நான் அவமானப்படுகிறேன்... என்னைக் கொன்று விடு... நிஜமாகவே கடித்து விடு...'

'இல்லை, இன்னமும் இல்லை... ராணியைக் காப்பாற்றுவதற்கு நீ இன்னமும் தேவைப்படுகிறாய்... இன்னும் கொஞ்ச நாள் உன்னை நான் சகித்துக்கொள்ள வேண்டும். இதோ, காவலர்கள் வருகிறார்கள்... ஒளிந்து கொள்.'

காவலர்கள் திரும்பி வந்தபோது, உதவி, அரசாங்க பியானோவுக்குள் மறைந்திருந்தான்.

அவர்கள் போனதும், ஜீனோவைக் கூடையில் எடுத்துக்கொண்டு லேசர் கண்களைத் தவிர்த்துச் சுவரோரமாக ஜீனோவின் சென்ஸர்களின் உதவியால் வெளியே திட்டுக் கதவுவரை வந்து விட்டபோது உதவி கேட்டான்.

'ஜீனோ, இப்போது என்ன செய்ய வேண்டும்?'

'முதலில் சிறைச்சாலை எங்கே இருக்கிறது என்று கண்டுபிடிக்க வேண்டும்...'

'ஆம்...'

'ஆம் என்று சொல்லி என்ன பிரயோஜனம்? ஏதாவது யோசனை சொல்லேன்...'

'ஏதும் தோன்றவில்லையே?'

'அரசியை ஒரு வாரமாவது உயிருடன் வைத்திருப்பார்கள்...'

'ஆம். புது அரசியை உருவாக்கிக் கொண்டிருக்கிறார் டாக்டர் பாசு. அவரைத்தான் ஆராய்ச்சித் துறையின் புதிய தலைவராக நியமிக்கப் போகிறார்கள்...'

‘அவரிடம் ஒப்படைக்கும்வரை, டாக்டர் ரா-வுக்கு வாழ்வு என்று ரவி சொல்லியிருக்கிறான்...’

‘அப்படியெனில், இப்போது நாம் டாக்டர் பசுவைப் பார்க்கப் போகலாம்...’

‘பசு இல்லை, பாசு...!’

‘பசு என்றும் கூப்பிடலாம்... அத்தனை சாது!’

‘அவரை எப்படியும் டாக்டர் ரா-வைச் சந்திக்க ஏற்பாடு செய்வார்கள் அல்லவா...?’

‘ஆம்...’

‘ஆம், ஆம் என்று சொல்லிக் கொண்டிருக்காதே... வா உதவி, உன்னை யாரும் அடையாளம் கண்டுகொள்ளச் சந்தர்ப்பம் இருக்கிறதா?’

‘இல்லை, ரா ஒருவருக்குத்தான் என் முகம் பரிச்சயம்...’

‘நல்லது. டாக்டர் பாசு எங்கே வாசம்! அது தெரியுமா?’

‘பொதுஜன டேட்டா வங்கியிலேயே இந்த விவரம் கிடைக்கும்...’

உதவி, ஜீனோவைக் கூடைக்குள் வைத்துவிட்டு, ரயில் வண்டி நிலையத்தில் ஒரு ப்ளேட் ஜீப் வாங்கிச் சாப்பிட்டான். பொதுஜனத் தொலைபேசும் திரையில் ஆபரேட்டரைக் கூப்பிட்டான்.

‘அம்மணி... நீ நிஜமா, மெஷினா...?’

‘நிஜம்தான் சொல்லுங்கள்...’

‘எனக்கு டாக்டர் பாசுவின் விலாசம் வேண்டும். அரசாங்க ஜெனட்டிக் ஆராய்ச்சித் துறையின் உபதலைவர்...’

‘பேசுவது யார்...?’

‘அவருடைய தம்பி...’

‘தம்பியா? அப்படியெல்லாம் உறவுகள் உள்ளனவா என்ன?’

‘விஞ்ஞானிகளுக்கு மட்டும் விதிவிலக்குகள் சில உண்டு. ஒரு ஜோடிக்கு இரு குழந்தைகள், ஏன் மூன்றுகூடச் சலுகையில் பெற்றுக் கொள்ளலாம்.’

‘டாக்டர் பாசுவின் விலாசம் 81-34-367...’

‘நன்றி...’

எண்பத்தொன்றாம் பேட்டை, முப்பத்து நான்காம் தெரு, முந்நூற்று அறுபத்தேழாம் எண்ணில் கதவுப் பொத்தான் அழுத்த, டாக்டர் பாசு உள்ளே இருந்து விவி திரையில் பார்த்தபோது, 'யார்?' என்றார்.

'விவி ரிப்பேர் ஆசாமி...'

'என் வீட்டில் எந்த ரிப்பேரும் தேவையில்லை.'

'ரிப்பேர் இல்லை. மாதாந்திரப் பரிசோதனை... பண்ணாவிட்டால் என் வேலை போய்விடும்...'

அவர் திறப்பதற்குமுன் ஜீனோ, 'நான் சொன்னதெல்லாம் ஞாகபமிருக் கிறதல்லவா?'

'இருக்கிறது...'

கதவு திறந்துகொண்டது. டாக்டர் பாசு பைப்பைக் கடித்துக் கொண்டு, அவனை வெறுப்புடன் பார்த்தார். 'சீக்கிரம், சீக்கிரம்... எனக்கு நாட்டின் தலைவர்களிடமிருந்து அழைப்பு வந்திருக்கிறது. அரசு ஆராய்ச்சித் துறையின் முழுப் பொறுப்பையும் என்னிடம்தான்... உன்னைப் பார்த்தால் விவி ரிப்பேர்க்காரனாகத் தெரியவில்லையே...'

'விவி ரிப்பேர்க்காரன் என்றால், கொம்பு முளைத்திருக்க வேண்டுமா?'

'இல்லை, உபகரணங்கள் ஏதும் இல்லாமல் வந்திருக்கிறாயே... இது என்ன கூடை?'

'இதுதான் இப்போதெல்லாம் பிரசித்தம்...' - விவியை ஒருமுறை அணைத்து அதைத் திருப்பிப் பின்பக்கம் எட்டிப் பார்த்தான். 'எல்லாம் சரியாக இருக்கிறது டாக்டர் பாசு. வணக்கம் வருகிறேன்.'

'கூடையை எடுத்துப் போ'- என்றான்.

'ஓ! மறந்துவிட்டேன்...'

ஜீனோ மெள்ளக் கூடையிலிருந்து நழுவி, மேஜைக்கடியில் அசை யாமல் நின்றுகொண்டிருந்தது. உதவி கூடை காலியாக இருப்பதை ஊர்ஜிதம் பண்ணிக்கொண்டான்.

'வரட்டுமா?'

'வராதே, போ... இந்த மாதிரிக் குறுக்கீடுகள் எல்லாம் இனி எனக்குக் கூடாது. நான் யார் தெரியுமா?'

‘சொன்னீர்களே! அரசாங்க ஆராய்ச்சித் துறையின் தலைவராகப் போகிறீர்கள். ஐயா, நான் ரவி, மனோ வீட்டு விவியையே ரிப்போர் பார்த்திருக்கிறேன். என் கடமையில் யாவரும் சமம். வரட்டுமா?’

‘போ...’

பேசிக் கொண்டிருக்கும்போது ஜீனோ, சுவரில் மாட்டியிருந்த கோட்டுப் பைக்குள் தாவி ஏறிக்கொண்டது. உள்ளே கொஞ்சம் இடம் பண்ணிக்கொண்டது. பாசுவின் போக்குவரத்தைக் கண்காணிக்க சௌகரியம் பண்ணிக்கொண்டது.

டாக்டர் பாசு, அவன் போனதும் கதவைச் சாத்திக்கொண்டு தன்னைக் கண்ணாடியில் பார்த்துக் கொண்டார். ‘தலைவா! சௌக்கியமா?’ என்று பிம்பத்தைக் கேட்டார். அதுவும் ‘தலைவா! சௌக்கியமா?’ என்றது. ‘ஹஹ்ஹஹ்ஹ’ என்றார்.

திரையில் அவசரச் செய்திக்கான ஃப்ளாஷ் கிடைக்க, உடனே பாசு உஷாராகி நிமிர்ந்தார்.

‘டாக்டர் பாசு...’

‘ஐயா...’

‘சற்று நேரம், ரவி உங்களோடு பேசுவார்...’

பாசு தன் சொற்பத் தலைமுடியைச் சீராக்கிக்கொண்டு, ஷர்ட் கசங்கலைத் திருத்திக்கொண்டு விறைப்பாக நின்றார்.

‘டாக்டர் பாசு...’ ரவியின் முகம் தெரிந்தது.

‘நாட்டின் காவலரே, தலைவரே... ரவி, நீங்கள் வாழ்க! சொல்லுங்கள், உமக்கு என்ன சேவை செய்யவேண்டும்?’

‘ரொம்பப் புகழாதீர்கள். டாக்டர் ரா-விடமிருந்து பொறுப்பு எடுத்துக்கொள்ளவேண்டும். தயாரா?’

‘அப்போதே தயார்...’

‘அவரைத் திரையில் சந்திக்க விருப்பமா, இல்லை நேரிலா?’

‘நேரில்தான் சந்திக்கவேண்டும். சில ரகசியங்கள் பொது ஜன விவி திரையில் சொல்வது நல்லதல்ல...’

‘சபாஷ்! திறமைக்காரர்...’ என்றான் ரவி.

அதே சமயம் ‘நல்லவேளை’ என்றது ஜீனோ லேசாக.

‘இப்போது அரசாங்க வண்டி வரும். அது உம்மை ஓர் இடத்துக்கு அழைத்துச் செல்லும். அது என்ன இடம் என்று உங்களுக்குச் சொல்வதற்கில்லை. இருளில் அழைத்துச் செல்லப்படுவீர்கள். அந்தத் தொந்தரவுக்கு மன்னிக்கவும்…’

‘நீங்கள் சொன்னால் வாரம் முழுவதும் தொந்தரவென்றாலும் பரவாயில்லை…’

‘உளறாதீர்… தயாராக இரும்…’ என்றான்.

ஜீனோ, இப்போது டாக்டர் பாசுவின் அசைவுகளைக் கூர்ந்து கவனித்தது.

அவர் எந்த கோட் அணியலாம் என்று யோசித்துக் கொண்டிருக்கையில் அரசு வண்டி வந்துவிட்டது திரையில் அறிவிப்பாயிற்று. அவசர அவசரமாக ஜீனோ மறைந்திருந்த கோட்டைத் தவிர்த்து, அதற்கு அடுத்த அங்கியை அணிந்துகொண்டு புறப்பட்டார்.

ஜீனோ ஒரு நிமிஷம் செயலறியாமல் ஸ்தம்பித்துவிட்டது. அதற்குப் பக்கத்து கோட்டுக்குத் தாவ அவகாசம் இல்லாமல் போய்விட்டது.

‘டாக்டர் பாசு?’ என்று அது ரவியின் குரலில் கூப்பிட்டது. அது எல்பிஸி மூலம் ரவியின் குரலை அலசி வைத்திருந்தது. அதைப் பாசாங்குக் குரலாகப் பயன்படுத்தியது!

பாசு திடுக்கிட்டுத் திரும்பி, ‘என்ன ரவி அவர்களே?’

அதற்குள் ஜீனோ கீழே குதித்து, பின்னால் போய் அவர் கோட்டுப் பைக்குள் தாவி ஏறிக்கொண்டது.

‘யார் கூப்பிட்டார்கள் என்னை? ரவி குரல் மாதிரி இருந்தது. யாரு? ஒரு வேளை மனப் பிரமையாக இருக்குமோ… வர வர லூமினால் அதிகம் சாப்பிடுவதால் எனக்கு மண்டைக்குள் குரல்கள் கேட்கத் தொடங்கி விட்டன.’

டாக்டர் அரசு வண்டியில் ஏறும்போது, அவருடைய அனுமதி அட்டையைக் காட்டச் சொன்னார்கள். அப்போது அவர் கோட்டு பாக்கெட்டுக்குள் கைவிட்டு எடுத்தால்… ஜீனோ வந்தது…

24

டாக்டரின் பைக்குள் பொதிந்திருந்த ஜீனோ, அவர் கையை விடுவார் என்பதைச் சற்றும் எதிர்பார்க்கவில்லை. இருந்தாலும் அதன் அதிவேக ப்ராஸஸரில் அதிவேக இண்டர்ரப்டில் 'அபாயம்' என்று எச்சரிக்கை பிறக்க, டாக்டர் பாசு கையை வெளியே எடுப்பதற்குள் விரலைக் கடித்துவிட்டது. அவர் 'ஸ்ஸ்ஸ்' என்று உதறி ஜீனோவை வெளியே எடுப்பதைப் பாதியில் துறந்து விட, காவலர்கள் 'என்ன டாக்டர்?' என்றனர்.

'ஏதோ பையில் கடித்துவிட்டது. பூச்சியோ ஏதோ?'

'பூச்சியா? இந்த நூற்றாண்டில் பூச்சிகள் எல்லாம் அருங்காட்சியகத்தில்தான்...'

'அப்படித்தான் எண்ணிக்கொண்டிருக்கிறோம் இன்னமும். அத்தனை பூச்சிகளும் அழிக்கப்படவில்லை. என் பைக்குள் ஏதோ நிரடியது.'

'அப்படியெல்லாம் இல்லை! உங்கள் அடையாள அட்டையை முதலில் காட்டுங்கள்...'

'அதை எடுக்கப் போனபோதுதான்...' இவ்வாறு பேசிக் கொண்டிருக்கும்போதே, ஜீனோ சாமர்த்தியமாக கோட்டுப் பாக்கெட்டுக்குள் மெள்ள ஊர்ந்து ஓர் ஒட்டை போட்டு, பட்டென்று வண்டியில், பெஞ்சுக்கு அடியில் மறைந்துகொண்டுவிட்டது.

'டாக்டர், பயப்படாதீர்கள்! நான் வேண்டுமானால் பார்க்கவா?'

'பாரேன்' என்றார். 'எனக்குத் தயக்கமாக இருக்கிறது. ஏதோ கடிக்கிறது.'

காவலன், டாக்டரின் கோட்டு பாக்கெட்டுக்குள் சோதனை செய்து விட்டு, 'மன்னிக்கவும்! சிரிக்க வேண்டியுள்ளது. டாக்டர், உங்கள்

கோட்டு பழசு என்று தோன்றுகிறது. எத்தனை நாள் ஆச்சு போட்டு...' என்றான்.

'ஏன்?'

'ஓட்டை!'

'ஓட்டையா?' - டாக்டர் மறுபடி பாக்கெட்டுக்குள் கையை நுழைத்துப் பார்த்தபோது ஆச்சரியப்பட்டார். 'முதலில் மண்டைக்குள் குரல்கள், ரவியின் குரல் போலக் கேட்டது. இப்போது கோட் பைக்குள் கடிப்பது போல உணர்ச்சி! பை ஓட்டை! என்னவோ ஆகிக்கொண்டிருக்கு எனக்கு.'

'சரி, சரி. உங்கள் அனுமதி அட்டை இருக்கிறது. அது பைக்குள்ளிருந்து இன்னமும் விழவில்லை. டாக்டர், இந்த அட்டையை ஜாக்கிரதை யாக வைத்திருங்கள்.'

டாக்டர் இன்னமும் வியப்பில்தான் இருந்தார். ஜீனோ பெஞ்சுக்கு அடியில் பம்மி உட்கார்ந்திருந்தது.

அவர்கள், அரசின் உயர் பாதுகாப்பு சிறைச்சாலைக்கு அழைத்துச் செல்லப்பட்டனர். காவலர்கள் டாக்டரின் விசேஷ அனுமதிக்கு ஏற்பாடு செய்திருந்ததால், சோதனைகள் அதிகமின்றி உடனே டாக்டர் ரா-வின் உள் சிறையறைக்கு அழைத்துச் செல்லப்பட்டார்.

டாக்டர் பாசு, 'டாக்டர் ரா! பாசு வந்திருக்கிறேன்!'

ரா சும்மா இருக்க...

'பொறுப்பேற்க!'

'என்ன பொறுப்பு? நான் ஏதும் சொல்வதற்கில்லை.'

'பிடிவாதம் வேண்டாம். உங்களை நான் காப்பாற்ற முடியும், ஒத்துழைத்தால்.'

'என்னை, நீயா? உன் போன்ற அடாசு டாக்டர்களெல்லாம் என்னைக் காப்பாற்றவேண்டிய நிலை வந்துவிட்டது பார். அதுதான் எனக்கு வருத்தம். பாசு, என்னை ஒன்றும் செய்ய முடியாது நீ. எனக்கு உயிர் மேல் ஆசையில்லை. ஏற்கெனவே நீடிப்பில் இருக்கிறவன் நான். நாளை சாவதற்கு இன்று சாவது மேல்!'

'சாவதற்கு முன் எல்லா விவரங்களையம் சொல்லிவிட்டுப் போயேன். கிழமே!'

'எதற்குச் சொல்லவேண்டும்?'

'சொல்லவில்லையெனில் உம்மைக் கொல்ல மாட்டார்கள். இந்தச் சிறையிலேயே இருக்க விருப்பமா?'

ரா யோசித்தார். 'இந்தச் சிறைக்குப் பதில் சாவதே மேல். வந்து தொலை. என்ன வேண்டும்?'

'ஆராய்ச்சி நிலையத்தில் தற்போது நிகழ்ந்துகொண்டிருக்கும் ஆராய்ச்சிகளின் பட்டியல், ஒவ்வொன்றும் எதுவரை வந்திருக்கிறது?'

நிலா தன் சிறையறையில் அழுதுகொண்டிருந்தாள். 'என்ன செய்வது? இன்னமும் எத்தனை காலம், எத்தனை நாள் வாழ்வு? சிபி, உன்னால் காப்பாற்ற முடியுமா? எல்லாம் என் தப்புத்தான். என் குற்றம்தான். என் அறியாமை, ஆணவம், என் காமம் இவைதான் காரணம்.'

'இப்போது என்ன வேண்டும் என்கிறாய்?'

கேள்வி எங்கிருந்து வருகிறது என்று தெரியாமல் அதற்கு இயல்பாகப் பதில் சொன்னாள்.

'என்னை இந்த இடத்திலிருந்து மீட்டால் போதும்.'

'அதற்கப்புறம்?'

'ஒரு சாதாரணக் குடிமகளாக அடையாளம் கரைந்துபோய், ஓர் இலக்கப் பிரஜையாக வாழ்கிறேன். போதும் எனக்கு ராணி பதவி.'

'மக்கள் அடையாளம் கண்டுகொள்வார்களே.'

'முகத்தை மாற்றி ஆபரேஷன் செய்துகொள்கிறேன். ஆமாம். இது யார் பேசுவது?'

'நான்தான் சின்ன ஜீனோ!'

'எங்கிருந்து பேசுகிறாய்?'

'மெள்ளப் பேசு, காலுக்கடியில் பார்' என்றது ஜீனோ சிறிய குரலில்.

நிலா காலுக்கடியில் பார்த்தபோது சுவரோடு ஒட்டியிருந்த பலகையின் நிழலில் ஜீனோ தெரிந்தது. 'சின்ன ஜீனோ!'

'உஷ்ஷ்ஷ்' என்றது.

'சின்ன ஜீனோ!' என்றாள் சின்னக் குரலில்.

'படுத்துக்கொள்!'

'என்ன?'

'ஆம். தரையில் படுத்துக்கொள்.'

'எதற்கு?'

'உனக்கு இந்தச் சிறையைவிட்டு வெளியே வரவேண்டும் என்றால் நான் சொல்வதை குறுக்கே பேசாமல் செயல்படுத்து. முதலில் படுத்துக்கொள். தரையிலிருந்து நாலடி உயரத்தில் இன்ஃப்ரா ரெட் ஸ்கானர் பிம்பங்கள் குறுக்கிடுகின்றன. அவற்றை முதலில் தவிர்க்கவேண்டும்.'

நிலா தரையில் படுத்துக்கொண்டாள்.

'இப்போது என் நிழலின் பின்னால் ஊர்ந்து வா... எழுந்திருக்கவே கூடாது.'

ராணி நிலா தரையில் படுத்துக்கொண்டு ஜீனோவின் பின்னால் ஊர்ந்தாள். ஒரு சேவகன் 'டக்டக்' என்று ரோந்து வருவது தெரிந்தது.

'அப்படியே இரு' என்றது ஜீனோ.

'பார்த்துவிட்டால்?'

'இவனுக்குப் பார்வையில்லை. போட்டோ சென்ஸர்தான் பொருத்தி யிருக்கிறார்கள். ரோபாட் இயந்திரக் காவலன். அவன் தலையைத் திருப்பும்போது அவன் பின்னால் நகர்ந்துகொள். அவன் முன்பார்வை வீச்சில் அகப்படாமல் இருந்தால் போதும்.'

'ஜீனோ, சின்ன ஜீனோ! நீயும் ரொம்ப சாமர்த்தியங்கள் கற்றுக்கொண்டு விட்டாய். டாக்டர் ரா எங்கே?'

'அவர் அடுத்த அறையில் இருக்கிறார். அவரை விடுதலை செய்ய சமயம் இல்லை.'

'ஐயோ, பாவம்! அவரையும் எப்படியாவது விடுதலை செய்ய முயற்சிப்போமே. நல்ல மாமா அவர்.'

'உனக்கு உன் விடுதலை வேண்டுமா அல்லது டாக்டர் மாமா?'

'இரண்டுமேதான்.'

'என்னால் ஒருவரைத்தான் விடுதலை பண்ண சமயம் இருக்கிறது. நாளைக்கு வரலாம். ஒரு நாளைக்குள் டாக்டர் ராவைக் கொன்று விடுவார்களா? என்ன செய்ய? சரி, பார்க்கலாம். என் பின் வா.'

'எழுந்திருக்கலாமா? இப்படி டேக்கிக்கொண்டே வருவது எரிச்சலாக இருக்கிறது.'

'இன்னமும் மூன்று மீட்டர் டேக்கினால்போதும். 'டேக்குவது' - அது என்ன வார்த்தை?'

'இப்போது செய்கிறேனே, அதற்கு வேறு வார்த்தையில்லை.'

டாக்டர் ரா-வின் சிறையறையில், அக்ரிலிக் மேஜையில் எதிர் எதிராக உட்கார்ந்துகொண்டு, பாசுவிடம், 'ஜெ இ லாபில் 'சொன்னதைக் கேட்கும் பிரஜைகள்' என்று ஒரு ப்ராஜெக்ட் இருக்கிறது. அதன்பின் ரீகாம்பினேஷனில் பல விதங்கள் பண்ணியிருக்கிறோம்...'

'டாக்டர் பாசு' என்றது ஜீனோ, ரவியின் குரலில்.

பாசு மரியாதையுடன் எழுந்து, 'ரவி குரல் போல் இல்லை?' என்று கேட்டார்.

'ஆம்' என்றார் டாக்டர் ரா.

'டாக்டர் பாசு! அவசரமாக அரண்மனைக்கு வாரும்' என்றது ஜீனோ, ரவியின் குரலில்.

பாசு மரியாதையாக எழுந்திருந்து, 'ரவி! உங்கள் ஆணைப்படி நடக்கத் தயார். ஆனால் இன்னமும் வந்த வேலை முடிவுறவில்லை.'

'சொன்னால் கேட்கவேண்டும். ரவியின் ஆணையை மீறுவது ஆரோக்கியமானதல்ல' என்றது ஜீனோ.

'இதோ இதோ... டாக்டர் ரா, நாளைக்குத் தொடரலாம்.' காவலரிடம், 'இவரை மீண்டும் பூட்டி விடு. அவசரமாக ரவி, நாட்டின் தலைவர் கூப்பிடுகிறார்... போகவேண்டும்.'

'ரவி அழைத்தாரா?' என்றான் காவலன் ஆச்சரியத்துடன்.

'ஆம்!' என்று பெருமையாகச் சொல்லிக்கொண்டு, 'வண்டியை வாசலுக்குக் கொண்டுவரச் சொல்' என்று ஆணையிட்டு, 'ரா! உமக்கு இன்னொரு நாள் வாழ்க்கை நீட்டிப்பு. நாளை சந்திப்போம். வருகிறேன்' என்று கிளம்பினார்.

'போ...போ! உனக்கு எவ்வளவு நாள் வாழ்வு, பார்க்கலாம்?'

பாசு போனதும் காவலன் டாக்டர் ரா-வை உள் சிறைக்கு அழைத்துச் செல்ல முற்பட்டபோது, ஜீனோ அவன் காலைக் கடித்தது. ஜீனோ இந்த முறை கடியில் லேசான சயனைடு வைத்திருந்தது. காவலன் 'தொபுக்கடீர்' என்று விழ, 'டாக்டர் ரா' என்று ஜீனோ அழைத்தது.

'யார்?'

'நான்தான் ஜீனோ?'

'ஜீனோ, எங்கிருந்து பேசுகிறாய்?'

'உஷ்ஷ்... மெதுவாக மேலே பாருங்கள்.'

ஜீனோ, விட்டத்தில் சென்ஸர் கேபிள்களுக்குப் பின்னாலிருந்து கூப்பிட்டது. 'பிக் அப் மைக்கைக் கடித்து வைத்திருக்கிறேன். இருந்தும் இன்ஃப்ரா ரெட் பிம்பங்கள் குறுக்கிடுகின்றன. நீங்களும் ராணி நிலாவின் அருகில் படுத்துக்கொள்வது நல்லது, ஒரு பத்து மீட்டராவது டேக்கிக்கொண்டே வரவேண்டும்.'

'இதெல்லாம் என்ன?'

'விடுதலை! உங்கள் இருவருக்கும்.'

'அப்படியென்றால், ரவியின் குரல்!'

'நான்தான்.'

'எப்படி அவ்வளவு அச்சாகப் பேசினாய்?'

'எல்பிஸி கோ-யஃபிஷெண்டுகளை அலசிப் பார்த்து, எல்லார் குரலும் வைத்திருக்கிறேன். உங்கள் குரலில் பேசட்டுமா? இல்லை, நிலாவின் குரலில்?'

'எங்கே பார்க்கலாம்.'

'விளையாடாதீர்கள். சமயமில்லை. அதெல்லாம் அப்புறம். இன்னும் அலார்ம் பைபாஸ் நேரம் முடிவடைவதற்குள் சிறைச்சாலையை விட்டு வெளிவரவேண்டும். இப்போது இடது பக்கம் திரும்புங்கள். இப்போது வலது... இப்போது எழுந்திருக்கலாம்.'

ராணியும், ரா-வும் மந்திரத்தில் கட்டுண்டவர்கள் போல, ஜீனோ சொல்வதற்குப் பணிந்தார்கள். சிறைச்சாலையின் திட்டு வாசல் வரை வந்துவிட, ஜீனோ அவர்கள் பின்னால் விட்டத்திலிருந்து கண்காணித்துக்கொண்டு, ஒயர்கள், கர்டர்கள் மூலமாக ஊர்ந்து, தாவி துள்ளி தொடர்ந்தது.

'ஜீனோ, ஒரு காவலன் வருகிறான்.'

'நிஜக் காவலனா, இயந்திரமா?'

'நிஜம் போலத்தான் தோன்றுகிறது.'

'பயப்படாதீர்கள். பேச்சு கொடுத்துக் கொண்டிருங்கள். கீழே இறங்கி வந்து கடிக்கிறேன்.'

'கொன்றுவிடாதே.'

காவலன் அவர்களை அணுகி அருகில் வந்தபோது நிலாவை அடையாளம் கண்டுகொண்டு, 'ராணி, இங்கே எப்படி வந்தீர்கள்?' என்றான்.

'அவர்கள்தான் அனுப்பி வைத்தார்கள்.'

'எவர்கள் ராணி?'

'அவர்கள்!'

'சீட்டு கொடுத்தார்களா? பத்திரம் அட்டை ஏதாவது கொடுத்தார்களா?'

'கொடுத்தார்கள்.'

'காட்டுங்கள். ஆரோக்கிய சாலைக்கு என்று சொன்னார்களா.'

'ஆம். ஆம்.'

'ஆரோக்கிய சாலைக்குத்தான் போகச் சொன்னார்கள்' என்றாள் நிலா.

'ஒரு நிமிஷம்! கேட்டுவிடுகிறேன்.' காவலன் அருகே இருந்த பிக்சர் போனில் எண்களை ஒத்தியபோது, ஜீனோ கீழே இறங்கி வந்து கடித்தது. அப்படியே விழுந்தான்.

'ஹலோ, ஹலோ...' என்று மறுமுனை கண்ட்ரோல் ரூமில் திரையில் பார்த்துக்கொண்டு ஒருவன் கேட்க, அவனுக்கு ராணியும் ரா-வும் திரையில் தெரிந்தார்கள்.

'இவர்கள் எப்படி இங்கே?' என்று அவன் பற்பல பொத்தான்களை அழுத்த, அவர்கள் கதவைத் திறந்துகொண்டு ஓடுவதையும், கூடவே சின்னதாக ஒரு நாய் துரத்துவதையும் கவனித்தான்.

ரவியும் மனோவும் ஓர் அரசு விருந்து கேளிக்கையில் இருந்தார்கள். ஸின்த்ரான் ஒலியில் 'அவரவர் சொர்க்கம்' என்கிற பாடல் கசிந்துகொண்டிருந்தது. ரவி, ரயா பானம் பருகிக்கொண்டு, ஜெனட்டிக் தொழிற்சாலையின் புதிய தயாரிப்பான நிலாவைச் சற்று பத்திரமாக அழைத்துவந்தான்.

பார்ட்டியில் இருந்த அத்தனை பேரும் வியப்புடன் 'ராணி நிலா, வாழ்க!' என்று தத்தம் கோப்பைகளை உயர்த்த... போலி நிலா மாறாத புன்னகையுடன் விருந்தினர் ஒவ்வொருவர் அருகிலும் சென்று தலையாட்டி, 'நலமா நலமா' என்று விசாரித்துக் கொண்டே வந்தாள்.

இந்தப் பக்கம் ரவி, அந்தப் பக்கம் மனோ, ஒரு கணம் ரவி வாசல் பக்கம் பார்வையைச் செலுத்தியபோது... டாக்டர் பாசு தொம்சமாக கோட்டு போட்டுக்கொண்டு ரவியை நோக்கி சைகை காட்டிக் கொண்டிருந்தார்.

25

டாக்டர் பாசு நடுங்கிக்கொண்டிருந்தார்.

'தப்பித்து விட்டார்களா?' என்ற ரவி, அவர் கோட்டு காலரைப் பிடித்தான்.

'எ எ எ என்ன செய்வேன்? ஏதோ மாயம் போல, மருந்து போல அவர்கள் வைத்திருக்கிறார்கள் என்று தோன்றுகிறது...'

'போய்யா, போய்யா... இந்தக் காலத்தில் போய் மாயமாவது மருந்தாவது... டெக்னாலஜி - அதுதான் இந்தக் காலத்து மாயம், மருந்து எல்லாம். இப்போது அவர்கள் எங்கே...'

டாக்டர் பேந்தா போல விழிக்க, 'உம்மைக் கேட்பதில் அர்த்தம் இல்லை. அமைதிப் படையினரிடம் கேட்க வேண்டிய கேள்வி. அந்தச் சிப்பாய்கள் என்ன சொல்வார்கள்?'

ரவி விருந்து, கேளிக்கையைப் பின்னாலிருந்து பார்க்க... 'எப்படி போலி ராணி?' என்றார் டாக்டர் பாசு.

'இதுவரை பரவாயில்லை. ஆனால் அச்சு அப்படியே நிலா என்று சொல்ல முடியவில்லை. தலைமுடியைப் பாரும். லேசாகச் செம்பட்டை தட்டவில்லை?'

'இதைக் கவனிப்பார்களா, என்ன?'

'கவனிப்பார்களோ இல்லையோ! தற்போதைக்கு இந்தப் பெண் போதும். அதற்குள் பாசு, மேலே ஆகவேண்டிய காரியங்களைப் பாரும். முதலில் ராணி நிலாவின் பேரில் இருந்துவரும் அத்தனை சலுகை ப்ரொக்ராம்களையும் மாற்றி அமைக்க வேண்டிய காரியம் உள்ளது. அதை கவனியும்...'

'டாக்டர் ரா என்னிடம் முழுப் பொறுப்பையும் ஒப்படைக்காமல் தப்பித்திருக்கிறாரே...'

'உதவியும் கோவிந்தாவா?'

'ஆம். ராணி, டாக்டர் ரா, உதவி மூவரும் என்னமோ சித்து வேலை போல...'

'ஓய்! இன்னொரு முறை சித்து வேலை, பில்லி சூனியம் போன்ற போன நூற்றாண்டு வார்த்தைகளை உபயோகித்தால், திருநாட்டுக்கு உடனே அனுப்பி விடுவேன். சரியான ஜிஜ்ஜு நீர்! போய் காரியத்தைப் பாரும். அவர்கள் எங்கே தப்பிக்க முடியும்? நாடு முழுவதும் வேட்டைநாய் போல ஒரு மகா தேடல். எப்படித் தப்பிக்கிறார்கள். பார்க்கலாம்.'

ஜீனோவும், ராணியும், உதவியும், நகரின் வெளிப்புறத்தில் இருந்த ஒரு சிறிய தானியங்கிக் கடையில், இசை இயந்திரத்தில் காசு போட்டு விட்டு 'ரா ரா ரா' என்கிற பாட்டைக் கேட்டபடி, ஆளுக்கொரு பானம் உறிஞ்சிக்கொண்டிருந்தார்கள்.

'ஜீனோ, இப்போது அவர்கள் என்ன செய்வார்கள்?'

'நாடு தழுவிய வேட்டை! வேறு என்ன...'

'இப்போது எங்கே போய் ஒளிவது...'

'டாக்டர், நீங்கள்தான் சொல்லவேண்டும். இந்த டெக்னாலஜியை அமைத்தவரே நீங்கள்தானே?'

அப்போது அரசாங்கக் கட்டாய விவி திரையில் போலி நிலா சிரித்துக்கொண்டிருந்தாள், 'ஜீனோ, இது நானா?' என்றாள் நிலா.

'இது நீ இல்லை. பாசு தொழிற்சாலையில் செய்த பூ நிலா, போலி நிலா...'

'அளவெல்லாம் எடுத்துப் போனார்கள். அதற்குத்தானா? ஜீனோ, பார்த்தாயா, வித்தியாசமே இல்லை.'

'என்னால் உடனுக்குடன் ஆறு வித்தியாசங்கள் சொல்ல முடிகிறது...' என்றது ஜீனோ, திரையை நிமிர்ந்து பார்த்து.

'தலைமுடியின் வண்ணம் சரியில்லை முதலில்...'

'மக்கள் இதை கவனிப்பார்களா?'

'கவனிக்க மாட்டார்கள்...'

'இப்போது நாம் என்ன செய்ய?'

'புதுசாக ஓர் இயக்கம். கட்சி ஆரம்பிக்கலாம்...' என்றான் உதவி.

'என்ன பெயர் வைக்கலாம்...'

'முதலில் மக்களிடம் விழிப்புணர்ச்சி...'

'முதலில் ஒளிவதற்கு ஓர் இடம்...' என்றது ஜீனோ.

'ரா நீங்கள்தான் சொல்லவேண்டும்...'

ரா யோசித்தார்.

'அரசாங்க அமைதிப் புயற்படையினரிடமிருந்து தப்பிப்பது ரொம்பக் கஷ்டம். ஃப்ரிமோன் அனலைஸர் ஒன்று போதும். அதை வைத்துக் கொண்டு ரோடு பூரா தடவினால் நேராக இங்கே கொண்டுவந்து காட்டிவிடும். ஒரு நாயைக் காட்டிலும் ஆயிரம் மடங்கு மோப்ப சக்தி படைத்த அனலைஸர் அது...' என்றார் ரா. ஜீனோவைப் பார்த்துக் கொண்டே.

'நான் நாய் இல்லை. என் ஃப்ரிமோன் அனலைஸர் ரொம்ப இரண்டாம் தரம்...'

'ஜீனோ, வேறு வழியே இல்லை. நில்லாமல் ஓடிக் கொண்டே இருக்க வேண்டும்.'

'எதுவரை?'

'டேட்டாபேஸை எங்கிருந்தாவது அணுகச் சந்தர்ப்பம் கிட்டும் வரை. இப்போது எத்தனை அவகாசம் இருக்கிறது நமக்கு.'

'அனலைஸரை எடுத்தால் அது ஒரு செகண்டுக்கு ஒரு அடி என்ற ரேட்டில் அலசக்கூடியது.'

'டாக்டர், அது எப்படி வேலை செய்கிறது? எந்தத் தத்துவத்தில்?'

'உள்ளே நுட்பமான க்ரொமாட்டோகிராப் இருக்கிறது மாலிக்யூலர் முறைப்படி...'

'அதைப் பாவலா காட்ட முடியுமா?'

'உள்ளே மைக்ரோ கம்ப்யூட்டர் க்ளாக்கைப் பிடுங்கவேண்டும்.'

'டாக்டர், எனக்கு ஃப்ரிமோன் ஏதும் இல்லையல்லவா?'

'இல்லை...'

'என்னை அந்த அனலைஸர் துரத்தாதே?'

'துரத்தாது...'

'அப்படியெனில் இவ்வழியே அது வரும் அல்லவா?'

'வரும்...'

'சரி, நீங்கள் இருவரும் அதோ, அந்த சோலைக்குள் ஒளிந்து கொள்ளுங்கள். ஒளிந்துகொள்வதற்குமுன்... நிலா நீ பத்து முறை யாவது இந்த மரத்தைச் சுற்றிவிட்டு வா...' என்றது ஜீனோ.

'எதற்கு?'

'எதற்கு என்பது புரிகிறது ஜீனோ. நீ போ...' என்றான் உதவி.

ஜீனோ கூடைக்குள்ளிருந்து குதித்து வெளியே ஓடியது. அதைப் பார்த்துக் கொண்டே 'எப்பேர்ப்பட்ட நாய்!' என்றார் ரா.

'என்ன செய்யப் போகிறது தெரியுமா?' நிலா மரத்தைப் பத்து முறை சுற்றி வந்ததும் 'இப்போது என்ன?' என்று கேட்டாள்.

உதவி, 'சத்தம் போடாமல் பார்...' என்றான்.

இப்போது 'விர்...ர்...ர்' என்று சத்தத்துடன், ஒரு சிறிய தொட்டிலுக்குச் சக்கரம் வைத்ததுபோல, ஓர் இயந்திரம் மெதுவாக சாலையைத் தடவிக்கொண்டே வந்தது. அதன்பின் இரண்டு அமைதிப் படைக் காவலர்கள் ஊர்ந்துகொண்டு வர, ஜீனோவை இங்கேயிருந்து பார்க்கவே முடியவில்லை. எதிர்ச்சாரியில் இருந்த மரத்தை, அந்த இயந்திரம் சுற்றி வர ஆரம்பித்தது. ஜீனோ மரத்தின் பின்னால் உட்கார்ந் திருந்தது. இருட்டில் தொபக் என்று இயந்திரத்தின் முதுகில் குதித்தது. இடது பக்க ஓரத்தில் இருந்த இடைவெளி மூலம் இயந்திரத்தின் உட்புறத்தில் நுழைந்தது.

சற்று நேரம் மரத்தைச் சுற்றிச் சுற்றி வந்த அந்த இயந்திரம், சட்டென்று நின்றது. 'கய்க்...கீ' என்று எதிர்பாராத சத்தங்களுடன் லேசாகப் புகையும் வந்தது. இயந்திரம் நின்றுபோனது. காவலர்கள் அதன் அருகில் வந்து, தலை கீழாகக் கவிழ்த்துக் குலுக்கிக் குலுக்கிப் பார்த்தார்கள். பயனில்லை. காவலன் தன் கை ரேடியோவில், 'ஐயா, அனலைஸர் பழுதாகிவிட்டது! மற்றொரு அனலைஸர் அனுப்ப வேண்டும்...' என்று செய்தி சொல்ல, 'அங்கேயே இரு...' என்ற ஆணை வந்தது.

காவலர்கள் இருவரும் ஆளுக்கொரு சூயிங்கம்மைப் போட்டு மெல்ல ஆரம்பித்தார்கள். 'என்ன பேஜார்ப்பா!' என்றான் காவலன் நம்பர்-1.

'நேற்று மாலையில் இருந்து கன்டினியுவா டூட்டி. மனுசனா, மாடா?'

'நான் என்னங்கறே... ராத்திரி வந்தவன்... என் மனைவிக்குப் பிறந்த நாள் இன்றைக்கு... சே!'

'காலில் ஏதோ கடிச்சாப்பல இல்லே?'

'எனக்குக்கூட...' என்று அவர்கள் இருவரும் காலை, உயர்த்திச் சொறிந்துகொண்டார்கள். அரிப்பு அதிகரிக்க அதிகரிக்க... இன்னும் இன்னும் நொண்டிக்கொண்டே சொறிய...

'ஜீனோ, என்ன எழவைக் கொடுத்தாய்?'

'அது ஒரு தனி கலவை, ஒரு வாரமாகும் அரிப்பு நிற்க...'

'மெஷின் என்ன ஆச்சு?'

'பழுது! டாக்டர் ரா, வாருங்கள் போகலாம். போகிறபோது கொஞ்சம் கார்பாலிக் அமிலம் கெமிஸ்ட்களிடம் வாங்கிக்கொண்டு போகலாம். பாதையில் அதைத் தெளித்தால் அந்த மாடல் இயந்திரம் வேலை செய்யாது என்று தெரிந்து கொண்டேன்...'

'எப்படி?'

'இயந்திரத்தைக் கடிக்குமுன் அதன் ப்ரொக்ராமை ஒருமுறை படித்துப் பார்த்தேன். இரண்டு மூன்று பிழைகள் உள்ளன. கார்பாலிக் அமிலம் மட்டும் கொண்டு வந்தால் நல்லது.'

ஜீனோவும், நிலாவும், உதவியும், டாக்டர் ரா-வும் மருந்துக் கடைக்குச் சென்ற அதே நேரத்தில், ரவியும் மனோவும் கடைசி விருந்தினர்களைப் புன்னகையுடன் அனுப்பி வைத்துப் போலி நிலாவைப் பார்த்தார்கள்.

'என் வேலை ஆச்சா?' என்றாள் போலி நிலா.

'ஏன்?'

'வீட்டுக்குப் போகணும். பரீட்சைக்குப் படிக்கணும்.'

'பெண்ணே, இந்த இடத்தைவிட்டு நீ இனிமேல் நகர முடியாது. உனக்கு எதற்குப் பரீட்சை? இந்த நாட்டின் ராணி நீ...'

'நானா?' என்று தன் மார்பைத் தொட்டுக்கொண்டாள்.

'ஆம். சொன்னபடி கேட்கவேண்டும். கண்ணாடியில் பார். நீ யாரைப் போல் இருக்கிறாய்?'

'நிலாவைப் போல...'

'நிலா யார்?'

'ராணி...'

'அதனால் நீ ராணி...'

'அது எப்படி?'

'சரியான முட்டாளாகப் பார்த்து அனுப்பிவைத்திருக்கிறது பாசு!'

'மனோ, 'ரவி! நமக்கு முட்டாள்கள்தான் ராணியாகவேண்டும். புத்திசாலிகளைப் பார்த்து அலுத்துவிட்டது. பெண்ணே, பேசாமல் அறைக்குப் போய் உட்கார்ந்திரு. உனக்கு இன்னமும் சில பயிற்சிகள் தேவை. குறிப்பாக உன் குரல் என்னவோ அழப்போகும் வயிலின் போல இருக்கிறது...' என்றான்.

'கிக்...' என்றாள் அந்தப் பெண்.

'இது என்ன சத்தம்?'

'சிரிக்கிறாள்...' என்றான் ரவி.

இருவரும் ஒருவரை ஒருவர் பார்த்துக்கொள்ள அந்தப் பெண் 'இதை யெல்லாம் எப்போது கழற்றி வைக்கலாம்?' என்றாள்.

'நாங்கள் அறையைவிட்டு விலகின பின்...' என்றான். அப்போது அமைதிப் படை இயக்குநர் பார்க்க விரும்புவதாகச் செய்தி வந்தது. ரவி பிக்சர் போனை எடுத்து 'சொல்லும்...' என்றான்.

'அவர்களைக் கண்டு பிடிக்க முடியவில்லை அரசே...'

'என்ன! ஃப்ரிமோன் அனலைஸர் பிரயோகித்துப் பார்த்தீர்களா?'

'பார்த்தோம். குறிப்பிட்ட இடத்தில் நின்று கெட்டுப் போய் விட்டது...'

'கெட்டுப் போனால் வேறு அனலைஸர் அனுப்புங்கள்! டிபார்ட் மெண்டில் எத்தனை அனலைஸர்கள் உள்ளன...?'

'உள்ளன அரசே...! ஆனால், அவை யாவும் ஒரு வாசனைக்கு வேலை செய்வதில்லை. கார்பாலிக் அமிலம்.'

'அதனால் என்ன?'

'அவர்கள் கார்பாலிக் அமிலம் பிரயோகித்திருக்கிறார்கள். மேலும்...'

'மேலும் என்ன துக்கச் செய்தி? சொல்லித் தொலை...! உனக் கெல்லாம் சம்பளம் கொடுத்து வேலையில் வைத்திருக்கிறோம் பார்!'

‘அரசே! கெட்டுப் போன அனலைஸரைப் பிரித்துப் பார்த்ததில் அதன் உள் இணைப்புகள் எல்லாம் கடித்துக் குதறப்பட்டிருக்கின்றன...’

‘ரா கடிப்பாரா, என்ன?’

‘இது ரா-வின் வேலை இல்லை, அரசருக்கு அரசே...’

‘பின் யார் வேலை...?’

‘பல் அடையாளம் எல்லாம் பார்த்தால், ஏதோ ஒரு மிருகம் போல...’

‘என்ன மிருகம்...’

‘பூனை, நாய், எலி போலச் சிறிய மிருகம்...’

‘நாயா!’ என்றனர் இருவரும்.

‘நாய்! அந்த மாதிரி இணைப்புகளைக் கடிக்கக்கூடிய இயந்திர நாய் எதுவும் இல்லை. நிஜ நாய்கள் என்கிற பேச்சே இல்லை...’

‘இரும்... இரும்... இயந்திர நாயாக இருக்கலாம். ஜீனோ!’

‘ஜீனோ அழிக்கப்படவில்லை என்கிற சித்தாந்தத்தில், ஜீனோவை வேட்டையாட வழிமுறைகளை யோசியுங்கள். நாளைக்குள் அவர்களில் யாராவது ஒருவர் பிடிபட வேண்டும்!’

‘உத்தரவு ராசராசாதி ராசாவே...’

‘குழாயடிக்காதீர். நாளைக்குள் பிடிபடவில்லையெனில் உமக்கு என்ன நடக்கும் தெரியுமல்லவா?’

‘தெரியும் அரச ரத்தினமே, தெரியும். சொல்லவே வேண்டாம். திருநாடு!’

‘ஸ்பெஷல் திருநாடு!’

அவர் போனதும் ரவியும் மனோவும் ஒருவரை ஒருவர் கவலையுடன் பார்த்துக்கொள்ள ரவி, ‘இது அத்தனை சுலபமாக இருக்கப் போவதில்லை...’ என்றான்.

‘ஜீனோ உயிருடன் இருக்கும் என்கிறாயா?’

‘அப்படித்தான் தோன்றுகிறது எனக்கு... எல்லாமே குழப்பமாக இருக்கிறது. சே! இத்தனை டெக்னாலஜி இருந்தும், நாட்டில் இரண்டு பேரைத் தேடிக் கண்டுபிடிக்க முடியவில்லை பார்...’

‘டெக்னாலஜி தெரிந்தவர்கள் தப்பித்ததால்தானே இந்த வினை!’

'நமக்கு ரா போன்ற ஓர் ஆள் தேவை. கிடைத்திருப்பது இந்த பாசு முண்டம். அதைப் போய்த் தலைவராகப் போடுகிறாயே, அறிவிருக்கிறதா?'

'பயப்படாதே ரவி. எங்கே போயிருப்பார்கள்... நகரத்தில்தான் இருக்கவேண்டும். நகரத்தில் மொத்தம் எத்தனை வீடுகள் உள்ளனவோ, அத்தனையிலும் தேடுவோம்...'

26

நகரத்தை எண்பது பகுதிகளாகப் பிரித்து ஒவ்வொன்றிலும் தீவிரத் தேடல் முறையின் படி, அரசாங்கச் சல்லடை ராட்சசத்தனமாக அவர்கள் மறைந்திருந்த விளிம்பு வீட்டை நோக்கி விரைந்தது.

நகரத்தின் வெளிவாசல்கள் அத்தனையிலும் ஓர் எறும்புகூட வெளியே வராதபடி காவல் அமைத்து அடைத்தார்கள். அமைதிப் புயற் படையின் தலைவனாகத் தன்னை நியமித்துக்கொண்டு, ரவியே அந்த வேட்டையை சென்ட்ரலிலிருந்து கண்காணித்தான். சுவர் பூராவும் விரவியிருந்த வரைபடத்தில் போக்குவரத்து அத்தனையும் இன்ச்சுக்கு இன்ச் கண்காணிக்கப்பட்டன.

'அதிக சமயமில்லை...' என்றது ஜீனோ.

'எதற்கு?' என்றாள் நிலா.

'நாம் அகப்பட்டுக் கொள்வதற்கு. டாக்டர் ரா! உம்மை உடனே கொன்றுவிடுவார்கள். நிலாவுக்கு வேண்டுமெனில் ஒரு வார நீடிப்பு கிடைக்கலாம்.'

'ஜீனோ, எனக்கு மரணத்தில் பயம் இல்லை.'

'எனக்கு இத்தனை சுலபமாகக் கைவிடுவதில் விருப்பமில்லை.'

'ஜீனோ, ஏதாவது யோசித்துச் சொல்லேன்?'

'என்னவென்று யோசிப்பது? இந்த உதவி இருந்தாலும் பரவாயில்லை. ஒரு மூளைக்கு இரண்டாக...' ஜீனோ விவி திரையைப் பார்த்து, 'அவர்கள் எட்டாம் வட்டத்தில் இருக்கிறார்கள். இந்த விளிம்பு வீட்டுக்கு வந்து சேர ஒரு மணியாகும் என்று என்னுடைய புதுக் கணக்கு சொல்கிறது.'

'கணக்கைக் கொளுத்து! தப்பிப்பது எப்படி?'

‘டாக்டர் ரா, அவர்கள் என்னென்ன இயந்திரங்கள் கொண்டு வருவார்கள்?’

‘இயந்திரங்கள் கொண்டு வரமாட்டார்கள். ஃப்ரிமோன் அனலைஸர்தான் படுத்துவிட்டதே! இப்போது நிஜ மனிதர்கள்தான் புயலாக வருவார்கள்.’

‘ஆயுதங்கள்?’

‘லேசர், ஐ ஆர் இருக்கலாம். மேலும், சில சம்பிரதாயமான ஆயுதங்களையும் கொண்டுவரலாம். எதற்கும் ஜாக்கிரதையாக...’

‘சம்பிரதாயமான ஆயுதங்கள் என்றால் முன் காலத்து ரைஃபிள் துப்பாக்கி போன்றவை?’

‘அப்படியொன்று இருக்கிறதா, என்ன?’

‘இன்னமும் வைத்திருக்கிறார்கள். ஆபத்துக்கு, லேசருக்கு எதிராக ஆன்டிலேசர் வந்துவிட்டதால்...’

‘அந்தத் துப்பாக்கியை எப்படி நாசப்படுத்துவது?’

‘கஷ்டம்...வெடி மருந்து வைத்து தோட்டா போல இருக்கும்.’

‘அது எப்படி வெடிக்கும்?’

‘பர்கஷன் காப் என்று இருக்கும். ரைஃபிளாக இருந்தால் குழலுக்குள் சுருண்டு வரும்.’

‘புரியவில்லை... இன்னமும் அவகாசம் வேண்டும். அது வேலை செய்வதைப் புரிந்துகொள்வதற்கு இப்போது நேரமில்லை.’ ‘சிக்கல்’ என்றது ஜீனோ. அதன் கண்கள் இரண்டும் ஒருமுறை வெவ்வேறு திசைகளைப் பார்த்தன.

‘ஜீனோ, ஏன் அப்படிப் பார்க்கிறாய்?’

‘ஷ்ஷ்ஷ்ஷ்... சிந்திக்கிறது அதைக் கலைக்காதே...’ - ஜீனோ சற்று நேர யோசனைக்குப் பின், ‘எத்தனை பேர் வருவார்கள்?’ என்று கேட்டது.

‘பத்துப் பதினைந்து பேராவது கமாண்டோ படையில் இருப்பார்கள்.’ ஜீனோ தீர்மானித்ததுபோல, ‘சரி டாக்டர், இவர்களை வேறு ஏதாவது வன்முறையில் சந்திப்பது கஷ்டம் என்று தோன்றுகிறது. அதே சமயம் இவர்களை ஒவ்வொருவராகக் கடித்தாலும் என்னிடம் மூன்று பேருக்கு மேல் கைவசம் ஸ்டாக் விஷம் இல்லை... அதனால்-’

'என்ன செய்யப்போகிறாய் ஜீனோ?'

'டாக்டர்! நீங்கள்தான் இப்போது புத்தி ஜீவி. நீங்கள் அல்லவா எனக்குச் சொல்லவேண்டும்?'

'நக்கலாகப் பேசுகிறது பாருங்கள் ராணி.'

நிலா, 'ஜீனோ கண்ணில்லே. ஏதாவது வழி சொல்லும்மா...' என்றாள்.

'என்னால் தப்பித்துக்கொள்வது சுலபம். உங்கள் இருவரையும்தான் காப்பாற்றுவது எப்படி என்று முயற்சி செய்து பார்க்கிறேன்.'

'என்ன செய்யப் போகிறாய்?'

'அதைச் சொல்ல அவகாசமில்லை. அவர்கள் வந்து விட்டார்கள்...' - வாசலில் 'திற கதவை.' என்று கதவைக் காவற்படையினர் உடைப்பது கேட்டது.

'டாக்டர், போய் திறங்கள். ஒருவிதமான எதிர்ப்பும் இல்லாமல் சரணடைந்து விடுங்கள்...' என்றது ஜீனோ.

'நானுமா?' என்றாள் நிலா.

'நீயும்தான்...'

'நீ?'

'நான் ஒளிந்துகொள்ளப் போகிறேன்.'

இப்போது கதவு பெயர்த்தெடுக்கப்பட்டு, புயற்படைக் காவலர்கள் பத்துப் பேர் சடசடவென்று நுழைந்து அறையை ஆக்கிரமித்தார்கள்.

'டாக்டர் ரா என்று யாரும்?'

'நான்தான் டாக்டர் ரா!'

ரேடியோவில் செய்தி உடனே ஒலித்தது. 'செக்டர் நைன்! பொருள் கிடைத்துவிட்டது!'

'ராணி எங்கே?'

'இதோ...' என்றாள் நிலா.

'மன்னிக்கவும், நீங்கள் ஏதேனும் எதிர்ப்பு தெரிவித்தால் உடனுக்குடன் கொல்லப்படுவீர்கள்!'

'எதிர்க்கவே இல்லையே...'

'இங்கே ஏதும் நாய் இருக்கிறதா...'

'நாயா?'

'ஏய், நாயைத் தேடு! நாயையும் கைது செய்யத் தலைவரின் உத்தரவு...'

'தலைவா... தலைவா...' என்று ரேடியோவில் கூப்பிட்டார்கள்.

'என்ன?' என்று ரவியின் பதில் கேட்டது.

'தலைவா, அவர்கள் கிட்டி விட்டார்கள்.'

'அப்படியா! நல்லது, மிகவும் நல்லது. அவர்களை உடனே...'

'கொன்றுவிடவா?'

'முட்டாளே! கொல்லாதே. உடனே நான் புறப்பட்டு அரண்மனை வருகிறேன். வரும் வரை காத்திரு...'

'கைதிகளை என்ன செய்வது?'

'நேராக அரசு காந்த வண்டிக்கு அழைத்துப் போ... எதிர்க்கிறார்களா?'

'இல்லை தலைவா!'

'நல்லது. காந்த வண்டிக்குள் அடைத்து அரண்மனைக்கு அழைத்து வா...'

'ராணி, டாக்டர் ரா நடங்கள்.'

'அதற்கென்ன...' என்றார் ரா. இருவரும் ஒருவரை ஒருவர் கலவரமாகப் பார்த்துக்கொள்ள...

'தலைவா, மற்றொரு விஷயம்...'

'என்ன?' என்றான் ரவி.

'நாயைக் காணவில்லை.'

'வீட்டைத் துப்புரவாக அடைத்துவிட்டு வா. மறுபடையினரை அனுப்பி வைக்கிறேன் நாயைத் தேட...'

காந்த வண்டியில் இருவரும் ஏற்றி வைக்கப்பட்டனர்.

'டிரைவர், நேராக அரண்மனைக்குப் போ...' என்று சொல்லிவிட்டு, அந்த அமைதிப்படைக் காவல் அதிகாரி அவர்கள் அருகே உட்கார்ந்துகொண்டார்.

அந்த காந்த வண்டி மிகவும் பத்திரமானது. ஒரு ஸூப்பர் கண்டக்டர் ரயிலில் நழுவிச் செல்லக் கூடியது. நாலாபக்கமும் மூடப்பட்டு

உள்ளே இருட்டாக இருக்க, 'டிரைவர், என்ன தாமதம்? சீக்கிரம் சீக்கிரம்...' என்றார் காவல்.

டிரைவர் அசையவில்லை.

'ஐயா ஓட்டுநரே, தூக்கமா என்ன...'

'இல்லை ஐயா! இதோ, எங்கே போகவேண்டும்?'

'நேராக அரண்மனைக்கு... ரவி இதைக் கேட்டதும் எத்தனை சந்தோஷப்படுவார் தெரியுமா?'

'எங்களுக்கு சந்தோஷமில்லை...' என்றார் டாக்டர் ரா.

'தேசத் துரோகிகளா...' என்றார் மையமாக. டிரைவர் ஒரு மாதிரி அசைவதாகத் தோன்றியது.

வண்டி கிளம்பி ஒரு செகண்டில் முழு வேகத்துக்கு வந்துவிட்டது. மேல் திரையில் இருந்த பானலில் நிலையங்கள் அறிவிக்கப்பட்ட வண்ணமாக இருந்தன.

'என்ன, இன்னுமா வரவில்லை அரண்மனை...?'

'டிரைவர்... டிரைவர்...' என்று டிரைவரைத் தொட, அந்த ஆள் சட்டென்று முன் பக்கம் விழுந்தான்.

'ஐயையோ! ஓட்டுநருக்கு என்ன ஆச்சு?'

'நாய்க்கடி...' என்ற ஜீனோ, காலுக்கடியில் மறைந்திருந்தது. அதுதான் வண்டியை செலுத்திக்கொண்டிருந்தது.

'யார் பேசியது...' என்றார் அதிகாரி.

தன் லேசரைத் தூக்க முயற்சித்தபோது சட்டென்று என்னவோ சுருக்கென்று கடிப்பது போல உணர்ந்தார். அதற்கப்புறம் பேச்சே எழவில்லை.

ஜீனோ, 'டாக்டர், கொஞ்சம் முன் ஸீட்டுக்கு வருகிறீர்களா? இந்த சைஸை வைத்துக்கொண்டு பெடலை அழுத்துவது கஷ்டமாக இருக்கிறது.'

'ஜீனோ, நீ இங்கே இருக்கிறாயா?'

'ஆம்...'

'ரேடியோவில் பேசியது ரவி இல்லையா?'

'இல்லை. சாட்சாத் நான்தான். சானலைப் பங்கிட்டுக் கொண்டேன். ரவி அங்கே குழப்பத்தில் இருக்கிறான்...'

'அந்த ஆள் அசைகிறான் பார்.'

ஜீனோ குனிந்து இன்னொரு முறை கடித்தது. 'இது நான்கு மணி நேரம் தாங்கும். ரா, எங்கே போகவேண்டும் என்று சொல்லும்?'

'முதலில் நம் 'லாப்' போய் உதவியை அழைத்துச் செல்லலாம்...'

'உத்தமமான யோசனை! உதவி எனக்கும் தேவை. ஒண்டியாக யோசித்து யோசித்து அது என்ன... 'தாவு' தீர்ந்து போகிறது.'

ஜீனோ காந்த வண்டியை உச்சத்துக்கு வைத்தது. ஒன்றரை நிமிஷத்தில் அந்தக் காவல் அதிகாரியையும் டிரைவரின் உடலையும் பாதி வழியில் புறக்கணித்துவிட்டு, மூவரும் உதவியை அழைத்துக்கொள்ளச் சென்றனர்.

ரவிக்கு இப்போது கை நடுங்க, மனோ நகத்தைக் கடிக்கத் தொடங்கி விட்டான். 'ரவி, அவர்கள் சாகசம் எல்லை மீறியிருக்கிறது. ஒரு முழு கமாண்டோ படையையும் தலைவனையும் எப்படி அத்தனை ஆயுதங்களுடன் வீழ்த்த முடியும்? சாலையில் ஓட்டுநரின் உடலும் காவல் அதிகாரியின் உடலும் கிடைத்திருக்கின்றன!'

'செத்துப் போய்விட்டார்களா?'

'இல்லை. மயக்கத்தில் இருக்கிறார்கள்.'

'அந்த வண்டி?'

'ஊரில் ஓடும் நூற்றுக்கணக்கான காந்த வண்டிகளையும் நிறுத்திப் பார்க்கவேண்டும். அத்தனை போக்குவரத்தும் ஸதம்பித்துப் போகும்.'

'எல்லாவற்றையும் நிறுத்து... எல்லாவற்றையும் நிறுத்து...' என்று ரவி காட்டுக் கத்தலாகக் கத்தினான்.

'ரவி, பொறு. நாம் இருவரும் உணர்ச்சிப் பிரவாகத்தில், கோபத்தில் செயலிழக்கிறோம். இதுதான் பலவீனமான க்ஷணம். இதை அவர்கள் பயன்படுத்திக்கொள்ள விடக்கூடாது.'

'எங்கே அவர்கள்? அவர்களை அழிக்க நகரத்தையே கொளுத்துவோம். வான்படைத் தலைவரைக் கூப்பிடு...'

'பொறு ரவி. அவர்கள் ஊருக்குள் இருக்கிறார்களா என்பதே சந்தேகமாக இருக்கிறது. இந்நேரம் அந்தக் காந்த வண்டி மூவாயிரம் மைல்கூடப் போயிருக்கலாம்...'

'இப்போது என்ன செய்வது... சொல்லித் தொலையேன்...'

'மக்களிடம் பீதி பரவாமல் பார்த்துக்கொள்வது அவசியம். எப்படியும் கொஞ்ச நாளாவது அவர்கள் மறைந்துதான் வாழவேண்டும். எங்கும் வெளிப்பட்டு விட முடியாது.'

'ராணி தோன்றி, 'ரவியும் மனோவும் சதிகாரர்கள்' என்று பிரகடனப் படுத்திவிட்டால்.'

'எப்படித் தோன்ற முடியும்? நாற்சந்தியிலா? மக்கள் வெளியே வர முடியாதபடி முதலில் உடனே ஊரடங்குச் சட்டம் போட்டு விடுவோம். ஒரு வாரம் வீட்டிலேயே இருக்குமாறு ஆணை பிறப்பிப்போம். போலி ராணி இருக்கிறாள். அரசு வங்கியை அவர்களால் அணுக முடியாது. பத்திரமான சூழ்நிலையில் இருப்ப வர்கள் நாம்தான். கொஞ்சம் நிதானமாக யோசித்துப் பார். அவர்கள் தான் ஒண்டவேண்டும். இப்போதே ஒரு பிரகடனம் விடுவிப்போம்.'

உதவி, திரையில் அந்த அறிவிப்பைப் பார்த்தான்.

> மக்களுக்கு எச்சரிக்கை! சதிகாரர்கள் நடவடிக்கை. போலி ராணியின் சாகசம்.
>
> ராணி நிலா என்று சொல்லிக்கொண்டு ஒரு பெண், மாஜி ஆராய்ச்சித் துறைத் தலைவர் டாக்டர் ரா-வுடன் நம் ராணி நிலாவின் புரட்சி அரசை நயவஞ்சகமாகக் கவர்ந்துகொள்ளத் திட்டமிட்டு, ஆந்தைகள் போல, எலிகள் போல, இருட்டில் அண்டி மண்டி வாழ்ந்து கோழைத்தனமாகக் குழைகிறார்கள். இவர்களுக்கு மக்களில் யாரும் சரண் அளிக்கக்கூடாது. புகல் தரக்கூடாது. மீறினால், உடன் வேதனைச் சாவு. தண்டனை. இன்றிலிருந்து பத்து நாள்களுக்கு மக்களில் அவசியப் பணியில் உள்ளவர்களைத் தவிர, மற்றவர்கள் யாரும் வீட்டைவிட்டு வெளியே வரக்கூடாது. வதந்தி களை நம்பாதீர்கள். அரசு விவியில் வரும் செய்தியே உண்மை.

ஜீனோ 'உச்' என்றது.

'உச் என்றால்?'

'அலுப்பு என்று அர்த்தம். அரசு டேட்டா வங்கியை உடைக்கும் வரை நம்மால் ஏதும் செய்ய முடியாது. தப்பித்துத் தப்பித்து ஓடத்தான் முடியும்.'

உதவி, 'முடியவே முடியாது. அனுமதி வார்த்தைகள், சலுகைகள் அத்தனையும் நீக்கப்பட்டுவிட்டன.'

'இப்போது வேறு எதுவும் தோன்றவில்லையா உனக்கு ஜீனோ?'

'ராணி! நாம் ரொம்பவும் ஒருதலைப் பட்சமான யுத்தத்தில் இருக்கிறோம். மகத்தான சக்திக்கு எதிராக மூன்று பேரும் ஒரு நாயும்! வெளியே வரமுடியாது. கைவசம் ஆயுதம் இல்லை. டேட்டா வங்கியை அணுக முடியாது. அணுக முயற்சித்தால் உடனே அங்கே அலாரங்கள் அலறும். அந்த அளவுக்கு பாசுவுக்குத் தெரியும்!'

'வேறு வழியே இல்லையா!'

'ஒரேயொரு வழி இருக்கிறது!' என்றது ஜீனோ.

27

‘ஒரே ஒரு வழி என்னவென்றால், போராட்டம். நேர்முனைப் போராட்டம்...’

உதவி, ‘ஜீனோ, நீ உன் திறமைகளை இழந்துகொண்டு இருக்கிறாய் என்று தோன்றுகிறது. சற்று முன்தான் அந்த மகத்தான சக்தியை நாம் மூவரும் சேர்ந்து சுண்டைக்காய் படை அமைத்து எதிர்ப்பது சாத்திய மில்லை என்றாய். இப்போது நேர்முகப் போராட்டம் என்கிறாய்...’

‘ஏதாவது ஒரு வழியில் ‘ரிஸ்க்’ என்று சொல்வார்களே, அது எடுத்துத் தான் ஆகவேண்டும். எப்படி, எந்த முறையில்?’

டாக்டர் ரா குறுக்கிட்டு, ‘ஜீனோ, நான் ஒரு வழி சொல்கிறேன், முடியுமா என்று யோசித்துப் பார்...’ என்றார்.

‘சொல்லுங்கள் டாக்டர், உங்களிடமிருந்து யோசனைகள் வந்து பல காலமாயிற்று...’

‘இந்த நக்கல்தானே வேண்டாம் என்கிறேன். அவர்கள் போலி ராணி அமைக்கிறார்கள் அல்லவா?’

‘ஆம்...’

‘அந்தப் போலி ராணியை நாமே நீக்கிவிட்டு, நிஜ ராணியை மீண்டும் அரியணையில் அமர்த்தவேண்டும். அதுதான் குறிக்கோள்...’

‘அப்படி நிஜ ராணியை வைத்து மாற்றிவிட்டது அவர்களுக்கு - ரவி மனோ குழுவினருக்குத் தெரியக்கூடாது. ரகசியமாக ராணி மாற்றம்... அவ்வளவுதானே, நீங்கள் சொல்வதன் சாராம்சம்?’

‘ஆம்!’

ஜீனோ மறுபடியும் ஒன்றரைக் கண் பார்த்தது.

'ரொம்ப நேரம் அந்த மாதிரி பார்க்காதே ஜீனோ... எனக்கு பயமாக இருக்கிறது...'

ஜீனோ சிந்திக்கும்போது, மற்ற சப்தங்கள் அதைக் கவனம் பிசக வைக்கவில்லை. ஒரு மாதிரி செத்துப்போனதுபோல் ஸ்தம்பித்து நின்றுகொண்டிருந்தது. திடீரென்று உயிர் வந்து, 'இப்படிச் செய்யலாம்... ராணியை அவர்கள் ஏதாவது பொதுக் காரியத்துக்கு முன் ஊர்வலமாக அழைத்துச் செல்லப் போகிறார்களா என்பது தெரிய வேண்டும். ஐயா, உதவி... அந்த சமாசாரத்தையாவது விசாரித்துச் சொல்வாயா?'

'சொல்கிறேன். இந்த விவரம் எல்லாம் பொதுஜன செய்தி வங்கியில் தான் இருக்கிறது. பொதுச் சொத்தைப் போல் அது. வாருங்கள். முதலில் ரயில்வே ஸ்டேஷனுக்குப் போகலாம். அங்கேதான் நாம் பத்திரம். மக்களிடமிருந்து ஒளிவதற்கு மக்களிலேயே கரைய வேண்டும் என்று மக்கியாவெல்லி சொல்லியிருக்கிறார்!'

'புருடா விடுகிறாய் பார்...'

ரவியும் மனோவும் சுவர் முழுவதும் விரவியிருந்த அந்த வரை படத்தைப் பார்த்தபடி திட்டம் போட்டுக்கொண்டிருந்தார்கள். தெற்குப் பகுதியிலுள்ள வீடுகள் அனைத்தையும் காந்தப் பெருக்கல் செய்தாகிவிட்டது...

'இனி வடபகுதி கலாசாலை, இளைஞர் விடுதிகள், டார்மிட்டரிகள், தரையடிப் படுக்கைகள் என்று ஒவ்வொன்றாகப் பார்க்கவேண்டும்...'

'ரயில்வே ஸ்டேஷன்?'

'ரயில் நிலையத்தில் புது ரயில் பிடிப்பவர்கள் அத்தனை பேரையும் நிறுத்தி சோதனை போடுமாறு உத்தரவு நாடு முழுவதும் போயிருக் கிறது. அவர்கள் இரண்டு நாள்களுக்கு மேல் மறைந்து வாழ முடியாது.'

'எப்படிச் சொல்கிறாய்?'

'நிலாவுக்கு ஆறு மணி நேரத்துக்கு மேல் பசி தாங்காது!'

'பசிக்கிறது...' என்றாள் நிலா.

'ரயில் நிலையத்தில் ஏதாவது வாங்கித் தருகிறேன்...' என்றான் உதவி.

'என்னை யாரும் பார்த்துவிட்டால்?'

'அதற்குத்தான் தலைமுடியை மாற்றிக்கொண்டு, கண்ணாடி போட்டுக் கொள் என்றேன். இதோ...'

ஜீனோ ஒரு கூடைக்குள் நுழைந்தது.

'இந்தக் கண்ணாடி என்ன விலை?' என்றான் உதவி.

'அந்தக் கண்ணாடி?' என்றது ஜீனோ, அவன் அதை எடுத்து, 'எல்லாம் சர்க்கார் ரேட்டு, எட்டு கழஞ்சு' என்று சொல்வதற்கு முன், ஜீனோ ஒரு கண்ணாடியை எடுத்து ராணியின் பைக்குள் போட்டது.

'அவர்களைப் பார்த்தால் நம்ம ராணி மாதிரி...' என்றான் கடைக்காரன்.

'ராணியாவது! அதோ பார், விவியில் ராணி தரிசனம் தருகிறார்கள்!'

'விவியில் போலி ராணி இருக்கிறது சௌரியமாகப் போச்சு' என்றது ஜீனோ. வெளியே வந்ததும், 'நிலா! இந்தா, இந்தக் கண்ணாடியை அணிந்துகொள்!'

'எப்படியிருக்கிறது?'

'ரொம்ப அழகாக இருக்கிறாய். கழட்டாதே... இப்போது பார்த்தால் தான் வேறு மாதிரி இருக்கிறாய். இப்போது தலைமுடியையும் பந்தாக அடக்கிவிட்டால் அடையாள மாற்றம் பரிபூரணமாகிவிடும்...'

'அதற்கென்ன!'

அவர்கள் ரயில் நிலையத்தில் வந்து சேர்ந்தபோது 'சிந்தாதிரிபுரம் காந்த எக்ஸ்பிரஸ், பிளாட்பாரம் நம்பர் பதின்மூன்றில் வந்து கொண்டிருக்கிறது. டிக்கெட் இல்லாமல் பிரயாணம் செய்ய விரும்பினால், அருகே உள்ள டிக்கெட் பரிசோதகரிடம் முன்பே தெரிவிக்கவும். மும்முனைப் போராட்ட அரசின் ஆறு திட்டங்கள் பற்றிய காட்சி, மணியடித்ததும் தொடங்கும்...'

ஜீனோவைத் தன் கைக்குள் வைத்திருந்தாள் ராணி நிலா. கண்ணாடி போட்டுக்கொண்டு தலைமுடியை 'பப்' என்று வைத்திருந்ததால், அசப்பில் அடையாளம் வேறு மாதிரி ஆகிவிட, 'ஜீனோ, உனக்கு ஏதாவது இருக்கிறதா?'

'புத்தகம் போதும். மாத நாவல் ஏதாவது இருக்கிறதா?'

'அதற்கென்ன...'செவ்வாய் மோகினி', 'யுரானஸ் அற்புதம்' - எது படிக்கிறாய்?'

'படிப்பதற்கு அல்ல, நிலாவைப் பாமரத்தனமான பெண்ணாகக் காட்டுவதற்குக் கையில் மாத நாவல் ஒன்று அவசியம். உதவி, நீ ஸ்டேட் பாங்க் கிளைக்குப் போய் பத்து கழஞ்சு கொடுத்து, ராணியின் நிகழ்ச்சி நிரல் கொண்டுவருவாயா?'

'அதற்கென்ன...' என்று உதவி போனபோது, பாங்க் வாசலில் பத்து காவலர்கள் உள்ளே செல்பவரையெல்லாம் அடையாள கார்டு காட்டுமாறு சோதித்துக் கொண்டிருந்தார்கள்.

உதவிக்கு ஜன்னியில் ஜுரம் கண்டு, திரும்ப நினைக்க, 'ஏய், எங்கே போகிறாய்?' என்று பின்னால் குரல் கேட்க, திரும்பினால் அங்கே ஒரு காவலன்.

உதவி ஓட முயற்சித்து அடியெடுத்து வைக்குமுன், பைக்குள் இருந்த ஜீனோ, 'நிதானத்தை இழக்காதே... ஓடினால் உடனே சுடப் படுவாய்...' என்றது.

உதவி, அந்த உபதேசத்துக்குப் படிந்து நின்றான். காவலன் அவனருகில் வந்து, 'உன் பெயர் என்ன?' என்றான்.

'உதவி...' என்றான்.

'எங்கே போகிறாய்?'

'வங்கிக்கு...'

'எதற்கு...?'

'ராணியின் அடுத்த ஊர்வலம் என்ன என்று தெரிந்துகொள்ள...'

'எதற்குத் தெரிந்துகொள்ளவேண்டும்?'

'ராணியை நான் பார்த்ததே இல்லை. அவர்களைத் தரிசிப்பதற் காகத்தான் ஐயா. நான் ரொம்ப ராஜ விசுவாசி!'

'அப்படியா! உன் அடையாள அட்டையைக் காட்டு!'

'போச்சு...' என்றான் உதவி, வாயோரமாக.

அப்போது அந்தக் காவலினின் கை ரேடியோ ஒலித்தது. 'ஆல்பா 8 கண்ட்ரோல்...'

'ஆல்பா 8 கோ!' என்று அதில் காவலன் பதிலளிக்க 'உடனே ரயில் நிலைய வாசலுக்கு வா...' என்றது ரேடியோ.

அவன் உதவியை 'இரு' என்று சொல்லிவிட்டு ஸ்டேஷன் வாசலை நோக்கி ஓடினான்.

'அப்பா... நல்ல வேளை! தக்க சமயத்தில் ரேடியோ அழைப்பு வந்தது, போய்விட்டனர்!'

'ரேடியோ அழைப்பை ஏற்பாடு பண்ணியது யார் என்கிறாய்?'

'ஜீனோ?'

'ஆம், உடனே வங்கிக்குள் போ...'

'ஜீனோ, நீ ஸின்தஸைஸரில் ரொம்பப் பழகிவிட்டாய். ரேடியோ தத்ரூபமாக இருந்தது...'

'கொர கொர சப்தம்தான் கஷ்டம்! குரல் எல்லாம் சுலபம்தான்.' ஒரு கழஞ்சு போட்டு கம்ப்யூட்டர் டெர்மினலைக் கேட்டார்கள்.

'ராணியின் அடுத்த வாரச் சுற்றுலா நிரல் -' என்றான் உதவி.

திங்கள் - பெண்கள் உயர்நிலைப் பள்ளியில் ஆறாம் தலைமுறை கம்ப்யூட்டர்கள் பற்றிய டாக்டர் பாசுவின் பாடங்களை ஆரம்பித்து வைப்பார்.

'பாசுவுக்கு ஆறாம் தலைமுறையைப் பற்றி என்ன எழவு தெரியும்!' என்றான் உதவி.

செவ்வாய்க் கிழமை- எதுவும் இல்லை.
புதன் கிழமை- வாலிபர் விழா தொடக்கம், ஊர்வலம்.

'சரி, போதும் வா...' என்றது ஜீனோ.

'ஏன் ஜீனோ?'

'அதோ, அந்தக் காவலன் நம்மைத் துரத்தி வருகிறான்.'

'என்ன செய்வது?'

'பேசாமல் காந்த வண்டியில் ஏறி படுத்துவிடுவதுதான் நல்லது.'

'எதுவரை?'

'அவன் விலகும் வரை...'

ஜீனோவும் உதவியும் பிளாட்பாரத்தில் தொங்கிக்கொண்டிருந்த காந்த ரயில் கம்பார்ட்மெண்டில் நுழைந்து ஒரு மேல் பர்த்தில் படுத்துக் கொண்டார்கள்.

'ஜன்னல் வழியாகப் பார்...' என்றது. ஜீனோ. 'என் சென்ஸர்கள் அத்தனை தூரம் தெரிவதில்லை.'

அந்தக் காவலன் காந்த வண்டியில் ஏறிக்கொண்டு, கையில் லேசர் ஆயுதத்தைத் தூக்கிப் பிடித்தபடி தேடினான். உதவி மூச்சைப் பிடித்துக்கொள்ள, ஜீனோ மறுபடியும் 'ஆல்பா கண்ட்ரோல்...' என்றது ரேடியோ குரலில்.

'கண்ட்ரோல் ஆல்பா கேரி...' என்றான்.

‘இங்கே அங்கே என்ன தேடிக் கொண்டிருக்கிறாய்? அவர்கள் கிடைத்து விட்டார்கள். பிளாட்பாரம் பதினெட்டுக்குப் போ...’

‘ரோஜர்...’

‘ஓடு...’

அவன் குழப்பமாக ஓட, உதவி, ‘கொஞ்ச நேரத்தில் பைத்தியமே பிடித்துவிடப் போகிறது இவனுக்கு...’ என்று ஜீனோவுடன் பர்த்தி லிருந்து குதிக்க, டாக்டர் ரா-வும் நிலாவும் அரசு செய்தித்துறையின் செய்தி நாடாக் கடையில் காத்திருந்தார்கள். தூரத்திலிருந்து பார்க்க, நிலா கண்ணாடி போட்டுக்கொண்டு வேடிக்கையாகவே இருந்தாள்.

அவர்களை அணுகியதும், ஜீனோவைப் பார்த்து உதவி, ‘ராணியைப் பார்த்தால் என்ன தோன்றுகிறது உனக்கு?’ என்றான்.

‘ஒன்றும் தோன்றவில்லை.’

‘ஒரு புத்தகாலயப் பெண் போலத் தோன்றுகிறார்.’

‘புத்தகங்கள் செத்து ரொம்ப வருஷமாச்சு...’

‘அரசாங்க கட்டாயப் புத்தகாலயத்தில் இருப்பாளே, அந்தப் பெண் போல்...’

‘இந்த மாதிரி வேடிக்கைப் பேச்சுக்கெல்லாம் நேரமில்லை. டாக்டர் ரா புதன் கிழமைவரை எங்கே ஒளிந்துகொள்ள வேண்டும். சொல்லுங்கள்... ஓ! ஆபத்து...’

அந்தக் காவலன் தன் சகாக்கள் பத்து பேரை அழைத்துக்கொண்டு பிளாட்பாரத்தில் பரவிவிட்டான். ‘ஐயா! இப்போது என்ன செய்வது?’

‘உதவி, உனக்குக் காவலன் வேடம் போட்டால் எப்படி இருக்கும்?’ என்றது ஜீனோ.

‘டாய்லெட்டுக்குள் தேடப் போயிருக்கும் காவலனைக் கடிக்கப் போகிறேன். அவனை வீழ்த்திய கையோடு அவன் உடைகளை உருவி நீ போட்டுக்கொள்ளவேண்டும்.’

‘சரிதான். அப்புறம்?’

‘எங்களைக் கைது செய்து அழைத்துச் செல்லவேண்டும்.’

‘எங்கு?’

‘இந்த ரயில் நிலையத்தைவிட்டு வெளியே...’

உதவி, ஜீனோவை பைக்குள்ளிலிருந்து எடுத்துவிட அது விசுக்கென்று டாய்லெட்டை நோக்கி ஓடியது.

ஆட்டோமாடிக் அலம்பல் டாய்லெட்டையெல்லாம் ஒவ்வொன்றாகத் திறந்து, லேசரால் நிரடிக்கொண்டிருந்தான் அந்தக் காவலன். ஒரு ஆட்டோவைத் திறந்ததும், ஜீனோவைப் பார்த்து திடுக்கிட்டான்.

'நாய் பொம்மை...' என்றான்.

'ஹி ஹி!' என்றது ஜீனோ.

'பேசுவாயா!'

'பேசுவேன், கடிப்பேன்...'

'யாரை?'

'உன்னை...'

'எங்கே?'

'இங்கே...' என்று வவ்வென்று அவன் கணுக்காலைக் கொத்தாகக் கடிக்க, அதனால் இன்ஜெக்ட் செய்யப்பட்ட அமிலத்தின் காட்டம் தாங்காமல், அவன் தொபக்கென்று விழுந்தான். ஜீனோ தள்ளி நிற்க, உதவி சரசரவென்று அந்தக் காவலனின் சீருடையைக் கழற்றிப் போட்டுக்கொள்ள, 'சரியான சைஸ் ஆளாகத்தான் பொறுக்கினேன்...' என்றது ஜீனோ.

'இந்த அமிலம் நன்றாக வேலை செய்கிறது. அமினோ க்ரூப் கலந்த, ரொம்ப சிக்கலான மாலிக்யூல் அமைப்பு கொண்ட அமிலம். இந்தக் கலவையை நான் யோசித்துத் தயாரிக்கச் சொன்னேன். இதற்கு 'ஜீனோ மீனோ ஆஸிட்' என்று பேர் வைக்கலாம்!' என்று உதவியை நிமிர்ந்து பார்த்தது ஜீனோ!

'உன்னைப் பார்த்தால் காவலன் போலவே இருக்கிறது. கொஞ்சம் தொப்பை, அவ்வளவுதான்...'

உதவி வெளியே போக, ஜீனோ பாத்ரூம் வாஷ்பேஸின் மேல் ஏறிக் கொண்டு தன்னைக் கண்ணாடியில் பார்த்துக்கொண்டபோது, கப்பென்று அதன் குரல்வளையை அழுத்திப் பிடித்து, 'அகப்பட்டாயா நாயே...'

28

ஜீனோவின் குரல்வளையைக் கெட்டியாகப் பிடித்த காவலனுக்கு அதன் பல்வேறு சாமர்த்தியங்களை பற்றித் தெரிந்திருந்தால் உடனே அதைப் பெட்டியில் போட்டு, பூட்டிச் சிறைப்படுத்தியிருப்பான். நாய் வேறு சின்னதாக இருந்ததால் அதைக் கட்டுப்படுத்துவது சுலபம் என்றுதான் நினைத்தான். ஆனால் ஜீனோ வேறு மாதிரி நினைத்தது. முதன்முதலில் தன் குரல் வளையின் கெட்டிப் பிடிப்பிலிருந்து தப்பிக்க, கழுத்தைத் திருகிக்கொண்டு ஒட்டுமொத்தமாக கழுத்துப் பகுதியைத் திரஸ்கரித்துவிட்டது. அந்தக் காவலன் கையில் ஒரு நாய்த் தலை மட்டும் மிச்சமிருக்க, ஒரு நிமிஷம் அரண்டு போய் விட்டான். ஜீனோவின் மூளை சக்தி முழுவதும் அதன் உடலின் வயிற்றுப் பகுதியில் பொதிந்திருந்த ஒரு 'சிப்'பில்தான் இருந்தது. அதன் சென்ஸர்கள் உடலெங்கும் பரவியிருந்ததால் கழுத்தை இழந்ததில் அதற்கு ஓரிரு செயல்பாடுகள்தான் நஷ்டமாயின. தலையில்லாமல் கீழே ஓடும் ஒரு குட்டி நாயைப் பற்றி யாருக்குத்தான் பயமில்லாமல் இருக்கும்? காவலன் பயத்தில் கையிலிருந்த கழுத்தையும் கீழே போட்டு விட, ஜீனோ அவசரமாக அதைத் தன் முன்னங்கால்களால் பொறுக்கிக்கொண்டு, அவசரமாக ஹெல்மெட்டைப் போல் அதை மாட்டிக்கொண்டு, 'காவலனே! வருகிறேன் வணக்கம்' என்றது. 'பிடி பிடி' என்று அதை மற்ற பேர் துரத்த, ஜீனோவையாவது பிடிப்பதாவது...

சுவர்களில் பல்லி போல ஏறத் தெரிந்துவைத்திருந்தது; விட்டத்தில் தலைகீழாக ஊர்ந்து செல்லத் தெரிந்திருந்தது. அப்படியே குட்டிக் கரணம் அடித்துப் பக்கத்துச் சுவரில் ஒட்டிக் கொள்ளவும் செய்தது. காவலர்கள் அதைப் பிடிப்பதைவிட்டு, 'இத பார்றா...' என்று வேடிக்கை பார்த்துக்கொண்டிருந்த சமயத்தில், காந்தக் கதவைத் திறந்து 'உதவி, வா போகலாம்' என்றது ஜீனோ. சற்று நேரத்தில் ரயில் நிலையத்தின் கூட்டத்தில் அவர்கள் இருவரும் கரைந்து விட்டார்கள்.

‘முட்டாள்களா, ஒரு நாயைப் பிடிக்கத் தெரியவில்லை...’ என்று இரைச்சலிட்டான் ரவி.

‘பிரபு, அந்த நாய் சாதாரண நாயில்லை. முப்பது பேருக்கு உண்டான திறமையும் மூளையும் படைத்திருக்கிறது. கேவலம், ரோபாட் சேவகர்களை வைத்துக்கொண்டு எப்படிப் பிடிப்பது?’

‘ஐயா, உள்துறைத் தலைவரே! அந்த நாயும் ஒரு ரோபாட்தான். தெரியுமல்லவா?’

‘என்ன டாக்டர் பாசு?’

பாசு கைகளைப் பிசைந்தார். ‘ஹ்யூரிஸ்டிக் ரோபாட்! செல்ஃப் லேர்னிங்காப் போச்சு, அதனால்தான் ஒரு தடவை தப்பு பண்ணினா, தானே திருத்திக்கிட்டு...’

‘யோவ்... உம்ம விஞ்ஞான உளறலை விடும்! இப்ப எப்படி நாயைப் பிடிக்கிறது?’

‘நாயை உயிருடனோ, உயிரற்றோ கொண்டு தருபவர்களுக்கு ஆயிரம் கழஞ்சு இனாம் என்று விவியில் அறிவித்தால் என்ன?’ என்றார் பாசு, பிரகாசமாக.

‘ஐயா பாசு! நாட்டின் விஞ்ஞான கழகத்தின் தலைவராயிருக்கிற உமக்கு இதைவிடச் சிறப்பான யோசனை தோன்றவில்லையா?’

‘மன்னிக்கவும். செயலழிந்திருக்கிறேன்...’

மனோ இப்போது பயத்தில் இருந்தான். கிலியில் கை நகங்களையெல்லாம் கடித்துக் குதறியிருக்கிறான்.

‘ரவி, எனக்கு அச்சமாக இருக்கிறது. நம்மை நோக்கி அந்த சதிப்படை பழி வாங்க வரப்போகிறது!’

‘உளறாதே! சதிப் படையாம்! எத்தனை பேர்? நான்கு பேர்! ரா, உதவி, ராணி, நாய்!’

‘அந்த நாய் லட்சம் பேருக்குச் சமானம்...’ என்றார் பாசு.

‘ரவி, நான் சொல்றதைக் கேள். விவியில் அறிக்கை விடலாம். ‘புரட்சிப் படையினர் சாதிப் படையினருடன் சமாதானப் பேச்சு வார்த்தைகளுக்குத் தயார்’ என்று. பாதி ராஜ்யத்தை அவர்களுக்குக் கொடுத்துவிட்டு, சுமுகமாக பானம் பருகிக் கொண்டு... ‘ஜில்’ ஆடிக் கொண்டு...’

'மனோ, நீ இத்தனை பெரிய கோழையா? உன் மூளைக்கு என்ன ஆச்சு? ஜீவா என்னும் அற்புத சித்தாந்தத்தையே அமைத்தவனாச்சே நீ! ஏன் நாயைக் கண்டு இத்தனை பயப்படுகிறாய்? எத்தனை நாள்... இன்னமும் ஒரு வாரத்துக்குள் அதைப் பிடித்துவிட முடியும். என்ன அமைதி! பேசாமல் இருக்கிறீர்கள்?'

'முயற்சி பண்ணிப் பார்க்கிறோம் பிரபு. ஏற்கெனவே காந்த வண்டி நிலையத்தில் எட்டு பேர் பலி. அது என்னவோ ஒரு அமிலம் மாதிரிக் கடிக்கிறது. ஒன்று நிச்சயம், உடனுக்குடன் மயக்கம்; இல்லையென்றால் மரணம், ரொம்ப அபாயமான நாய்!'

ஜீனோ மினி ஸின்த்ரானில் வாசித்துக்கொண்டே அரசாங்கக் கட்டாய பூங்காவின் ஒரு வினைல் மரத்தடியில் பாடிக்கொண்டு இருந்தது.

காடெல்லாம் சுற்றிக்
காராம் பசு கொண்டு வந்தோம்
நாடெல்லாம் சுற்றி
நல்ல பசு கொண்டு வந்தோம்
சீமை பல சுற்றி
சிவப்புப் பசு கொண்டு வந்தோம்
சிவப்புப் பசு உதைக்குமின்னு
சில பேர்கள் சொன்னதினால்
பால் கறக்க எங்க வீட்டில்
பக்கத்தில் போகவில்லை
பக்கத்தில் போகாது
பாலெல்லாம் வீணாச்சு

பாட்டின் வசீகரமான 'ஜல் ஜல்' தாளத்தில், அரசாங்கக் கட்டாயப் பூங்காவில் கட்டாயச் செய்தி கேட்டுக்கொண்டு இருந்த மக்கள் அனைவரும் ஒருவர் பின் ஒருவராக அங்கே கூட, உதவி உடனே மரத்தடி மேடைமேல் ஏறி நின்று, 'அன்பர்களே! உங்களுக்கு உண்மையான ராணியை அறிமுகப்படுத்த விரும்புகிறோம்!' என்றான்.

ராணி நிலா மேடை மேல் வர, 'அட! அவள் போலவே இவள்! பின் விவியில் வருவது யாரு?' என அதிசயித்தனர்.

'அது போலி நிலா...'

'நீங்கள் யார்?'

'உண்மையை மக்களுக்கு உணர்த்த வந்திருப்பவர்கள். உங்கள் ஆதரவு எங்களுக்கு வேண்டும்.'

‘அப்படித்தான் எல்லோருமே சொல்கிறார்கள்.’

புயற்படையினரின் வண்டியின் ஊளைச் சத்தம் கேட்க, ‘அமைதிப் படை! அமைதிப் படை!’ என அனைவரும் அந்த அந்தப் பக்கம் சிதறினர். ஜீனோ தன் மினி ஸின்த்ரானைப் பெட்டிக்குள் பதற்றப் படமால் போட்டுக்கொள்ள...

‘ஜீனோ! வா, ஓடிப் போவோம்...’ என்றான் உதவி.

‘என்னால் ஓட முடியாது. பாட்டரி விரயமாகிவிடும்.’

‘என்ன செய்வது? புயற்படையினர் வந்து விட்டார்களோ!’

‘வரட்டும்...’

அவர்கள் கிட்டே வந்து தத்தம் லேசர் ஆயுதங்களை உயர்த்திப் பிடிக்க, ‘முட்டாள்களே...’ என்றது ஜீனோ.

‘ஏ நாயே, யாரைப் பார்த்து முட்டாள் என்கிறாய்?’

ஜீனோ தன் வாத்தியத்தின் உறையிலிருந்து எடுத்து நிரடி, அற்புதமாக ஒரு மெட்டு வாசித்தது.

‘கொல்லு நாயை!’

‘ஐயா, என்னைக் கொல்ல முடியாது. உன் லேசர் ஆயுதத்தை மழுப்ப ஆன்ட்டி லேசர் வைத்திருக்கிறேன். வேண்டுமானால் முயற்சி பண்ணிப் பார்...’

அவன் லேசர் எடுத்துக் குறிபார்க்க, ‘என் மேல் ஏவப்பட்ட லேசர் கதிர் திரும்ப உன் மேலேயே பாய்வதற்கு உண்டான தந்திரமும் வைத்திருக்கிறேன். வேண்டுமென்றால் முயற்சித்துப் பார்!’

‘என்ன சொல்கிறது?’

‘சுடுடா, நாய் புருடா விடுகிறது...’

‘நீ சுடேன்!’

‘நீங்கள் யாவரும் ரோபாட்டுகளுக்கும் மோசமானவர்கள். நீங்கள் உயிரிழந்தால் உங்களுக்கு சமாதி கிடையாது. ஒரு அட்சரம் அழுகை கிடையாது. உங்களுக்குப் பெயர் கூடக் கிடையாது. எல்லமே இலக்கங்கள்தாம். பின் யாருக்காக இந்த விசுவாசம்?’

‘ரவி மனோ போன்றவர்கள் அரண்மனையில் கேளிக்கைகளுக்கும் ஜில் ஆட்டத்திலும் பானத்திலும் ஈடுபட்டிருப்பதற்காக இந்தக் குளிரில்

வெட்டவெளியில் நீங்கள் சாக விரும்புகிறீர்கள். பரிதாபம் ஐயோ!' என்றது ஜீனோ.

'பின் யாரைக் கொல்லவேண்டும்? சொல்...'

'யாரையும் கொல்லவேண்டாம். இதோ இருக்கிறாரே இந்த உதவி, பொய் அரசை டெக்னாலஜி மூலம் வீழ்த்திவிடலாம். முதலில் இந்தப் பூங்காவில் உள்ளவர்கள் யாவரும் எங்களுக்கு ஆதரவா?'

'ஆம், ஆம்...' என்று ஏகோபித்த குரல் கேட்க,

உதவியும், டாக்டர் ரா-வும் ராணியும் எதிரே நின்று கொண்டிருந்த காவலர்களை நோக்கி, 'வாருங்கள் எங்கள் பக்கம்...' என்று சொல்ல, அவர்கள் தத்தம் ஆயுதங்களைத் தழைத்துக்கொண்டு ராணியின் காலடியில் விழுந்தனர்.

'டாக்டர், அந்த லேசர்களை எடுத்து வைத்துக்கொள்ளவும்!' என்றது ஜீனோ.

'அரசுக் கட்டாயப் பூங்கா எண் எழுபத்திரண்டுதான் நம் தற்போதைய தலைமைச் செயலகம்...' என்றான் உதவி.

'ஐயா! நான் போய் படுக்கைகள் எடுத்து வருகிறேன்...'

'நான் உணவுகொண்டு வருகிறேன்...'

'நான் காவல் இருக்கிறேன்.'

'அதெல்லாம் தேவையில்லை. இப்போது எல்லோரும் தத்தம் வீடுகளுக்குச் செல்லுங்கள். அடுத்த வாரம் முப்பதாம் தேதி... இதே நேரம். இதே இடத்துக்கு வாருங்கள். அதுவரை உங்களைச் சேர்ந்தவர்கள், நண்பர்கள் யாவருக்கும் தகவல் சொல்லுங்கள். 'அரசு விவியைக் கட்டாயமாக நம்பவேண்டாம். உண்மை அரசி மக்களிடையே ஊ ாடுகிறாள். விரைவிலேயே மக்களிடம் தோன்றுவாள்' என்று சொல்லுங்கள்...'

'ஜீனோ, இந்தப் போராட்டத்துக்காக நாங்கள் உயிரிழக்கவும் தயாராக இருக்கிறோம்...'

'உயிர் இழக்க அவசியமில்லாமல் காரியத்தை நடத்துவோம்...'

ரவியும் மனோவும் தம்மைச் சுற்றி இரண்டு வட்டங்களில் காவலர்களை அழைத்துக்கொண்டார்கள். 'வாசல்களை எல்லாம் மூடிவிடுங்கள். எங்கே பிக்சர் போன்? எங்கே இந்தப் புயற்படைத் தலைவர்...'

'ஐயா, பாத்ரூம் போயிருந்தேன்.!'

'என்னைக் கேட்காமல், என் கண்ணிலிருந்து விலகக்கூடாது என்று சொல்லியிருக்கிறேன் அல்லவா? நாய் அகப்பட்டதா?'

'இல்லை ஐயா. கொஞ்சம் கொஞ்சமாக அவர்களுக்கு மக்கள் ஆதரவு அதிகரித்துக்கொண்டு வருகிறது. அதுதான் சிக்கல்!'

'எல்லோரையும் உள்ளே அடைத்து வையுங்கள். எல்லோரையும் கொல்லுங்கள்!'

'அதற்கான ஜெயில் வசதி போதாது. பிரபு.'

'அந்தப் பேட்டையையே கொளுத்தும்!'

'எந்தப் பேட்டை...'

'அந்தச் சதிக்கூட்டம் நடைபெற்றதே. அந்தப் பூங்கா பகுதியை...'

'இப்போது அவர்கள் அங்கே இல்லை...'

'பின் எங்கே?'

'எங்கே விசாரித்தாலும் அவர்கள் வந்து போயிருக்கிறதாகச் சொல்கிறார்கள்.'

'இந்த பாசு எங்கே?'

'பாசுவும் புது அரசியும் பெண்கள் பள்ளி விழாவுக்குச் சென்றிருந்தார்கள். ஆறாவது தலைமுறை கம்ப்யூட்டர்களைப் பற்றி பாசு சொற்பொழிவுக்காக...'

'அங்கே ஏதும் கலகம் எதிர்பார்க்கிறீர்களா?'

'காவலர்களை அனுப்பியுள்ளேன். ஆனால், இந்த தினங்களில் காவலர்களை நம்புவதற்கில்லை. அவர்களுக்குள் ஒரு சதித்திட்டம் புகைகிறது. வாய் வார்த்தையாக!'

'தடைசெய்யுங்கள்!'

'பேசுவதை எப்படித் தடை செய்வது பிரபு?'

'அவர்களுக்குப் பயம் தருவதற்காகவென்று ஓரிரு தண்டனைகளை மக்கள் முன் நிறைவேற்றுங்கள்...'

ஏற்கெனவே ஒத்திகை பார்த்தபடி பெண்கள் கை தட்ட, போலி ராணி மெதுவாக அவர்களை நோக்கி வந்து கொண்டிருந்தாள். பாசு,

பெண்களின் வரிசையின் நடுவே விரிக்கப்பட்டிருந்த சிவப்புக் கம்பளத்தில் ராணியை வரவேற்று, அவளின் மென்மையான கரத்தைப் பற்றிக்கொண்டு மேடையை நோக்கி நடக்க... போலி ராணி இங்கு மங்கும் பார்த்துப் புன்னகைத்தாள். ஓரத்தில் நிலா ஒரு மரத்தின்பின் மறைந்திருந்தாள். அவள் கைப்பைக்குள் ஜீனோ பொதிந்திருந்தது.

'பயப்படாதே. இதுவரை சரியாகவே செய்கிறாய். இன்னும் மேடையை அடையவேண்டும். நாடு பூராவும் விரவிய விவி திரையில் தோன்றவேண்டும். சொன்னதெல்லாம் ஞாபகமிருக்கிறதல்லவா...'

'உம்...' என்றாள் லேசாக. போலி ராணி போலவே உடையணிந் திருந்தாள் நிலா.

பள்ளித் தலைமை ஆசிரியை எழுந்து ராணிக்கு வினைல் புஷ்பக் கொத்து கொடுத்து, மண்டிபோட்டுக் கையை முத்தமிட்டாள். போலி ராணி விவியை நோக்கிப் பேசினாள். அவள் பேச வேண்டியது அரசினால் ஏற்கெனவே தயாரித்துக் கொடுக்கப் பட்டிருந்தது.

'அருமை மாணவிகளே, டாக்டர் பாசு அவர்களே, ரவி மனோ இருவருக்கும் வீர வணக்கங்கள்...' என்று சொல்லிவிட்டு, 'இந்த விழாவை ஆரம்பிக்கலாம்...' என்றாள் போலி ராணி.

ஜீனோ மெள்ள அவள் காலடிக்கு ஊர்ந்தது.

29

ஜீனோ மேடையில் புன்னகைத்துக் கொண்டிருந்த போலி ராணியை நோக்கி மெள்ள ஊர்ந்து, அவள் காலடியில் அங்கியைச் சற்றே விலக்கி விரல்களில் சற்றே 'கொர்ரக்... கொர்ரக்...' என்று சுரண்டியது. ராணி காலை உயர்த்திச் சொறிந்து கொள்ள, ஜீனோ லேசாக நக்கியது. நக்கிய போது ஜீனோ கொஞ்சம் அமினோ அமிலத்தையும் கலந்து நக்க, ராணிக்கு அரிப்பு அதிகமாகி... விழாவில் பெண்கள் கோஷ்டியாக 'ரவி வாழ்க... புரட்சி வாழ்க...' என்று பாடிக் கொண்டிருக்கையில் பக்கத்தில் வீற்றிருந்த பாசுவிடம்,

'அரிப்பு...' என்றாள்.

'எங்கே ராணி...?'

'எங்கே என்று தெரியாமல் அரிக்கிறது. பாத்ரூம் எங்கே இருக்கிறது?' என்றாள்.

டாக்டர் பாசு ஒரு பெண்ணை அழைத்து, 'ராணியை பாத்ரூம் அழைத்துக்கொண்டு போம்மா...' என்றார். அந்தப் பெண் 'வாருங்கள் ராணி...' என்று அழைத்துச் செல்ல, ஜீனோ அவள் அங்கியின் நிழலிலேயே, அவள்கூடவே பாத்ரூம் வரை சென்றது.

ராணி உள்ளே போகுமுன் ஜீனோ மீண்டும் அவளைக் கடித்தது. உள்ளே சென்று சற்று நேரம் ஸ்தம்பித்த நிலையில் அவள் நிற்க ஜீனோ, 'நிலா... நிலா...' என்று சன்னமாகக் கூப்பிட்டது. பக்கத்துக் கதவு திறந்தது. 'என்ன ஜீனோ...?' என்றாள் நிலா.

'தயார்! வா போகலாம்!'

'ஜீனோ, எனக்குப் பயமாக இருக்கிறது. நிஜ ராணி நான்தான் என்று அவர்கள் கண்டுபிடித்துவிட்டால்...?'

'நான் கூட இருக்கிறேன் அல்லவா...'

'நீ இருக்கும்வரை சரிதான் ஜீனோ. நீ மாட்டிக்கொண்டு விட்டால்?'

'என்னைப் பிடிக்கிற சாமர்த்தியம் இதுவரை யாருக்கும் வரவில்லை, என்னை அழிக்க முடியாது. கவலைப் படாமல் வா. அங்கியெல்லாம் சரியாக இருக்கிறதல்லவா? இல்லையேல், அந்த ராணியின் சட்டையை மாற்றிக்கொள், தலையை வாரிக் கொள்...'

ராணி நிலா வெளியே வந்து, மேடையில் சென்று வீற்றிருக்க, டாக்டர் பாசு, 'இப்போது எப்படி இருக்கிறது?' என்றார்.

'சரியாகிவிட்டது' என்றாள் நிலா, நிஜ நிலா.

'உங்களைப் பார்த்தால் சற்றுப் பிரகாசமாகவே இருக்கிறீர்கள்...' என்றார் பாசு.

'சும்மா இரும்...' என்றாள் நிலா.

மாணவிகள் ஐந்தாம் தலைமுறை கம்ப்யூட்டரில் விளையாட்டுக்கள் காண்பிக்க, அதனுடன் சேர்ந்து 'மனம் நிறை மனோ, உயிர் நிறை ரவி' பாடினார்கள். அதன்பின் எதிர்ப்புறத் திரையில் 'வண்ணக் கனவுகள்' அமைக்கப்பட்டன. அதன்பின் டாக்டர் பாசு தன் சொற்பொழிவைத் தொடங்க, ஜீனோ, நிலாவின் பக்கத்திலிருந்து லேசான குரலில், 'நிலா, அரண்மனைக்குத் திரும்பவேண்டும் என்று காவலதிகாரியிடம் சொல்லு...' என்றது.

நிலா கைசொடுக்கி அமைதிப் படை அதிகாரியை விளிக்க, அவர் பவ்யமாக வர,

'தலைவலி, அரண்மனை திரும்பவேண்டும்...'

'இதோ, வண்டி கொண்டுவருகிறேன் ராணி.'

'மாலை வரை யாரும் என்னைக் கலைக்கவேண்டாம். தூங்கப் போகிறேன் என்று சொல்லுங்கள்... ரவி மனோ கேட்டால்...'

நிலா டாக்டர் பாசுவிடம் விடை பெற்றுக்கொண்டு காந்த வண்டியில் ஏறி அரண்மனைக்குப் புறப்பட்டாள். வண்டியில் நிலா படபடப்புடன் தான் இருந்தாள். ஜீனோ, 'கவலைப் படாதே! அவர்களைப் பொருத்த வரையில் நீ பொம்மை ராணிதான். உன்னைப் பார்க்க அடிக்கடி வரமாட்டார்கள். மற்ற எந்த விஷயத்துக்கும் நீ ஒரு பொம்மைதான்.'

ஏன்தான் பிறந்தேன்
எனக்கே புரியாது
நான் யார்

இயந்திரமா நாயா
எனக்கே தெரியாது...

என்று ஜீனோ இசைத்தது.

'பாட்டு பாடுவதற்கு இதுதான் சமயமா? ஜீனோ, நீ இனிய உயிருள்ள இயந்திரம். உன்னை முகத்தில் வைத்துத் தேய்த்துக்கொள்ளவா? வாசனை பார்க்கவா?'

'முகத்தோட நிறுத்தினால் நலம்...' என்றது ஜீனோ.

'மெள்ளப் பேசு... பக்கத்தில் டிரைவர்!' என்றாள்.

'டிரைவருக்குக் காது கிடையாது. கண்தான்! அந்தக் கண் இப்போது சாலையைப் பார்த்துக்கொண்டிருப்பதால் உன் உத்தேசித்த கன்னத் தடவலை நீ செயல்படுத்தலாம்...'

ஜீனோவை நிலா எடுத்து வைத்துக்கொண்டு, 'பச்சக்...' என்று முத்தம் கொடுத்தாள்.

'யய்ய்ப்! இது ஒரு வாரத்துக்குப் போதும். ரவி, மனோ வந்து பார்த்தால் நீ எப்படி நடந்துகொள்ளவேண்டும், ஞாபகம் இருக்கிறதா?'

'முட்டாள் பொம்மைப் பெண்ணாக!'

'ஆம்! எதற்கெடுத்தாலும் சிரி. இருவரையும் கண்ணை உருட்டிப் பார். நாய் வேண்டும் என்று மட்டும் கேட்காதே. சந்தேகம் வரும். நாயைப் பற்றிய பேச்சே வேண்டாம். இதோ, அரண்மனை!'

'ஜீனோ, உன்னோடு பேசிப் பழகிய தினங்களை என் வாழ்வில் மறக்க முடியாத தினங்கள் என்று சொல்ல...'

'இதே மாதிரித்தான் போன தடவையும் பேசினாய். ஜீவாவைக் கொல்ல, மார்பில் வெடி பென்சில் வைத்துக்கொண்டு அரண் மனைக்குச் சென்றபோது...'

'ஜீனோ! ரவி, மனோ அப்போது முகமறியாத எதிரிகள், இப்போது அறிந்த எதிரிகள்...'

'இது அதைவிட உத்தமமானது.'

ராணியின் அந்தரங்க அறைக்கு அவளை இயந்திரத் தோழிகள் அழைத்துச் செல்ல, தன் அங்கியைக் கழற்றி லேசான உடைக்கு மாற்றிக் கொண்டாள். 'ஜீனோ...' என்று கூப்பிட்டபோது, அது 'ஷ்ஷ்ஷ்...' என்றது.

'கண்காணிப்பு எவ்விதம் இருக்கிறது என்று பார்க்கிறேன். முதலில் அவற்றைப் பிடுங்கவேண்டும்...' என்று சுவரோரமாக நடந்தது.

'சென்ஸர்களின் வீச்சு நிழல்கள் சுவரோரம் படிவதில்லை...' என்று தன் வாலால் நிரடிக்கொண்டே வந்தது.

'இதோ இங்கே!' என்று பூச்செடியிலிருந்து ஒரு மைக்கைப் பிடுங்கிப் போட்டது. அதற்கு நேர் மேலாக ஒரு லென்ஸ் கண் போல் இருந்ததைச் சுவரில் ஏறிப் பிடுங்கிப் போட்டுவிட்டு, 'அதிகம் கண்காணிப்பு இல்லை இந்த அறையில். தயாரித்த ராணி என்பதால், ஒரே ஒரு சென்ஸர்தான் பதித்திருக்கிறார்கள்.'

'என்ன சொல்கிறாய் ஜீனோ?'

'இப்போது பேசலாம். ஆபத்தில்லை!' என்றது.

'வா, மடியில் வந்து உட்கார்.'

'இந்தக் கொஞ்சல் எல்லாம் வேண்டாம். நான் குழந்தை இல்லை. மரியாதைப்பட்ட நாய்.'

'நான் என்னவெல்லாம் செய்யவேண்டும். சொல்லி விடு...'

'சொன்னேனே, அசடுபோல நடந்துகொள், போதும். அவர்களுக்குச் சந்தேகம் எழாமல் பார்த்துக்கொள். தக்க சமயம் வரும்போது, நாடு தழுவிய விவியில் மக்களிடம் ஒரு உன்னதமான சுருக்கமான சொற்பொழிவு... அவ்வளவுதான்! அங்கேதான் புரட்சி ஆரம்பம்...'

'ரவி மனோவை எப்படி சமாளிப்பது... உள்துறை காவற்படை, புயற்படை யாவும் அவர்கள் பக்கம் இருக்கையில்...'

'அவர்கள் இல்லாதபோது தனியாக இருவரையும் சந்திக்கும் சந்தர்ப்பத்தை இயல்பாக ஏற்படுத்தவேண்டும்.'

'ஏற்படுத்தி...'

'அவர்கள் இருவரையும் நீதான் கொல்லவேண்டும். இருவரையும் நீக்கவேண்டியது நம்...அது என்ன வார்த்தை... ஆங்... புரட்சிக்கு மிக முக்கியமானது!'

'என்ன ஜீனோ விளையாடுகிறாய்... நானாவது கொல்வதாவது... எனக்கு லேசர் பிடிக்கவே மறந்துபோய் விட்டது!'

'இல்லையெனில், இருவரையும் கூட்டி வா! நான் விஷக்கடி கடிக்கிறேன்!'

மீண்டும் ஜீனோ

‘ஜீனோ, இருவரையும் பிடித்துச் சிறையில் அடைத்தால் போதுமானதா?’

‘போதுமானதல்ல. கொல்வதில் உனக்கு என்ன தயக்கம்? கொல்வது தான் இந்த நாள்களில் ஃபாஷன்...’

‘இல்லை ஜீனோ! எனக்கு என்னவோ மிகவும் தயக்கமாக இருக்கிறது. இந்தக் கொல்கிற பிஸினஸ் இல்லாமல் பார்த்துக் கொள்ளேன்...’

‘ஏன் இரக்கமா, ஜீவகாருண்யமா?’

‘இல்லை. பெண்மைக்கான தயக்கம்...’

‘பகவத் கீதையில் கண்ணன் சொன்னதுபோல, ஆத்மா எப்போதும் பிறக்கிறதென்றும் எப்போதும் இறக்கிறதென்றும் எண்ணினால், இதைப் பற்றி நீ துக்கப்பட நியாயமில்லை. பிறந்த எதுவும் இறந்தே ஆகவேண்டும்.

ஜாதஸ்ய ஹி த்ருவோ ம்ருத்யுர்
த்ருவம் ஜன்ம ம்ருதஸ்யச.

‘சேச்சே! யார்தான் கீதையை எடுத்துக் காட்டுவது என்ற விவஸ்தை இல்லையா? ஜீனோ, உனக்கு மரணம் என்பது உண்டா?’

‘இல்லையென்றே தோன்றுகிறது. எனக்கு மரணம் என்பது... உம்... யோசித்துப் பார்த்தால் எனக்கு மரணம் என்பதே கிடையாது!’

‘உனக்கே போர் அடித்து இறக்கத் தீர்மானித்தால்?’

‘இல்லை. என்னுள் உள்ள ப்ரொக்ராம் அதை அனுமதிக்க முடியாதபடி நானே மாற்றிக்கொண்டு விட்டேன். டிபி!’

‘டிபி என்றால்?’

‘டிஸ்டிரக்ஷன் ப்ரிவென்ஷன்...ஓர் இயந்திர நாய் என்ற ரீதியில் என் முதல் கடமை உயிர் வாழ்வது, பிழைப்பது, தப்பிப்பது... அதற்கு முரண்படும் எந்தச் செய்கையையும் நான் ஏற்றுக் கொள்வதற்கில்லை. பேரறிஞர் ஃபிகன்பாம் சொன்னபடி...’

‘போதும் ஜீனோ, குழப்புகிறாய்!’

‘மேலும் குழப்புமுன், வாயிலில் கவனித்தால் ரவியும் மனோவும் வருவது தெரிகிறது. நீ பொது முன்னறையில் போய் இருப்பது நல்லது. நான் மறைந்துகொள்கிறேன். நான் சொன்னது எல்லாம் ஞாபகமிருக்கிறதல்லவா?’

'சொன்னாயே, முட்டாள் ராணி வேஷம்...'

ரவியை முன்னறையில் அணுகி, 'ரவி!' என்று அவனைக் கட்டிக் கொள்ளப் போனாள் நிலா.

'இரு இரு ராணி, நாளைக்கு உண்டான நிகழ்ச்சி நிரல் சொல்ல வந்துள்ளேன்!'

'நிகழ்ச்சி நிரல்... ஹி ஹி ஹி!'

'என்ன ஹி ஹி! எழுதி வைத்த பேச்சைப் படிப்பாய்தானே?'

'படிப்பேன்... முடிப்பேன்... துடிப்பேன்... ஹி ஹி...'

'சரியான க்ராக்காக இருக்கிறாயே!'

'ரவி, நானும் நீயும் காதல் பண்ணலாமா?'

'எங்கே இந்த பாசு? இப்படி எதிரே பார்ப்பவர்களை எல்லாம் 'காதல் பண்ணுகிறாயா' என்று நாட்டின் ராணி கேட்கக்கூடாது. தெரியு மில்லையா?'

'ரவி, காதல் ஜாஸ்தியாக இருக்கிறதே!'

'என்ன பண்ணச் சொல்கிறாய்?'

'வா! வந்து என்னருகில் உட்கார்ந்து அணைத்துக்கொள்ளேன்...'

'வேறு ஆளைப் பார் ராணி. உனக்கு ஏதோ ஹார்மோன் அதிகமாகக் கொடுத்துவிட்டது அந்த பாசு. அதுவரைக்கும் தலையணையைக் கட்டிக்கொண்டு படுத்துத் தூங்கு...'

'தூக்கம் வரவில்லை. பாலும் கசந்ததடி சகியே, படுக்கையும் நொந்ததடி!'

'இதை யார் சொல்லிக் கொடுத்தார்கள்? தடை செய்யப்பட்ட பாட்டல்லவா இது!'

அப்போது மனோ உள்ளே நுழைய, 'என்ன மனோ, ரிப்போர்ட் கிடைத்ததா? அவர்கள் அகப்பட்டார்களா?'

'எங்கே போயிருக்கிறார்கள் என்றே தெரியவில்லை. எங்கே விசாரித்தாலும் அங்கே வந்து போயிருக்கிறார்களாம்...'

'நாயைப் பார்த்தவர்கள் யாரும் இருக்கிறார்களா?'

'நாய்தான் எல்லாத் தந்திரமும் சொல்லித் தருகிறது என்பதில் சந்தேகமே இல்லை.'

'யாராவது நாயைப் பார்த்தார்களா?' என்று மீண்டும் நிதானமாக கேட்ட ரவி தொடர்ந்தான்.

மீண்டும் ஜீனோ

'நாயே அவர்கள் கிளப்பிவிட்ட புரளி என்று எண்ணுகிறேன். எல்லாம் இந்த டாக்டர் ரா-வும் உதவியும்தான். நிலாவுக்கு அத்தனை புத்தி கிடையாது.'

'இப்போது பூங்காக் கூட்டம் என்பது சரித்திரத்தில் இடம் பெறப் போகிறதாம்...' என்றான் மனோ.

'யார் சொன்னார்கள்...'

'மக்கள் பேசிக்கொள்கிறார்களாம். ஒற்றர்கள் சொல்கிறார்கள்...'

'இப்படிப் பேசுபவர்கள் நாக்கை உடனே துண்டித்து விடத்தான் வேண்டும்.'

'எவ்வளவு நாக்கைத் துண்டிக்க முடியும்?'

ரவி, மனோவை முறைத்துப் பார்த்து 'நீகூட அந்த சதியில் சேர்ந்து விட்டாயா?' என்றான்.

'அவர்களைக் காண முடியுமெனில் சேர்ந்தாலும் சேர்ந்து விடுவேன்...'

'மனோ, உனக்கு என்ன பைத்தியமா...? வா மனோ, சுதாரித்துக் கொள். நிதானத்தை இழக்காதே... அவர்கள் மொத்தம் மூணு பேர்...'

'மூன்று பேருடன், ஒரு நாய்...'

'நாய் இல்லை என்கிறேன்.'

'பல பேர் நாயைப் பார்த்ததாக, பெற்ற பிள்ளை மேல் சத்தியம் பண்ணுகிறார்கள்...'

'அந்த நாய் எங்கே இருக்கிறதாம்?'

'தூணிலும் இருக்கும்... துரும்பிலும் இருக்கும்...'

'உனக்கும் கிறுக்கு. புரட்சி மும்முனையில் இரண்டு முனை கிறுக்கு. கிறுக்கு ராணி, கிறுக்கு சகா, நான் என்ன செய்வேன்!' என்று தலையில் அடித்துக்கொண்டான் ரவி.

நிலா அவர்களை அணுகி, 'மனோ சௌக்கியமா? நானும் நீயும் ஜே ஜே பண்ணலாமா?'

இருவரும் அவளைச் சோகமாகப் பார்த்தார்கள்.

'இருக்கிற பைத்தியக்காரர்கள் போதாது என்று இவள் வேறு!'

'ராணி போய்ப் படுத்துக்கொள்ளம்மா... பாத்ரூம் போனாயா?'

'போயாச்சு. உன்னைக் கொல்ல வேண்டியதுதான் பாக்கி...' என்றாள்.

30

ரவி, ராணியை நம்பிக்கையில்லாமல் பார்த்தான். 'என்ன செய்வாய்? திரும்பச் சொல்லு?'

'உன்னைக் கொல்லவேண்டியதுதான் பாக்கி என்றேன்.'

ரவி பதற்றமாகச் சிரித்து, 'விளையாடுகிறாயா?' என்றான்.

'இல்லை ரவி... நிஜமே... உன்னைக் கொல்லப் போகிறேன்...'

'ஹ ஹ... விளையாடுகிறாய்...'

'நிஜம். நிஜம்...'

இவ்வாறு அவள் பேசிக்கொண்டிருக்கையில், பின் பக்கமாக மனோ வந்து அவள் கரத்தைச் சட்டென்று பிடித்து முறுக்கி 'நீ சொன்னவாறு செய்தாலும் செய்து விடுவாய். அத்தனை முட்டாள் நீ...' என்றான்.

ராணி, 'ஐயோ! விடு....விளையாட்டுக்குச் சொன்னேன்...' என்றாள்.

'இப்படியெல்லாம் விளையாடக்கூடாது. தெரியுமல்லவா?'

'இதெல்லாம் விளையாட்டு விஷயமில்லை. ஒரு நிமிஷம் நீ நிஜ நிலா போலவே இருந்தாய். எனக்குப் பரபரப்பாகிவிட்டது. இதோ பார்... நீ ஜெனட்டிக் பொம்மை. கொடுத்த காசுக்குச் சும்மா சிரித்துக்கொண்டிரு போதும். நீ எதுவும் கவர்ச்சியாக எங்களிடம் பேசவேண்டாம். அவ்வப்போது புன்னகை போதும். உன்னை லேசர் வெடித்துத் துளைத்திருப்பேன். தப்பித்தாய், இனி இந்த மாதிரி விளையாடாதே... நீ நிஜ ராணியல்ல... கொஞ்ச நாளைக்குப் போலி... அவ்வளவு தான்...' என்றான் ரவி.

ராணி நிலா சிரிக்க...

மீண்டும் ஜீனோ

'அந்த மாதிரி மறுபடிச் சிரிக்காதே... எரிச்சலாக இருக்கிறது...'

'குளிர்ந்த நீரில் குளித்தால் சரியாகப் போய்விடும்...'

'குளிப்பாட்டுகிறாயா?'

'ஓ!'

ரவி மனோவைப் பார்க்க, 'வேண்டாம். இவளுடன் அதிகப் படியாகக் கொஞ்சக்கூடாது. நமக்கு இப்போது ஒரு புரட்சியை அடக்கவேண்டிய வேலை இருக்கிறது...'

அவர்கள் சென்றதும் ஜீனோ, 'முட்டாள்தனமான காரியம் செய்தாய்...' என்றது.

'ஜீனோ! எனக்குக் கொல்லத் தைரியம் வரவில்லை. மேலும் லேசர் பிரயோகித்துப் பழக்கமில்லையா. சட்டென்று எதுவும் தோன்ற வில்லை...'

'நாசமாய்ப் போச்சு. உன்னை நம்பி எந்தக் காரியத்திலும் இறங்கக் கூடாது. லேசர் பிடிக்கத் திடம் இல்லையென்றுதானே உன் உதவியை நாடினேன். ஐயோ! என்ன நீ?'

'ரவி மனோவைக் கொல்வது அத்தனை சுலபமாகப் படவில்லை...'

'சட்டென்று முடித்திருக்கலாம்.'

'ஆயுதம்...'

ஜீனோ யோசித்து 'அடுத்த தக்க சந்தர்ப்பம் வரக் காத்திருப்போம்...' என்றது.

ரவியும் மனோவும் அரண்மனையைவிட்டு வெளிவந்தபோது 'சந்தேக மாக இருக்கிறது. இவள் உண்மை ராணியோ என்று...'

'யார்?'

'இந்தப் பெண்...'

'சே! எப்படிச் சொல்கிறாய்?'

'முதலில் ராணுவத் தலைவரைக் கூப்பிடலாம். தெருக்களில் ராணுவ வண்டிகள் உருளட்டும்...'

'ஜெனரல் காஜியைக் கூப்பிடு.'

ஜெனரல் காஜி தன் மீசைக்கு 'பாலினால்' போட்டுக் கொண்டிருந்தார். கண்ணாடியில் தன்னை அழகு பார்த்துக் கொண்டிருக்க, விவி போனில் செய்தி வந்ததும் விறைப்பாக நின்றார்.

'என்ன ரவி அவர்களே!'

'ராணுவத்தைத் தயார்நிலையில் வைக்கவேண்டும். உடனே உடனே...'

'நகரத்தின் பூங்கா ஒன்றில் சதிகாரர்கள் கூட்டம் காலை நடந்திருக்கிறது. சதிகாரர்கள் யார் என்று தெரியுமல்லவா?'

'தெரியும் அரசே! டாக்டர் ரா, அவருடைய உதவியாளன், போலி ராணி ஒருத்தி, ஒரு நாய் என்று பேசிக்கொள்கிறார்கள்.'

'சரியாகச் சொன்னீர். அவர்களைப் பிடிக்க உமது ராணுவத்தால் முடியுமா, இல்லையா?'

'சுண்டைக்காய்...'

'ஏன் பிடிக்கவில்லை?'

'அரசே! உங்கள் ஆணைக்காகத்தான் காத்திருந்தேன். அவர்கள் இருக்கும் இடத்தைத் தகர்த்துவிடுகிறோம்...'

'இருக்கும் இடம் சரியாகத் தெரியவில்லையே... அதுதானே சிக்கல்.'

'அப்படியெனில் ராணுவ சதிப் படையின் தேர்ந்த ஒற்றன் ஒருத்தனை அனுப்பி வைத்துக் கண்டுபிடிக்கச் சொல்கிறேன்...'

'எப்படி?'

'அதை என்னிடம் விடுங்கள். இன்னும் நான்கு நாள்களுக்குள் அவர்களைக்...'

'கொண்டு வந்தால் உமக்கு ஃபீல்டு மார்ஷலாகப் பதவி உயர்வு...'

ஜெனரல் மீசையை மறுபடி நீவிக்கொண்டு விவி போனை வைத்தார். தன்னுடைய உதவியாளனைக் கூப்பிட்டு, 'மாஜிக் பிரிவைக் கொண்டு வா...' என்றார்.

'மாஜிக்' என்பது ராணுவ சங்கேதத்தில் சதிப் பிரிவின் பெயர். ஒற்றர் பிரிவின் தலைவரைக் கூப்பிட்டார். 'அன்புள்ள ஜிகோ, உமக்குப் பதவி உயர்வு வேண்டுமா?'

'சொல்லுங்கள் ஜெனரல்...'

'உம் பிரிவில் மிகத் தேர்ந்த ஒற்றன் யார்?'

'ஒற்றன் இல்லை, ஒற்றி...'

‘பெயர்?’

‘வனா...’

‘கூப்பிடும்...’

டாக்டர் ரா-வும் உதவியும் அந்த வீட்டின் முன்னறையில் உட்கார்ந்திருக்க, அவர்களைச் சுற்றிலும் நான்கு பாதுகாவல் இளைஞர்கள் சூழ்ந்திருக்க, பல பேர் அவர்களிடம் ஒவ்வொருவராகச் சந்தேகம் கேட்க வந்து போய்க் கொண்டிருக்க, காவல் படையினர் கட்சி மாறி, தத்தம் லேசர் ஆயுதங்களை ஒவ்வொருத்தராகச் சரண் கொடுத்துக் கொண்டிருக்க...

‘இயக்கம் பெருகட்டும்...’

‘ஐயா, நிஜ ராணி உயிருடன் இருக்கிறார்களா?’

‘ஆம்...’

‘எங்கு இருக்கிறார்கள்?’

‘அதைச் சொல்லப் போவதில்லை. ஆனால் விரைவிலேயே விவி திரையில் தோன்றுவார். மக்களுக்குச் செய்தி தருவார்.’

‘அரசுக் கட்டுப்பாட்டிலிருக்கும் விவி நிலையத்தில் கமாண்டோ தாக்குதலா?’

‘இல்லை இல்லை! கத்தியில்லை... ரத்தமில்லை...’

‘ஐயா! ஜீனோ உயிருடன் இருக்கிறதா? ஜீனோ என்னும் நாயைப் பற்றிக் கேட்டறியத்தான் கேட்கின்றோம். அது உண்மையில் உயிருடன் இருக்கிறதா?’

‘விரைவிலேயே தெரிய வரும்...’

‘ஐயா, இந்தப் பெண் உங்களைச் சந்திக்க நீண்ட தூரம் நடந்து வந்தாளாம்...’

அந்தப் பெண் அவர்கள் காலடியைத் தொட்டு முத்தம் கொடுத்தாள்.

‘பெண்ணே! எழுந்திரு... யாரையும் தொழாதே... உனக்கு என்ன வேண்டும்?’ என்றார் ரா.

‘இயக்கத்தில் சேரவேண்டும்... புரட்சியில் போராட வேண்டும்... உயிரையும் தியாகம் செய்கிறேன்...’

‘அதெல்லாம் தேவையில்லை... இந்தப் புரட்சி ஆளரவமில்லாமல் கமுக்கமாக நடந்து விடும்... யாருடைய உதவியும் தேவையில்லை...’

'இருந்தும் ஏதாவது உங்களுக்குச் சேவை செய்ய விருப்பம்...' என்று உதவியைக் கருணையுடன் பார்த்து மோகனமாகச் சிரித்தாள்.

'டாக்டர் இவளைச் சேர்த்துக்கொள்ளலாம்.'

'சபலமா?' என்றார் டாக்டர்.

'இல்லை. இவள் கண்களில் தெரியும் அறியாமை... இவள் நம் தலைவிக்கு அந்தரங்கத் தோழியாக இருக்கலாம்...'

'பெண்ணே! உன் பெயர் என்ன...?'

'வனா...'

'வா, வந்து உட்கார்...' என்றான்.

அவர்கள் பேசிக்கொண்டிருந்தது அத்தனையும் வனா மார்பில் பொதித் திருந்த பட்டன் வடிவத் தொலைபேசும் டிரான்ஸ்மிட்டரால் ரவி, மனோவின் இருப்பிடத்தில் கேட்டது. அவள் கழுத்தில் அணிந்திருந்த சங்கிலியில் பொதிந்திருந்த சிறிய ஸிஸிடி கேமரா அந்தக் காட்சியை அஞ்சல் செய்தது.

'ராணியை எங்கே ஒளிந்துவைத்திருக்கிறார்கள்?'

'தெரியவில்லை...'

'இரு இரு... இப்போதுதானே எதிரிகள் கொட்டாரத்தில் வனா புகுந் திருக்கிறாள்...'

'இது எந்த இடம்... நாவிகேஷன் கம்ப்யூட்டர் எடுத்துச் சென்றிருக் கிறாளா?'

'ஜிபிஎஸ் நாளைக்குத்தான் தரப்படும். அதுவரை அவள் இருப் பிடத்தைத் தெரிந்துகொள்வது கஷ்டம்...'

'டி எஃப்?'

'அதுவும் நாளைதான். இன்றுதான் புகுந்திருக்கிறாள்... நடப்பதைப் பார்.'

ஒவ்வொருவராக ரா-வின் அருகில் வந்து தத்தம் ஆயுதங்களைப் பகிஷ்கரிக்க...

'இந்தக் காவலர்களுக்குப் புத்தி போகிறது பார். எல்லோரும் சரணடை கிறார்கள்!'

'இன்னும் விசுவாசிகள் லட்சக்கணக்கில் பாக்கியிருக்கிறார்கள். கவலைப்படாதே...'

மீண்டும் ஜீனோ

'இருந்தும் சற்று அவசரப்பட்டவிட்டோமோ!'

'எதையும் இப்போது பேசிப் பயனில்லை. இது ஒரு விதத்தில் கடைசிப் போராட்டம்... ரவி, ஞாபகமிருக்கிறதா அந்த நாள்கள்...'

'ஜீவா என்னும் ஒரு ஹோலோகிராம் அமைத்து, அதற்கு எதிராக மக்கள் இயக்கம் என்று ஒரு புரட்சி கொண்டு வந்து, அதை வெற்றி கண்டு நாம் பதவிக்கு வந்தோம். எப்பேர்ப்பட்ட தந்திரம்!'

'அதைப் போல ஒரு புத்திசாலித்தனமான காரியம் செய்ய, யோசனை சொல்ல ஆட்களில்லாமல் போய்விட்டது பார்...'

'இப்போது யோசிக்க நேரமில்லாமல் இந்த நாய் நமக்குத் தண்ணி காட்டுகிறதே!'

'நாய் இருக்கிறது என்று நம்புகிறாயா?'

'இருக்கத்தான் வேண்டும்.'

'கொன்று விட்டோமே!'

'இல்லை கொல்லவில்லை.'

'யாரது? யார் பேசியது?' என்று சுற்றும் முற்றும் கலவரமாகப் பார்த்து, இடுப்பிலிருந்து லேசர்களை உருவி இலக்கில்லாமல் சுட்டார்கள்.

'என்னைக் கொல்ல இயலாது. நான் இங்கே இல்லை.'

'பேசுவது யார்... யார்?' என்றான் மனோ நகத்தைக் கடித்துக் கொண்டு.

'ஜீனோ...'

'ஜீனோ, நீ எங்கிருந்து பேசுகிறாய்?'

'உன் மூளைக்குள்ளிருந்து...'

ரவி தன் தலையைத் தொட்டுக்கொண்டான்.

'ஜீனோ! நீ நிஜமாகவே இருக்கிறாயா?'

'ஆம்...'

'எங்கே?'

'அதுதான் சொன்னேனே, மூளைக்குள்!'

'அது எப்படிச் சாத்தியம்?'

'நாளை சாவைச் சந்திக்கும்போது எப்படிச் சந்திக்க விருப்பம் என்று இருவரும் சொன்னால், முன்கூட்டியே சௌகரியப்படி ஏற்படுத்தச் சரியாக இருக்கும்...'

'நானாவது சாவதாவது...ஹ ஹ!'

'நாங்களாவது சாவதாவது...' என்று மனோ திருத்தினான்.

'ஜீனோ, என்ன உனக்குள்ளே பேசிக்கொள்கிறாய்...'

'இல்லை. ரவியுடன் ரேடியோ இணைப்பில் பேசினேன். தமாஷாக இருந்தது. இருவருக்கும் சற்று பயம் ஏற்படுத்தி வைத்தால் கொல்லும் போது சற்றுச் சுலபமாகப் போகும்...'

'ஜீனோ, நீதான் கொல்லப் போகிறாயா அவர்களை?'

'என்ன செய்வது? நீ மாட்டேன் என்கிறாயே?'

'கொல்லாமல் அவர்களைச் சிறைப்படுத்தலாமே?'

'சிறைப்படுத்தலாம். அவர்கள் சிறையிலிருந்து தப்பிப்பார்கள். மற்றொரு புரட்சி இயக்கம், மற்றொரு அரசு மாற்றம். இது சரித்திரத்தில் பழைய சோகக் கதையல்லவா? கொல்வதாக இருந்தால் பூண்டோடு அழித்துவிட்டு, சுத்தமாக மாற்று அரசு அமைக்கவேண்டும். இல்லா விட்டால் புரட்சியில் பயன் இல்லை...' என்றது ஜீனோ.

'ஜீனோ, நீ ரொம்ப தூரம் போய்விட்டாய். ரொம்ப புத்திசாலியாகி விட்டாய். வரப் போகும் அரசின் தலைவனாக உன்னைத்தான் தேர்ந்தெடுக்கவேண்டும் என்று தோன்றுகிறது.'

'சிரிப்பு' என்றது ஜீனோ. 'ஏளனம்! உலகின் மிகச் சக்தி வாய்ந்த அரசை, ஓர் இயந்திர நாய் ஆளுவதாவது? வேடிக்கைதான்?'

'இல்லை! ஜீனோ, நீதான் இந்த நாட்டின் மிக உயர் பிரஜை. மற்ற பேர் உனக்கு உறை போடக் காண மாட்டார்கள்! வடிவத்தில் நீ குட்டி நாய், மூளையில்...'

'எனக்கு நாட்டை ஆளும் இச்சை எதுவும் இல்லை...'

'உன் குறிக்கோள்தான் என்ன?'

'முதலில் ரவி மனோவைக் கொல்வது...'

'பின்?'

'புத்தகங்கள் படிக்கவேண்டும். ஒரு புத்தகம் எழுதவேண்டும். சதுரங்கத்தில் ஒரு புதிய தந்திரம் ஒன்றை, அதான் அந்த உதவி. ஆளே கிடைக்கமாட்டேன் என்கிறான்...'

'உதவியும் ரா-வும் இப்போது சூறாவளிச் சுற்றுப் பயணத்தில் இருக்கிறார்கள்...'

'அவர்களுடன் பேசுகிறாயா? மக்கள் சானல் ஒன்று வசதி செய்து வைத்திருக்கிறேன்...'

'ஜீனோ, நீ இல்லாமல் நாங்களில்லை...'

ஜீனோ, 'ஹலோ டாக்டர் ரா...' என்றது. திரையில் ரா தெரிந்தார். 'ஜீனோ, ராணி சௌக்கியமா?' என்றார்.

'டாக்டர், ராணி இதோ இருக்கிறேன். எப்படிப் போய்க் கொண்டிருக் கிறது பிரசாரம்?'

'ஓ! சுகம். இப்போதே இயக்கத்தில் லட்சம் பேர் ரத்தக் கையெழுத்திடத் தயாராக இருக்கிறார்கள்...'

'அதெல்லாம் வேண்டாம். உதவி எங்கே?' என்றது ஜீனோ.

'ஒரு புதிய பெண்ணுடன் வெளியே போயிருக்கிறான். அவள் பெயர் வனா... என்ன ஜீனோ!... ஏன் ஒரு மாதிரி பண்ணுகிறாய்?'

ஜீனோ அப்போது சுற்றிச் சுற்றி வந்தது.

31

ஜீனோ வேடிக்கைக்காகத்தான் அப்படி சுற்றிச் சுற்றி வருகிறது என்று முதலில் நிலாகூடச் சிரித்துப் பார்த்தாள். டாக்டர் ரா மட்டும் அதைச் சந்தேகமாகப் பார்த்து, 'ஜீனோ, நீ பண்ணுவது நன்றாக இல்லை. என்ன, ஏதாவது கோளாறா?' என்று கேட்டார்.

ஜீனோ இதற்குப் பதில் சொல்லாமல் சுற்றிச் சுற்றி வர, நிலா இப்போது பயந்து போய் 'டாக்டர் இதற்கு ஏதாவது ஆகிவிட்டதா? ஜீனோ?' என்று கூப்பிட்டாள்.

பதிலே இல்லை.

'ஜீனோ, என்ன இது?'

டாக்டர் அதை நிறுத்த முற்பட்டார்.

'ஐயோ, இந்தச் சமயத்தில் இதற்கு உடம்புக்கு ஏதாவது வந்து விட்டதா என்ன?'

'ஆம். அப்படித்தான் தோன்றுகிறது. இப்படி எந்த நாயும் சுற்றி வரக் கூடாது. ப்ரொக்ராமில் எங்கோ மாட்டிக்கொண்டு திண்டாடுகிறது.'

'ஜீனோ, ஜீனோ கண்ணா! டாக்டர், உடனே ஏதாவது செய்யுங்கள். ரிப்பேர் செய்யுங்கள்!' என்றாள் நிலா.

இதற்குள் உதவி, அந்தப் பெண் வனாவுடன் வந்தான். வனா ஏகமாக உதவியுடன் ஒட்டிக்கொண்டு, உதவி இல்லாவிட்டால் உலகமே இல்லைபோல அப்படி ஈஷிக்கொண்டு வந்தாள்.

'டாக்டர், ஜீனோவுக்கு என்ன ஆயிற்று?' என்று கேட்டான் உதவி.

'நீயே பார்... என்னவோ ஸ்டக் ஆகிவிட்டது போல அது சுற்றிச் சுற்றி வருகிறது...'

'ஜீனோ...' என்று அதனருகில் உட்கார்ந்தான் உதவி. அதன் நகரும் கால்களை விரலால் நிறுத்தப் பார்த்தான்.

'இதற்கு என்ன ஆச்சு தலைவரே?' என்றாள் அந்தப் பெண்.

'யாரையும் தலைவர் என்று கூப்பிடாதே!' என்றார் ரா.

'நாய் ரிப்பேரா...'

'ஆம்...'

'பொம்மை நாயா?'

இந்தக் காட்சியை வனாவின் மார்பில் பொதிந்திருந்த ஸிஸிடி காமிரா மூலம் பார்த்துக் கொண்டிருந்த ரவியும் மனோவும் கைகுலுக்கிக் கொண்டார்கள். 'இயக்கம் செத்துப் போச்சு. நாய் காலி. பாயைப் பிறாண்டுது. எங்கே ஜெனரல்? அவரைக் கூப்பிட்டு ஒரு 'டிஎஃப்' எடுக்கச் சொல்லு. அவர்கள் இருப்பிடம் தெரிந்து போகும் சீக்கிரம்.'

இந்த முனையில் பரபரப்பும் பீதியும் அதிகமாகிவிட்டன. 'ஜீனோ இல்லையென்றால் இயக்கத்தை எப்படிச் சமாளிக்கப் போகிறோம்?'

'இருங்கள் கொஞ்சம். டாக்டர் இதன் கழுத்தைப் பிடித்துக் கொள்ளுங்கள்.'

'கடிக்குமே!'

'இல்லை ஏதும் செய்யாது. செயலிழந்து இருக்கிறது பிடியுங்கள்...' என்றான்.

உதவி, தன் பையிலிருந்து தர்மாமீட்டர் போலிருந்த சிறிய ரிப்பேர் சாதனத்தை அதன் கழுத்தருகில் வைத்தான். சிறிது நேரம் அதன் நுனியில் தெரிந்த சிவப்பு விளக்கைப் பார்த்துக் கொண்டிருந்தான். 'ஆஹா! க்ளாக் பல்ஸ் தடுக்கிறது டாக்டர். அதன் க்ளாக் சிப் எங்கே இருக்கிறது?'

'வயிற்றுப் பகுதியில்...'

இப்போது காலைப் பிடித்ததால், ஜீனோ வாயை மட்டும் கொறக்களி பண்ணிக்கொண்டு துடித்தது. அதன் கழுத்தைக் கழற்றி, வயிற்றி லிருந்து சில்லை எடுத்து நிரடினான் உதவி.

'இங்கே இருக்கிறது சூட்சுமம். க்ரிஸ்டல் சரியாகத்தான் இருக்கிறது. ஒரு சிப் கபாசிட்டர்தான் காலைவாரி விடும் போல இருக்கிறது. இல்லை இந்த பஃபரா, இதுகூட இல்லையே...'

உதவி ஜீனோவின் உள்ளுக்குள் கருவியால் ஓர் இடத்தில் தொட்ட போது, சட்டென்று ஜீனோ தலையைச் சிலிர்த்துக் கொண்டது. தலையைக் குலுக்கியது. காதுகளை 'குடுகுடு' பண்ணியது.

'என்ன ஆச்சு, நான் எங்கே இருக்கிறேன்...'

'ஜீனோ, என்ன ஆச்சு... நான்தான் உன்னைக் கேட்க வேண்டிய கேள்வி...'

'கொஞ்சம் இரு. 'டயா' போட்டுப் பார்க்கிறேன்' என்று கண் மூடி யோசித்துவிட்டு 'முதல் நம்பர் நெருக்கடி ஒன்றிலிருந்து தப்பித்திருக் கிறேன். என் க்ளாக் பல்ஸ் தடுமாறத் தொடங்க, கடைசியில் நிறுத்தின ஆணையோடு 'ஷட் டவுன்' மோடில் போய்விட்டேன். என்ன செய்துகொண்டிருந்தேன்...?'

'சுற்றிச் சுற்றி வந்தாய். பயமாக இருந்தது...'

'உதவி! எப்படி நான் மறுபடி ஸ்திரப்பட்டேன்...'

'உன் க்ளாக்கை டயாக்னாஸ்டிக் குச்சியால் நிரடினேன்! தற்போதைக்குச் சரியாகிவிட்டது...'

'தற்போதைக்கு என்றால்?'

'ஃபால்ட் என்ன என்று சரியாகத் தெரியவில்லை. இந்த மாதிரி முன்னால் ஆகியிருக்கிறதா?'

'இல்லை. இந்த ஃபால்ட் மறுபடி வருமா...'

'வரலாம்...'

'அப்படியா...?' என்றது ஜீனோ. தன் முகத்தை முன்னங்காலால் துடைத்துக் கொண்டது. 'சிக்கல்...' என்றது. 'சரி சரி... ஃபால்ட் க்ளாக் இணைப்பில்தானே...'

'ஆம்...'

'அந்த சர்க்யூட் வரைபடம் எனக்கு வேண்டுமே?'

'லைப்ரரியில் இருக்கும்...'

'அதுவரை இந்த க்ளாக் ஓடுமா?'

'ஓடத்தான்வேண்டும். இல்லையேல். மறுபடி நிரடுகிறேன்!'

'எனக்கு அந்த அபத்திர நிலை பிடிக்கவில்லை. பயமாக இருக்கிறது.'

'ஜீனோ, என்ன இது? நீயாவது பயப்படுவதாவது!'

மீண்டும் ஜீனோ 245

வனாவை இப்போதுதான் பார்த்தது ஜீனோ. 'இந்தப் பெண் யார்?' என்றது.

'வனா! புதிதாக இயக்கத்தில் சேர்ந்திருக்கிறாள்!'

'அப்படியா... ஹலோ வனா!' என்றது.

'ஹலோ ஜீனோ! குட்டி நாய். செல்ல நாய். என் மடியில் வந்து உட்காரேன்...' என்று அழைத்தாள் வனா.

'அப்புறம்! இப்போது தலைக்குமேல் காரியம் இருக்கிறது. நிலா, உதவி இரண்டு பேரும் வருகிறீர்களா?'

'எங்கே?'

'அடுத்த அறைக்கு வனா, நீ இரும்மா... டாக்டர் மாமாவுடன் பேசிக் கொண்டிரு...'

வனா, 'நானும் வரேனே ஜீனோக் கண்ணு...!' என்றாள்.

'வரவேண்டாமே வனாக்கண்ணு!'

உதவியும், நிலாவும் அடுத்த அறைக்கு வர, ஜீனோ, 'என்ன இது! முதல் ரக ஒற்று உளவாளியை மடியில் வைத்துக்கொண்டு பேசிக் கொண்டிருக்கிறீர்கள்?'

'யாரது?'

'வனாதான்!'

'அப்படியா! எப்படிச் சொல்கிறாய்?' என்றான் உதவி.

'முட்டாளே!' அவள் மார்பிலிருந்து ட்ரான்ஸ்மிட்டர் அலைகளை என்னால் உணர முடிகிறது. பூச்சி மைக் வைத்திருக்கிறாள். தேர்ந்த கள்ளி!'

'அப்படியா! இதோ போய்க் கொலை செய்துவிட்டு...' என்று உதவி எழுந்திருக்க...

'அதுதான் தப்பு. இவள் மார்பிலிருந்து முதலில் அந்த மைக்கைப் பிடுங்கு. அதன் மூலம் பொய்ச் செய்தி அனுப்பிவைக்க வசதியாக இருக்கும். இப்போது அவள் முன்னிலையில் அதிகம் பேசாமல், நைஸாக ரேடியோ கேஜுக்கு அழைத்துப் போ!' என்றது ஜீனோ.

'தெரிகிறது ஜீனோ...'

'சீக்கிரம் வா... எனக்கு அடுத்த முறை அட்டாக் வருவதற்குள் நிறைய காரியங்கள் பாக்கியுள்ளன...' என்றது ஜீனோ.

அவன் போனதும் நிலா, ஜீனோவை எடுத்து மடியில் வைத்து 'வலித்ததா ஜீனோ...?' என்று கேட்டாள்.

'வலி என்று ஏதும் இல்லை. தடுமாற்றம் அவ்வளவுதான்... சுற்றிச் சுற்றியா வந்தேன்?'

'ஆம்...' அதன் காதை நிரடிக் கொடுத்தாள்.

'பார்க்கப் பயமாக இருந்தது.'

'நல்ல வேளை! பாட்டரி பழுதாவதற்குள் ஒரு டோஸ் ரீ - சார்ஜ் வாங்கிக்கொண்டுவிட்டேன். நிலா, நான் அதிக காலம் இருக்க மாட்டேன்...'

'என்ன ஜீனோ சொல்கிறாய்?' என்றாள் அதிர்ந்துபோய். நிலாவின் கண்களில் உடனே ஜலம் கொட்ட ஆரம்பித்தது.

'என் இணைப்பு ஒன்று பழுதாகிக் கொண்டிருக்கிறது!'

'அதை ரிப்பேர் செய்து கொள். அவ்வளவுதானே! இந்த நாட்டில் உள்ள ஆராய்ச்சிச் சாலைகள் அத்தனையிலும் முயற்சி செய்தாவது, உன்னை எப்படியாவது நல்லபடியாக ஆக்கவேண்டும்!'

'எல்லாம் சரிதான். எனக்கு வேண்டியது என் க்ளாக் இணைப்பின் வரைபடம். அது கிடைத்தால் உடனே நானே ரிப்பேர் செய்துகொண்டு விடுவேன்!'

'வரைபடம் எங்கே கிடைக்கும்?'

'அது டாக்டர் ரா-வின் லாபில் டேட்டாபேஸில் இருக்க வேண்டும்...'

'ஏன் சந்தேமாகச் சொல்கிறாய்?'

'நான் கொஞ்சம் பழைய மாடல். அதனால் அந்த வரைபடங் களையெல்லம் வைத்திருப்பார்களா என்பது சந்தேகம். அதுவும் ஜீவா காலத்து மாடல்!'

உதவி உள்ளே நுழைந்து, 'படம் கிடைக்காமற் போகாது. ஆர்க்கைவ்களில், மைக்ரோவில் ஆயிரம் வரைபடங்கள் உள்ளன. பழைய ரோபாட்டுகளின் எல்லா மாடல்களும் உள்ளன. ஜீனோ நீ, பயப்படாதே... நாளைக்குள் காரியம் முடிந்து விடும். உன் படம் கிடைக்கத்தான் வேண்டும்!'

'அந்தப் பெண்ணை என்ன செய்தாய்?'

'பரக்கென்று மார்பு சட்டையைக் கிழித்து விட்டேன். மைக்கை அகற்றிவிட்டேன்!'

ஜீனோவிடம் அந்த மைக்கை உதவி கொடுக்க, அதை ஆராய்ந்த ஜீனோ, 'இதை மானிட்டரிங் மெஷினில் இணைத்து, பழைய டேப் போடு. ரவியும் மனோவும் ரசிக்கட்டும்!'

ரவியும் மனோவும் தலையைச் சொறிந்துகொண்டு, அந்த டெர்மினல் பிம்பத்தைப் பார்த்துக் கொண்டிருந்தார்கள். 'என்ன ஆச்சு?'

'இதோ வந்துவிட்டது... ஏதாவது ஃபீல்டு சரியாக கிடைக்கவில்லை போல் இருக்கிறது!'

இப்போது அந்த பிம்பத்தில் நிலா டாக்டர் ரா-வுடன் போன வாரம் பேசிக் கொண்டிருந்த பழைய டேப் ஓடிக் கொண்டிருந்தது. அதுவும் சவுண்டு இல்லாமல்...

'என்ன ஆடியோ இல்லை?'

'எதாவது பழுதாக இருக்கும்!'

'பரவாயில்லை. அந்த மாளிகையில் அந்த இடத்தில்தான் அவர்கள் இருக்கிறார்கள். கண்காணித்துக்கொண்டே இருக்கலாம்!'

'அவர்கள் கண்காணித்துக்கொண்டே இருக்கட்டும். நாம் இடம் பெயர்ந்துவிடலாம்...' என்றது ஜீனோ.

'ஜீனோ, அதிகம் அலட்டிக்கொள்ளாதே. உடம்பைப் பார்த்துக் கொள்...' என்றார் டாக்டர் ரா.

'டாக்டர்! எனக்கு இப்போது ஒன்றுமில்லை... மறுபடி அந்த இணைப்பு தடுக்கினால்தான் ஆபத்து. கூடிய விரைவில் அந்த இணைப்பைத் தேடுவது எனக்கு நல்லது. பரிசோதனைச் சாலைக்குச் செல்லவேண்டும்...'

'அந்தக் கட்டடம் இப்போது ரவி மனோவின் கட்சியினரிடம் இருக்கிறது. அதில் நுழைவதற்கு முதலில் ரவி மனோவைக் கொல்லவேண்டும்...'

'அதை முதலில் கவனிக்கலாம்... என்னைப் பிரதான அரண்மனைக்கு அழைத்துச் செல்லுங்கள்... மக்கள் இயக்கம் எப்படி உள்ளது...?'

'பெருகிக் கொண்டிருக்கிறது வெள்ளம்போல...'

'ரவியும் மனோவும் கொல்லப்பட்டவுடன், அரண்மனை கோட்டை வாசலைத் தகர்த்துக்கொண்டு வர ஒரு முப்பது நாற்பதாயிரம் பேர் வேண்டும்...'

‘எப்போது கொல்லப்போகிறாய்?’

‘ராத்திரி எப்படியாவது ராணி நிலா விவியில் வரவேண்டும். முதலில் விவி நிலையத்தைக் கைப்பற்றவேண்டும்...’

‘இப்போதுதான் எல்லாமே சூடு பிடிக்கிறது...’ என்றாள் நிலா.

மக்கள் அனைவரும் ஒன்பது மணி தேசியச் செய்திக்காகக் காத்திருந்தார்கள்.

‘ராணி நிஜ ராணியா, போலி ராணியா?’ என்பது பற்றி சர்ச்சைகள் நடந்து கொண்டிருந்தன. திருட்டுத்தனமாக அரசு செய்தித் தாள் களுக்குள் துண்டுப் பிரசுரங்களை வைத்துப் படித்துக் கொண்டிருந் தார்கள். காவல், அமைதி புயற்படையினரில் யார் அரசுக்கட்சி, யார் எதிர்க்கட்சி என்பது குழப்பமாக இருந்தது. கடுமையாகத் தாக்க வந்த காவலர்கள் சட்டென்று சரிந்து மக்களைத் தோளோடு அணைத்துக் கொண்டார்கள். அரசு விவியில் திரும்பத் திரும்ப மனோ ரவியின் சாதனைகள் பற்றியே பேசியது வேடிக்கையாக இருந்தது. அதனுடன் ‘அரசை மீறிக் குற்றங்கள் செய்பவர்களுக்குத் திருநாடு நிச்சயம்’ என்ற எச்சரிக்கையை அறிவிக்கும்போது... திடீரென்று விவியின் பிம்பம் கரைந்து, ‘என் அருமை மக்களே! நான் நிலா! உண்மையான நிலா பேசுகிறேன்...’ என்று அமைதியான முகம் தெரிய, தேசத்தின் அத்தனை பேரும் மௌனமானார்கள்!

‘கடந்த சில மாதங்களாக நீங்கள் குழப்பத்தில் இருப்பது எனக்குத் தெரியும்... யார் நிஜ நிலா, யார் போலி நிலா? யார் யாருடைய கட்சி? யார் மக்கள் பக்கம் என்றெல்லாம் குழப்பம் இருக்கலாம்.

‘இப்போது தெளிவு! நான்தான் நிஜ ராணி நிலா. நான் ஒருத்திதான். தனியாள். ரவி-மனோ இருவரும் என் எதிர்க்கட்சி... அவர்கள் பதவிக்கு வந்ததே ஒரு போலிப் போராட்டத்தின் மூலம். அவர்கள் ஒரு பிம்பத்தின் மூலம் முன்னே ஆண்டு கொண்டிருந்தார்கள். அந்த பிம்பத்தைப் புரட்சியின் மூலம் தகர்த்தெறிவதாகப் பாசாங்கு புரளியெல்லாம் பண்ணி, மீண்டும் அவர்களே வேறு வடிவில் புரட்சியாளராகப் பரிணமித்து வந்திருக்கிறார்கள்! எல்லாமே ஒரே குட்டையின் மட்டைகள்தாம்! நாம் நடந்தது என்ன என்பதை மக்கள் முன்னர் தெளிவாகச் சமர்பிக்கவிருக்கிறோம். ஆனால் அதற்குச் சமயமில்லை. இப்போதைய அவசரம், இந்தச் சதிகாரர்களை நீக்குவது... இதில் எனக்கு உண்மையாக உதவி செய்யப் போகிற வர்கள் யார் யார் என்பதை உங்களுக்குச் சொல்ல விரும்புகிறேன்.

‘டாக்டர் ரா...

'அவருடைய உதவி...

'அதன்பின், முன்புபோல் என்னைக் காப்பாற்ற 'மீண்டும் ஜீனோ' - என் உயிர்த்தோழன்!'

அருகருகே டாக்டர் ரா-வும், உதவியும் தோன்ற, ஜீனோவைத் தன் பையிலிருந்து எடுத்து கேமரா முன் காட்ட...

ஜீனோ தன் வலது காதை உயர்த்தி 'டாட்டா' காட்ட...

மக்கள் மகிழ்ச்சி ஆரவாரத்தில் மிதந்தார்கள்.

33

நிலா தன் கையிலிருந்த ஜீனோவை நாடு தழுவிய விவி திரையில் மக்களிடம் உயர்த்திக்காட்டி, 'ஜீனோ, ஏதாவது பேசேன். அவர்கள் அதை மிகவும் விரும்புவார்கள்...' என்றாள்.

'ஆம்... ஆம்' என்று பட்டிதொட்டிகளில், நகரங்களில், ஸாட்டிலைட்டுகளில், விமானங்களில், தரை மார்க்கங்களில், ரயில் நிலையங்களில், லைப்ரரிகளில், எங்கும் பார்த்துக் கொண்டிருந்த மக்கள் விரும்பி ஆரவாரமாக்கினார்கள்.

'அப்படியானால் சரி! மறுபடி சந்தர்ப்பம் கிடைக்குமோ இல்லையோ?' என்று விவி கேமராவைப் பார்த்து ஒருமுறை காதுகளைக் குலுக்கிக் கொண்டு, ஜீனோ தெளிவாக, நிதானமாகப் பேச ஆரம்பித்தது.

'நண்பர்களே! உங்களுடன் பேச சந்தர்ப்பம் கிடைத்ததில் எனக்கு மகிழ்ச்சி என்று சொன்னால் பொய். ஏனெனில், மகிழ்ச்சி என்கிற உணர்ச்சிக்கும் உங்களுக்கும் எனக்கும் அர்த்தம் வேறு. உங்களைப் போல மகிழ்ச்சியை உள்ளுணர்வின் அடித்தளங்களில் என்னால் உணர முடியாது. எனக்கு உள்ளுணர்வு கிடையாது.

'இப்போது ராணி நிலா, டாக்டர் ரா, அவருடைய உதவி, நான் - யாவரும் சேர்ந்துகொண்டு இந்த நாட்டைப் பழைய நிலைக்குக் கொண்டு வர உத்தேசித்திருக்கிறோம். பழைய நிலை என்பது என்ன? பொய் இல்லாத நிலை. டெக்னாலஜியை ஆக்கப்பூர்வமான செயல்களுக்குப் பயன்படுத்தும் நிலை. மீண்டும் கலை, கவிதை, பத்திரிகை, புத்தகம், தேர்தல், சண்டை, கோர்ட்டில் தகராறு போன்ற அன்றாட நிகழ்ச்சிகளுக்குத் திரும்பும் நிலை. அனைவருக்கும் மறுக்கப்பட்ட மனித உரிமையைத் திரும்பப் பெறும் நிலை. மனித உரிமை என்பது பிறப்புரிமை என்பதில் யாருக்கும் சந்தேகமில்லை. அப்படியிருந்தும் மனித சரித்திரத்தில் பெரும்பகுதியைக் கவனித்தால்,

யாராவது எங்காவது மனித உரிமைக்காகப் போராட்டம் நடத்துவது தான் மிகுதியாக இருக்கிறது. அதுபோலத்தான் இந்தப் போராட்டம். ரவி, மனோ என்ற இரட்டையர், முதலில் ஒரு பிம்பத்தை வைத்து உங்களை ஏமாற்றிக்கொண்டிருந்தார்கள். அதன்பின் புரட்சி என்கிற சொல்லை வைத்துக்கொண்டு. இப்போது அவர்கள் சகாப்தம் முடியும் நிலை வந்துவிட்டது. வாருங்கள் எங்களுடன். அரண்மனைக்குச் செல்வோம். அரண்மனையின் டெக்னாலஜி கோட்டைகளைத் தகர்ப்போம். அவர்களை அவர்களே வளர்த்த தீயில் எறிவோம். வாருங்கள்... வாருங்கள்!' என்றது. அதன்பின் 'லொக் லொக்' கென்று பாசாங்குக்காக ஜீனோ இருமியது.

ரவியும் மனோவும் நடுநடுங்கிக்கொண்டு அந்தக் காட்சியை கவனித்துக் கொண்டிருந்தார்கள்.

'டாக்டர் பாசு. என்னய்யா இது?'

'ஜெனரல் காஜி, என்ன இது? அவர்களைப் பிடியுங்கள். நீங்கள் அனுப்பி வைத்த ஒற்றி வனா எங்கே? என்ன ஆயிற்று?'

'அரண்மனைக் கதவுகளை மூடிவிடுங்கள்.'

இவ்வாறு அவர்கள் பேசிக் கொண்டிருக்கும்போதே ஜன்னலுக்கு வெளியே இரைச்சல் கேட்டது. மெள்ள எட்டிப் பார்த்ததில், அந்த இரவில் மக்கள் ஆளுக்கொரு டார்ச்சை அசைத்துக்கொண்டு அல்லோலகல்லோலமாக அரண்மனையை நோக்கி வெள்ளம் போல அணுகிக்கொண்டிருந்தார்கள். 'ஜீனோ' என்ற எழுத்துக்களின் ரத்த நிற பெயிண்ட் இன்னமும் கசிந்து கொண்டு இருந்தது. 'ஜீனோ, ஜீனோ, ஜீனோ' என்று ஆயிரம் வாட் குரல்கள் அரண்மனை அக்ரிலிக் கதவுகளில் எதிரொலித்தன. வானத்தைக் கீறிக்கொண்டு ஒரு ரத்த நிற ஒளி வாணவேடிக்கை போல் புறப்பட்டு, எரிந்து எரிந்து அந்தப் பிரதேசத்தையே பதினைந்து நிமிஷம் பகலாக்கியது. திடும் திடுமென்று கதவுகளை இடிக்கும் சப்தம் கேட்க, ரவிமனோ இருவரும் கலவரத்தில் 'என்ன செய்வது...' என்று டாக்டர் பாசுவைக் கேட்க...

அவர் திருதிருவென்று விழிக்க...

ஜெனரல் காஜி 'எனக்கு ஒரு சுரங்கப் பாதை வழி தெரியும். அரண்மனைக்குள்ளே இருக்கிறது!' என்றார்.

'அந்தப் பாதை எங்கே கொண்டு விடும்?'

'ஊருக்கு வெளியே... அங்கிருந்து நடந்தால் அண்டை நாட்டு பார்டர் அரைமணி நேரம்தான்.'

'ஐயோ, உடனே காட்டுமய்யா! எனக்குச் சித்திரவதை பட்டுப் பழக்கமில்லை' என்றான் ரவி.

அதே சமயம் ஜீனோ, டாக்டர் -ராவிடம்,

'டாக்டர், அரண்மனையிலிருந்து தப்பித்துப் போக சுரங்கப் பாதை ஏதாவது இருக்கிறதா? உமக்குத் தெரியுமா?' என்று கேட்டது.

'இருக்கிறது. நான்தானே அமைத்தேன்!'

'எங்கே கொண்டுவிடும்?'

'அண்டை நாட்டு எல்லைக்கருகில். ராஜாக்கள் தப்பிக்க என்றே ஏற்படுத்திய பாதை.'

'இனி ராஜாக்களே வேண்டாம். இப்போது ரவியும் மனோவும் அந்த வழியாகத்தான் தப்பிக்க முயற்சிப்பார்கள். எனவே அந்தச் சுரங்கப் பாதையின் இறுதி எங்கே என்று சொல்லும். யாராவது போய் அவர்களை... இல்லை, நானே போகிறேனே... உதவி, வருகிறாயா!'

'ஜீனோ, நில்லு! நீ போய்விட்டால்?' என்றாள் ராணி நிலா.

'நான் எங்கும் போகவில்லை. தலைவர்களைக் கொன்றுவிட்டு, கோலாகலத்தில் கலந்து கொள்கிறேன். வா, உதவி...'

'ஜீனோ, புரட்சி என்ன ஆகிறது இங்கு?' என்றாள் நிலா.

'பெண்ணே! புரட்சி இந்த வேளைக்கு ஏறக்குறைய முடிந்து போயிருக்கும். ஷேக்ஸ்பியர் சொன்னது போல மிஸ்சீஃப் தௌ ஆர்ட் அஃபுட்! என்ன உதவி?'

'சொன்னது ஜூலியஸ் சீஸர்' என்றான் உதவி.

'பரவாயில்லை. ஏதோ படிப்பாய் போல! உன்னை ஒருமுறை செஸ்ஸில் தோற்கடித்துவிட்டுத்தான் நான் சாகவேண்டும்' என்றது ஜீனோ.

'என்ன, ஜீனோவாவது சாவதாவது! என்ன பிதற்றுகிறாய்?'

'அப்புறம் சொல்லுகிறேன். வா, இப்போது சுரங்க வாசல்' என்றது ஜீனோ.

ரவி, மனோ, பாசு, காஜி நால்வரும் வேகு வேகென்று அந்தச் சுரங்கப் பாதையைக் கடந்து, நாக்கு இரைக்க வெளியே வந்தார்கள்.

'தப்பிச்சாச்சி!' என்று ரவி இரைந்தான்.

மீண்டும் ஜீனோ 253

அந்தக் கடைசிக் கதவின் பொத்தான்களின் சங்கேதத்தை காஜி அமைக்க, கதவு தானாகத் திறந்துகொண்டு வெளியுலகக் காற்று வீசியது.

'அப்பாடா!' என்று ரவி விழுந்தான். தரையில் அவனருகில் மற்றவர்களும் ஆசுவாசமாக உட்கார...

'இது யாரு?'

அங்கே வந்து நின்றிருந்த உதவியை, அவர்களின் யாராலும் உடனே அடையாளம் கண்டுகொள்ள முடியவில்லை. தலையில் கறுப்பாகத் துண்டு சுற்றியிருந்தான் உதவி.

'ஐயா, கும்பிடறேனுங்கய்யா!'

'என்னப்பா, யாரு நீ?'

'தலைநகருக்குப் போவணுமுங்க... என்னவோ விளாவாம்ங்க! கேள்விப்பட்டேனுங்க?'

'அப்படியா! வேற என்ன கேள்விப்பட்டே?'

'ராசாமாருங்க போயி பழையபடி ராணி வந்தாச்சுங்களாம். எல்லாருக்கும் தங்கக் காசு கொடுக்குறாங்களாம். ஐயா, நீங்க எங்கே போறீங்க?'

'நாங்களா நாங்க அண்டை நாட்டுக்குப் போணும்ப்பா... வழி தெரியுமா...?'

'தெரியுங்களே! நேரா மேக்கால போயி, தெக்கால திரும்பினா.'

'மேக்கு, தெக்கு எதுவும் தெரியாதுப்பா.'

'அப்ப ஒண்ணு பண்ணுங்க, என் நாயை உங்ககூட அனுப்புறனுங்க. அது வளி காட்டுங்க.'

'அப்படியா, பரவாயில்லையே! பழகின நாயா?'

'ஆமாங்க ரொம்ப பளக்கமுங்க. எல்லார் கூடவும் வெளையாடும்.'

'நாய் எங்கே?'

'இதோ!' என்று தன் மடியிலிருந்த ஜீனோவை உதவி இறக்கி விட, ஜீனோ 'விஷ் விஷ்' என்று வாலாட்டி காதுகளை ஆட்டி நடனமாடியது.

'நல்ல நாய்! என்ன பேரு?'

'ஐயா, ஜீனோங்க' என்றது ஜீனோ இப்போது.

'என்னது?'

'ஆமாம்! 'மீண்டும் ஜீனோ!' ரவி மனோ - மரியாதையா அந்தச் சுவரோட சுவரா ஒட்டிக்கிறீங்களா!'

ஜீனோ என்ற பெயரைக் கேட்டதுமே ரவி பதற்றப்பட்டு, 'காஜி, எடும் லேசரை... சுடும் சுடும்!' என்றான்.

'காஜி! எதற்காக இந்த வயசில் உமக்கு வம்பு! நீர் லேசரை எடுத்துச் சுட்டு எத்தனை நாளாச்சு? உங்கள் லேசர் மாடல் வாலட் 23. அந்த மாடலின் மூலமே காலாவதியானது. எங்கே சுட்டுப் பாரும்!'

காஜி லேசரை உயர்த்த, உதவி, 'காஜி, என்ன ஒரு முட்டாள் நீர்! ஜீனோவைப் போய் சுடப் பார்க்கிறீரே!'

'எ...எ...எ...என்ன ஆகும்?'

'அது ஆன்ட்டி லேசர் வைத்திருக்கிறது. தெரியாதா? அதைச் சுட்டால் பீம் உம்மைத் திரும்ப வந்து தாக்கும்!'

ரவி, 'அவன் புளுகுகிறான், சுடும் சுடும்!'

'புளுகா! அப்படியே தற்கொலை செய்துகொள்ள உத்தேசம் என்றால் தாராளமாகச் சுடும்!'

'சுடு மாமா...' என்றது ஜீனோ.

'நீயே சுடேன்' என்றார் காஜி, ரவியைப் பார்த்து.

லேசர் ஆயுதத்தை காஜி கொடுக்க முற்பட, அவர்கள் அதை வாங்கத் தயங்க,

'ரவி, மனோ! நீங்கள் இரண்டு பேரும் எப்படிச் சாக உத்தேசம்?' என்றது ஜீனோ.

'சாவா நாங்களா?' என்ற காஜி, ஜீனோவைப் பார்த்து லேசரைக் குறிவைத்து ட்ரிக்கரை அழுத்தினார்.

மக்கள் வெள்ளம் அரண்மனைக்குள் புகுந்தது. பெரும்பாலோர் நடனம் ஆடினார்கள். அறைகளுக்கும் திரைகளுக்கும் தீ வைத்தார்கள். கையில் கிடைத்ததையெல்லாம் எடுத்துக் கடித்தார்கள்; அடித்தார்கள்; மடித்தார்கள். ராணி நிலாவின் பாதுகாப்புக்காக அந்தரங்க வியூகம் அவளைச் சூழ்ந்துகொள்ள வேண்டியதாகிவிட்டது. அவளையும் டாக்டர் ரா-வையும் அழைத்து வந்த கூட்டம் 'எங்கே ஜீனோ, எங்கே ஜீனோ?' என்று ஆரவாரிக்க ஆரம்பித்துவிட்டது.

நிலா, 'பதற்றப்படாதீர்கள், ஜீனோ ஒரு காரியமாகப் போயிருக்கிறது. வெற்றி பெற்ற பின் வரும்...' என்றாள்.

'ரொம்ப சின்ன நாய்! அதைத் தொந்தரவு செய்யக் கூடாதுப்பா...'

'ஜீனோ சின்ன நாயா! உனக்குத் தெரியாது. அது நினைத்தால் விசுவரூபம் எடுக்கும்!'

'என்னவோ! ஜீனோவை ஒருமுறை தொட்டுப் பார்த்துவிட்டால் போதும்ப்பா...'

'தொட்டுத் தடவுவதற்கென்றே வாரத்தில் ஒருநாள் ஒதுக்குவார்கள். ஏராளமான பேர் அதைத் தொட்டுப் பார்க்க விரும்புகிறார்கள்!'

இவ்வாறெல்லாம் மக்களால் பேசப்பட்ட ஜீனோ, இப்போது காஜியின் அசைவில்லாத உடலின்மேல் உட்கார்ந்து கொண்டு இருந்தது. 'சொன்னால் கேட்கவில்லை. என்னிடம் ஆன்ட்டி லேசர் இருப்பதை நம்பவில்லை. பாவம் ஜெனரல்! ரவி மனோ! நீங்கள் இருவருமாவது நான் சொன்னபடி கேட்கிறீர்களா?'

'கேட்கிறோம். கேட்கிறோம். எங்களை அந்தக் கூட்டத்தில் அவிழ்த்து விடாமல் இருந்தால் சரி!'

'இப்போது சொல்லுங்கள், எப்படிச் சாக விருப்பம்?'

'ஜீனோ, நாங்கள் சாக விரும்பவில்லை. வாழ்நாள் முழுவதும் உனக்கு சேவை செய்து...'

'சேச்சே! அத்தனை கோழையாக இருக்காதீர்கள். ஒரு நாட்டையே ஆண்டிருக்கிறீர்கள்.'

'சாமர்த்தியசாலிகள்... தைரியமாக மரணத்தைச் சந்தியுங்கள்... என்ன ரவி. தலையைப் பின்னால் கட்டிக்கொள்.'

ரவி கட்டிக்கொள்ள...

'திரும்பு...'

இப்போது மெள்ள மனோ ஜீனோவின் பின்பக்கமாக நழுவி அதன் கழுத்தைப் பிடித்துக் கொல்ல முயற்சிக்க... ஜீனோ சட்டென்று திரும்பி, கோபத்துடன் 'இதுதானே வேண்டாம் என்கிறது. மரியாதை யாக உன்னை நடத்தினால் அல்பமான மனுஷப்புத்தியைக் காட்டு கிறாயே. நானூறு தோப்புக்கரணம் போடு. ரவி நீ பாட்டுக்குத் தலையைத் திருப்பிக்கொள். வலிக்காமல் உன்னைக் கொல்கிறேன்.'

ரவி திரும்பும்போது, ஜீனோ உதவியிடம் 'உதவி என்னை எடுத்துத் தூக்கிக் கொள், அவன் கழுத்தளவுக்கு...'

'ஜீனோ, என்னச் செய்யப் போகிறாய்?' என்றான் ரவி.

'கவலைப் படாதே, வாழ்வுக்கும் சாவுக்கும் இடையில் ஒரு கணம்தான் இருப்பாய். இன்பமாகவே இருக்கும்! அசையாதே! அசைந்தால் வலி அதிகமாக இருக்கும்.'

மனோ நாற்பத்தெட்டு, நாற்பத்தொன்பது என்று தோப்புக் கரணம் போட்டுக்கொண்டிருந்தான்.

ஜீனோ வாயை ஒரு மாதிரி வைத்துக்கொண்டு 'ப்பித்' என்று ரவியைப் பார்த்துத் துப்பிற்று.

அடுத்த கணம் ரவி சொத்தென்று விழுந்தான்.

'எத்தனை சின்ன விஷயம். எத்தனை எளிதானது' என்றது ஜீனோ.

'ஜீனோ, இது எப்படி?' என்றான் உதவி.

'பல்லுக்குள் ஒரு முள்ளைப் பத்திரமாக வைத்திருந்தேன். அதனுள் ஒரு வியல் விஷம். மனோ, இப்போது உன் முறை. தோப்புக்கரணம் போட்டதுபோதும். வா, இயந்திர நாய் சொன்னதற்காக ஒரு மனிதப் பிறவி தோப்புக் கரணம் போடக்கூடாது. அவமானம் நிறுத்து!'

மனோ நிறுத்தினான்.

'நீ எப்படிச் சாக விரும்புகிறாய்? கைகுலுக்கினால்கூட நல்லது. நகத்தில் ஒரு வியல் விஷம் வைத்திருக்கிறேன். அது உன் ரத்தத்தில் கலந்து ஒரு செகண்டுதான் அவஸ்தையாக இருக்கும். அப்புறம் இருட்டில் கரைந்து போவாய். எதுவும் தெரியாது. எப்படி உன் இஷ்டமோ அப்படி!'

'காப்பாற்றினால் பரவாயில்லை. என்றென்றும்...' என்றான் மனோ. 'சாத்தியமே இல்லை மனோ. உன்னைக் கொல்லவில்லையென்றால் என்னைக் கொன்று விடுவார்கள். என்ன உதவி சார்.'

'ஜீனோ, உனக்கு எவ்வளவு பணம் வேண்டும்? தருகிறேன். பங்களா வேண்டுமா? கம்ப்யூட்டர் வேண்டுமா? லைப்ரரி வேண்டுமா? என்ன வேண்டும்?'

'எனக்கு வேண்டியதெல்லாம் ஒரு கை குலுக்குல்...' என்று ஜீனோ சொல்லிவிட்டு, சட்டென்று பேதலித்துச் சிலைபோல் நின்றது.

'ஜீனோ... ஜீனோ!'

33

ஜீனோவின் ஸ்தம்பித்த நிலையை மனோ முதலில் நம்பவில்லை. உதவிதான் அதைச் சந்தேகத்துடன் பார்த்து 'ஜீனோ, ஜீனோ! பழைய ட்ரபிளா?' என்றான்.

ஜீனோ இப்போது அசையாமல் நின்றது. மனோவுடன் கைகுலுக்க நீட்டின முன்னங்கால் அப்படியே அந்தரத்தில் தொங்க, அந்த ஸ்தானத்திலேயே உறைந்து போயிருந்தது.

மனோ சற்றுச் சந்தேகத்துடன் சற்று நடுக்கத்துடன் அதை அணுகினான். 'ஜீனோ, ஜீனோ சார்! என்னைக் கொல்லப் போறதில்லையா ஜீனோ பிரபு?'

உதவி அதை எடுத்து நான்கு முறை குலுக்கிப் பார்த்தான். 'பழைய ட்ரபிள்' என்றான் தனக்குள்.

'அப்ப வேலை செய்யாதா? போச்சா!' என்று மனோ மெள்ள நழுவினான். அதைக் கவனிக்காமல் உதவி தன் பையிலிருந்து டயாக்னாஸ்டிக் குச்சியை மறுபடி எடுத்து ஜீனோவின் கழுத்தைக் கழற்றி வயிற்றின் உள்ளே நிரடிப் பார்த்தான். அதன் க்ளாக் துடிப்புகள் தடுமாறிக் கொண்டிருந்தன. உதவிக்குப் பயமாக இருந்தது.

'ஜீனோ... ஜீனோக் கண்ணு! எங்கூட செஸ் விளையாடாம நீ செத்துப் போக விடமாட்டேன் ஜீனோ. இந்த ஒரே ஒரு தடவை பிழைச்சுக்க. இந்த மாதிரி வெற்றி சமயத்தில் மண்டையைப் போடாதே. சொல்றதைக் கேளு' என்று சொல்லியபடி உதவி அங்கங்கே நிரட, ஒரு தருணத்தில் பட்டென்று மறுபடியும் அதன் துடிப்புகள் சீராகி விட ஜீனோ, தலையைச் சிலிர்த்துக்கொண்டு சுற்றம் முற்றும் பார்த்து 'என்ன ஆச்சு, மறுபடியும் கோளாறா?' என்றது.

'ஆம், ஜீனோ, உன் சர்க்யூட்டைப் பார்த்தே ஆகவேண்டும்...'

'எங்கே அந்த மனோ.'

'அண்டை நாட்டுக்குத் தப்பி ஓடி விட்டான். நான் உன்னைக் கவனித்துக் கொண்டிருக்கையில் மறைந்து விட்டான்.'

'துரத்தலாமா?'

'வேண்டாம் ஜீனோ, உனக்கு வேறு முக்கியமான வேலை இருக்கிறது. உன் கோளாறு தீவிரமாகிக் கொண்டிருக்கிறது. உன் க்ளாக் இணைப்பு அவ்வப்போது தடுமாறுகிறது. தற்காலிகமாகச் சரி பண்ணியிருக்கிறேன். இந்த நிலை எனக்குப் பிடிக்கவில்லை. சட்டென்று உன் மாடலின் வரைபடங்களைப் பார்த்து உன் உள் இணைப்புகளில் ஒரு பகுதியைப் புதுசு பண்ணவேண்டும்.'

'என் வரைபடங்கள் எல்லாம் அருங்காட்சியகத்தில்தான் இருக்கும் அல்லது...'

'ஹ்யூரிஸ்டிக்ஸ் லாபின் டேட்டாபேஸில் நிச்சயம் இருக்க வேண்டும். உடனே அங்கே போனால் நல்லது.'

'விடுதலைப்போர் முடிந்து விட்டதா?'

'முடிந்துதான் இருக்கவேண்டும். நகரத்தின் ஆரவாரம் இங்கே கேட்கிறதே! ஜீனோ, அதிகம் அலட்டிக்கொள்ளாதே' என்று அதைத் தன் கைக்குட்டையில் சுற்றி பாக்கெட்டில் போட்டுக் கொண்டான். அங்கிருந்து அவர்கள் மெதுவாக நகரத்தின் மத்தியப் பகுதியை நோக்கி, நடந்தார்கள். தெருவெல்லாம் ஜனவெள்ளம் ஆரவாரத்தில் பொங்கிக் கொண்டிருந்தது. ஜீனோவின் ஸ்டிக்கர்களும் நிலாவின் படமும், ஏன் உதவியின் படம்கூடப் பரபரப்பாக விற்பனையாகிக்கொண்டிருந்தது. யாரை விசாரித்தாலும் அரண்மனையை நோக்கிப் போய்க் கொண்டிருப்பதாகச் சொன்னார்கள்.

'எதற்கு?' என்று கேட்டால் ஏகோபித்த குரலில், 'ஜீனோவைப் பார்க்க...' என்றார்கள்.

'நான்தான் இங்கிருக்கிறேனே உதவி. எனக்கு இந்தச் சமயத்தில் சாக விருப்பமில்லை. படிக்க வேண்டிய புத்தகங்கள், செஸ் எல்லாம் பாக்கியிருக்கிறது...'

'ஜீனோ, உன்னை யார் சாக விடுவார்கள்... பயப்படாதே. உன்னை ரிப்பேர் செய்து பழையபடி கொண்டுவந்து விடுகிறேன்.'

'என் வரைபடம் கிடைக்கிறதோ, இல்லையோ?'

'எங்கே போய்விடப் போகிறது! டேட்டா வங்கியில் அத்தனை வரைபடங்களும் உள்ளன. நான்தானே அந்த டேட்டா பேஸையே வடிவமைத்தவன்...'

'ஏதோ கிடைத்தால் சரி... உதவி எனக்கு என்ன கோளாறு?'

'க்ளாக் தடுமாறுகிறது. ஏன்?'

'என் க்ளாக் துடிப்பெண் எனக்குத் தெரியும். அந்தத் துடிப் பெண்ணுக்கு மற்றொரு இணைப்பு செய்து கொடுத்துப் பொருத்தி விட்டால் பிழைத்து விடுவேன் அல்லவா?'

'பிழைத்து விடுவாய் ஜீனோ... ஆனால், உன் க்ளாக் இணைப்புகளை எங்கெங்கே இணைக்கவேண்டும் என்கிற விவரங்கள் கொண்ட ஸ்கீமாட்டிக் வரைபடம்வேண்டும். அது கிடைத்தால் போதும்.'

'பின் நம்பர் எட்டு ஏழு பதினெட்டு பதினாறு.'

'ஜீனோ! அந்த பின் நம்பர்கள் எல்லாம் உன் மாடலில் ஒரு 'ஆஸிக்' போட்டு மாறியிருக்கிறது.'

'அட ராமா!'

'அந்தப் புதிய இணைப்புக்கான வரைபடம்தான் வேண்டும். பத்துப் பதினைந்து நிமிஷம் பொறுத்துக்கொள். இந்தக் கோலாகல ட்ராஃபிக் முடிந்ததும், உடனே லாபுக்குப் போய், டேட்டா வங்கியிலிருந்து உன் இணைப்பு விவரங்களை வாங்கி...'

'அதற்குள் நான் நின்று போய்விட்டால்?'

'மறுபடி நிரடிப் பார்க்கிறேன். அது வரை ஜீனோ, நீ அதிகம் பேசாதே. ஸ்டாண்ட்பை மோடில் பேசாமல் இரு. பாட்டரி சக்தியை விரயம் பண்ணாதே...'

'எனக்கு இந்த வேளையில் பேசியே ஆகவேண்டும். உதவி! இப்போது பேசாமல் இருந்துவிட்டு கடைசியில் அப்படியே பிராணனை விட்டுவிட்டால் கிடைத்த சந்தர்ப்பம் போனது போல...'

'சே! அப்படியெல்லாம் பேசாதே ஜீனோ!'

'உதவி, அங்கே போகக் குறுக்கு வழியில்லை...'

'இன்றைக்கு எல்லாமே சுதந்தரம்! திண்பண்டங்கள் இலவசம்; பானங்கள் இலவசம்; ரயில் இலவசம்; வான் டாக்ஸி, காந்த ரயில் எல்லாமே இலவசம்!'

எல்லா வழிகளும் மக்கள் வெள்ளத்தால் அடைபட்டிருந்தன.

'நாலு மணிக்கு ஜீனோவைப் பார்க்கலாமாம்பா. அரண்மனை வாசல்ல கொண்டாந்து காட்டப் போறாங்களாம்!'

'அந்த நாய் சைஸ் என்ன தெரியுமா...?'

'தெரியலைப்பா... கைக்குள்ள, பாக்கெட்டுக்குள்ள அடங்கிரும்ங்கறாங்க...'

'அது என்னவோ! அதுதான் அடுத்தபடி நம்ம நாட்டை ஆளப் போவுது, கட்டாயமா...?'

'ஊஹூம். அது ஒப்புக்கலையாம்பா...'

'ஜனநாயகம்தான் வரும்ங்கறாங்க. ராணி நிலாகூட இல்லையாம்...'

'ஜனநாயகம்னா என்னய்யா?'

'மக்களே அரசனைத் தேர்ந்தெடுக்கறாப்பல...'

'அப்படியா? அப்படி ஒண்ணு இருக்குதா என்ன?'

'உதவி மறுபடி எனக்குத் தடுமாற்றம் வரும் போல இருக்கு... பேசாமல் அரண்மனைக்கே அழைத்துச் செல். நிலா, ரா... எல்லாம் இருப்பாங்க. அவங்க உன்னைப் பார்த்து அடையாளம் கண்டு பிடிச்சுக்குவாங்க. அதுக்கப்புறம் ஆராய்ச்சிச் சாலைக்குப் போறது சுலபம்...' என்றது ஜீனோ.

உதவியும், ஜீனோவும் அரண்மனை முகப்பை அடைய ரொம்ப நேரமாயிற்று. பால்கனியில் அவ்வப்போது ராணி தோன்றி மக்கள் வெள்ளத்தை நோக்கி முத்தம் பறக்கவிட்டுக் கொண்டு இருந்தாள் 'ஜீனோ, ஜீனோ' என்று மக்கள் ஒருமித்த குரலில் கேட்டுக் கொண்டிருக்க... காவலன் ஒருவன் எல்லோரையும் தடுத்துக் கொண்டிருக்க...

அவனருகில் போய், 'உதவி வந்திருக்கிறதா ரேடியோ மூலம் சொல்லுப்பா...' என்றான் உதவி.

'இதுக்கெல்லாம் சமயம் இல்லேய்யா!'

'எனகூடவே ஜீனோவும் இருக்குது...' என்று மடியிலிருந்த லேசாகத் திறந்து காட்ட, உடனே காவலன் முகம் மலர்ந்து, 'வாங்க உங்களுக்குத்தான் எல்லோரும் காத்திருக்காங்க...' என்று அவர்களைத் தனிப்படுத்தி உள் அரண்மனைக்குள் அழைத்துச் சென்றான்.

ராணியும் ரா-வும் 'ஜீனோ' என்று அதைக் கட்டிக்கொள்ள, 'முத்தமிட இது சமயமில்லை. நான் இப்போது ரொம்ப கவலைக்கிடமா இருக்கிறேன். என் பல்ஸ் துடிப்புகள் அடிக்கடி தடுக்கின்றன. என்னைக் காப்பாற்ற உடனே ரா-வுடனும் உதவியுடனும் லாப் போகவேண்டும்' என்றது ஜீனோ.

'உதவி, என்ன இது?'

'டாக்டர்! இந்த நாயின் மாடலின் வரைபடங்கள் எங்கே உள்ளன?'

'ஏ ஐ லாபில்... வா!'

'உடனே அங்கே போகவேண்டும். இன்னமும் அரை மணிக்குள் இதன் புத்திணைப்புகளைச் செய்யவேண்டும். இல்லையேல் இதன் சொந்தத் துடிப்புகள் அதிகம் தடைப்பட்டு இதன் விதை போன்ற கெர்னல் ப்ரொக்ராம்கள் பாதிக்கப்பட்டுவிட்டால் பிழைப்பது இயலாது...'

'ராணி நிலா, ஒரு தனிப்பட்ட வான் டாக்ஸிக்கு ஏற்பாடு செய்கிறாயா? என் உயிர் போய்க் கொண்டிருக்கிறது...' என்றது ஜீனோ.

ஜீனோவை அவர்கள் மூவரும் அணைத்து பிரத்தியேக டாக்ஸியில் வைக்க, டாக்ஸியின் காற்று குஷன் மெள்ள அதை உயர்த்த, ஜீனோ திருதிருவென்று விழித்தது.

'என்ன ஜீனோ, என்ன செய்கிறது உனக்கு?'

'அதிகம் பேச விரும்பவில்லை நான். நிலைமை மோசமாகிக் கொண்டிருக்கிறது...'

'ஜீனோ... ஜீனோ?'

'அதைத் தொந்தரவு செய்யாதே நிலா. அழுது பிரயோஜனம் இல்லை. தைரியமாக இரு...'

'டாக்டர் ரா! இதை எப்படியாவது பிழைக்க வைத்தே ஆக வேண்டும்.'

ஜீனோ மெள்ளப் பேசியது: 'நிலா! என்னைப் பிழைக்க வைக்க ஆராய்ச்சிச் சாலையில் இருக்கும் என் இணைப்பு வரைபடம் ஒன்றுமட்டும் வேண்டும், அதுபோதும். எதற்காகக் கவலைப் படுகிறீர்கள்?'

'ஜீனோ, நான் உன்னைச் சாக விடமாட்டேன்...'

'நான் சாகப் போவதில்லை. வாழ்வதை நிறுத்தப் போகிறேன்... அவ்வளவுதான்...'

'அப்படியெல்லாம் பேசக்கூடாது...'

மக்கள் வெள்ளம் எங்கும் நிறைந்திருக்க... கொடி கட்டி, சுவர்களில் இளைஞர்கள் புதிதாகக் கிடைத்த சுதந்தரத்தின் வாசகங்களைச் சிவப்பு எழுத்துகளில் வீறுகொண்டு எழுதிக்கொண்டிருந்தார்கள்.

'அதோ ராணி, அதோ ஜீனோ, ரா, உதவி எல்லோரும்!'

'ஐயா, ஐயா! எங்களைத் தடுக்காதீர்கள். ஜீனோவுக்கு உடல் நலம் சரியில்லை. எங்களை விடுங்கள். விட்டு விடுங்கள்...'

அந்த மனித சமுத்திரத்தில் ஒரு சிறிய வகிடு போல் இடம் கிடைக்க, அவர்கள் அதில் ஓடினார்கள்.

'எங்கே போகிறீர்கள்?'

'ஏ ஐ ஆராய்ச்சி நிலையம் எங்கே உள்ளது டாக்டர் ரா?'

'இங்கிருந்து இரண்டாவது சந்தில் திரும்பி அடுத்த பாட்டையைப் பிடிக்கவேண்டும்.'

ஏ.ஐ ஆராய்ச்சிச்சாலை வெறிச்சோடியிருந்தது. அதற்குள் நுழைவதே பெரும்பாடாயிற்று. நுழைந்து கதவைச் சாத்திக் கொண்டு, மாஸ்டர் கன்ஸோலை அணுகி அதைக் கேட்டதில்...

'ஜீனோ, உன் மாடல் நம்பர் என்ன...?'

'ஏன்?'

'டேட்டாபேஸ் கேட்கிறது...'

'மாடல் ஏ-3 எண்ணிக்கை 262-327...'

'சீக்கிரம்...'

திரையில் அந்த எண்களை அமைத்ததும், சற்று நேரம் மௌனம். அதன் பின்,

> மன்னிக்கவும், இந்த மாடலின் வரைபடங்களை எல்லாம் இந்த டேட்டாபேஸிலிருந்து நீக்கிவிட்டோம்...

'ஐயோ! பின் எங்கே அந்த வரைபடங்கள்?'

> தேசிய அருங்காட்சியத்தின் வங்கிக்கு மாற்றி விட்டோம். அங்கே போய்க் கேட்டால் கிடைக்கும்.

ஜீனோ, 'அந்த இடம் எங்கே இருக்கிறது?' என்றது சற்று ஹீனமாக.

‘அரண்மனைக்குப் பக்கத்தில்?’

‘இப்போது என்ன செய்வது?’

‘அங்கேதான் போகவேண்டும். வேறு ஏதாவது வழியிருக்கிறதா...’

மறுபடி வான் டாக்ஸியில் அவர்கள் அனைவரும் அரண்மனையை நோக்கிச் செல்ல, ஜீனோவை ராணி தன் மார்புடன் சேர்த்துக் கட்டிக் கொண்டாள். ‘கவலைப் படாதே... எல்லாம் சரியாப் போயிடும்...’

கருமேகங்கள் போல புகைப்படலங்கள் சூழ்ந்திருந்தன.

‘இது என்ன?’ என்றார் ரா.

‘மக்கள் தன்னிச்சைக்குக் கண்ட பொருள்களையெல்லாம் எரித்துக் கொண்டிருக்கிறார்கள். எங்கெங்கே ரவி, மனோ படம் இருக்கிறதோ அல்லது பெயர் இருக்கிறதோ அதையெல்லாம். ஷேக்ஸ்பியரின் ஜூலியஸ் சீசரில், கொலைகாரியின் பெயரைக் கொண்டிருந்ததற்காக ஸின்னா என்னும் கவிஞனைக் கொல்வார்களே அப்படி!’ என்றது ஜீனோ.

‘ஜீனோ, இந்த வேளையில் ஷேக்ஸ்பியரா...?’

‘என்ன செய்வது! க்ளாக் தடுமாறினாலும் புத்தி தடுமாறவில்லையே இன்னும்...’

‘ஒரு ஐந்து நிமிஷம் பொறுத்துக்கொள் ஜீனோ. இதோ, அருங் காட்சியகம் வந்துவிட்டது!’

‘ஓ...ஓ...’ என்றது ஜீனோ.

‘என்ன?’

‘புரட்சியின் உற்சாகத்தில் மக்கள் அருங்காட்சியகத்தை எரித்துக் கொண்டிருக்கிறார்கள் என்று எண்ணுகிறேன்.’

அவர்கள் டாக்ஸி மெள்ள இறங்கி வர... அந்த அருங்காட்சியகத்தின் வாசலில், தீ கொழுந்துவிட்டுப் பெரிசாக எரிந்து கொண்டிருந்தது.

34

அருங்காட்சியகத்தின் வாசலில் கொழுந்துவிட்டு எரிந்து கொண்டிருந்த தீப்பிழம்பைப் பார்த்ததும் ஜீனோ 'உதவி! நான் காலி' என்றது.

'இல்லை ஜீனோ, டேட்டா வங்கி தரைக்குக் கீழே இரும்புப் பெட்டகத்தில் உள்ளது. அதில்தான் எல்லா லேசர் தட்டுகளும் உள்ளன. அதில் பல இணைப்பைப் பற்றிய செய்திகள் இருந்தே ஆகவேண்டும்' என்ற உதவி, 'பின் பக்கத்தில் அவசர காலக் கதவுகள் இருக்கின்றன. அங்கே போகலாம்' என்றான்.

'அங்கே ஓடலாம்' என்றார் ரா.

ராணி, ஜீனோவை இன்னமும் அணைத்து முத்தம் கொடுத்துகொண்டு 'ஜீனோ! உன்னைச் சாக விட மாட்டோம், சாகவே விடமாட்டோம்' என்றாள்.

'இந்த மாதிரி ஆறுதல் சொல்லியே என்னைச் சாகடித்து விடுவார்கள் போல!' என்ற ஜீனோ, 'மன்னிக்கவும் நான், இதைச் சொன்னது பதற்றத்தில்' என்றது.

அருங்காட்சியகத்தின் பின்புறமிருந்த கடைசிக் கட்டடத்தின் இரும்புப் படிகளில் ஏறி, சுவரேறிக் குதித்து, மறுபடி இறங்கி, உதவி ஜீனோவை எடுத்துக்கொண்டு ஓட, உள்ளே இளைஞர்களின் கூச்சல் கேட்டது. அவர்கள் அங்குமிங்கும் ஓடிக்கொண்டிருந்தார்கள். உதவி என்னதான் தொண்டை வறள சத்தமிட்டாலும் அழிவின் உற்சாகத்தில் இளைஞர்கள் எதற்கும் செவி சாய்க்கவில்லை. அருங்காட்சியகத்தின் கண்ணாடிகள் தூள் தூளாக உடைக்கப்பட்டு... அதனுள் இருந்த விலையுயர்ந்த பொருட்கள் யாவும் ஆகுதி போல் தீக்கிரையாகிக் கொண்டிருந்தன.

'பேஸ்மெண்ட் பேஸ்மெண்ட்' என்றார் டாக்டர். சில இளைஞர்கள் அந்தத் திசை நோக்கி ஓடிக்கொண்டிருக்க, பேஸ்மெண்டை

அணுகியபோது, அந்த இரும்புப் பெட்டகம் கோடாலியால் தாக்கித் திறக்கப்பட்டிருந்தது. அவர்கள் உள்ளே நுழைந்தார்கள். அடுக்கடுக்காக வரிசையாகக் குளிர்பதனம் செய்யப்பட்ட சூழ்நிலையில் பளபளக்கும் லேசர் தட்டுகள் வைக்கப்பட்டிருந்தன. சென்ற நூற்றாண்டின் அறிவுக் களஞ்சியம் அனைத்தும், ஜீனோவின் வாழ்நாள்களிலிருந்து சேர்த்து வைத்த பன்மொழி-பல்துறை அறிவுப் பெட்டகமாக அத்தனை செய்திகளும் லேசர் மூலம் நுணுக்கமாக அந்தத் தட்டுகளில் பதிவாகி... ஒவ்வொரு தட்டிலும் லட்சக்கணக்கான செய்திகளைத் தாங்கிய ஆயிரமாயிரம் தட்டுகள் இருந்தன.

'இதில் எங்கே தேடறது?' என்றார் ரா.

'டாக்டர், இன்டெக்ஸ் டெர்மினல் இருக்கிறது பாருங்கள். சபாஷ்! நல்லவேளை, அது வேலை செய்கிறது' என்றான் உதவி.

இன்டெக்ஸ் டெர்மினலை அணுகி, அதன் டேட்டா வங்கிக்கு அனுமதி வாங்கிக்கொண்டபின், உதவியின் விரல்கள் விசைப் பலகையில் விளையாடின. 'ஜீனோ, ஜீனோ...' என்று பல்வேறு வகையில் கேட்டான். 'ஊஹூம்!'

ஜீனோவே சொன்னது: 'என் டேட்டாபேஸ் எல்லாம் சங்கேத எண் களில் இருக்கும். மாடல் நம்பர் சொல்கிறேன். அதை ஒத்திப் பார்!'

ஜீனோ தன் மாடல் நம்பர் கொடுக்க, திரை உயிர் பெற்று, 'தயாரித்த தேதி?' என்றது.

'அப்பாடா! சொல்லு ஜீனோ.'

'கி 2021.'

'வெயிட்' என்றது திரை.

வெளியே நெருப்புப் பிழம்பு அதிகமாக, அதனால் பேஸ்மெண்ட்டில் சூடு அதிகமாகிக்கொண்டு வர, 'சீக்கிரம் சீக்கிரம். இங்கு நாம் அதிக நேரம் தங்க முடியாது' என்றார் ரா.

'நல்லவேளை! இண்டெக்ஸ் கணிப்பான் அருகே தீப்பிழம்புகள் இன்னமும் எட்டவில்லை' என்றான் உதவி.

சற்று நேரத்தில் திரையில் பதில் வந்தது. 'ஜீனோ மாடலைப் பற்றிய அத்தனை விவரங்களும் ஒன்பதாம் வரிசை - ஆறாவது படி - ஆயிரத்து முன்னூற்று எழுபதாம் தட்டில் இருக்கிறது!'

'அப்பா! இப்போதுதான் மூச்சு வந்தது' என்றார் ரா.

உதவி ஓடிப் போய் அந்தக் குறிப்பிட்ட தட்டைத் தேடிக் கண்டுபிடித்து எடுத்து வந்து, 'ஜீனோ! இனி நீ பிழைக்க முடியும். பிழைக்கப் போகிறாய். இதில்தான் உன் அத்தனை இணைப்புகளைப் பற்றிய செய்திகளும் உள்ளன. இனி கவலையில்லை, கவலையில்லை.' என்றான்.

'பேசிக் கொண்டே இராதே! வெளியே ஓடும் வழியைப் பார்!' என்றது ஜீனோ.

ஜீனோவும், உதவியும் ரா-வும் பாதி எரிந்துகொண்டிருந்த அருங் காட்சியகத்தைவிட்டு வெளியே வரும்போது, சட்டென்று இளைஞர் கும்பல் ஒன்று, தலையில் பெரிய சிவப்புத் துண்டு கட்டி, அதிகப் படியாக பானம் பருகிய மயக்கத்தில், பாட்டுப் பாடிக்கொண்டு, ஒரு திறந்த வண்டியில் அட்டகாசமாக வந்து 'அதோ பார்... அதோ பார்' என்றபடி, கண்மூடித் திறப்பதற்குள் உதவியின் கையிலிருந்த அந்த லேசர் தட்டைப் பிடுங்கிக் கொழுந்து விட்டெரியும் நெருப்பில் போட்டுவிட்டு, அந்தக் கும்பல் ஆரவாரமாக முழங்கிக்கொண்டே புறப்பட்டுப் போய் விட்டது!

'நடந்தது என்ன?' என்று உதவி நினைத்துப் பார்ப்பதற்குள் அந்த பாலிவினைல் லேசர் தட்டு நெருப்பில் எரிந்து போயிற்று.

'ஐயோ, ஐயோ! இது அநியாயம், அநியாயம்!' என்று உதவி கதறினான்.

'என்ன ஆச்சு?' என்ற ஜீனோ, 'நான் பார்க்கவில்லை' என்றது.

'அந்தத் தட்டை யாரோ பிடுங்கி நெருப்பில் போட்டு விட்டார்கள்!'

ஜீனோ சற்று நேரம் மௌனமாக இருந்தது. 'அப்படியெனில்... எனக்குப் புத்துயிர் மறுவாழ்வு இல்லையா?'

'ஜீனோ, என்னை மன்னிப்பாயா ஜீனோ!' என்றான் உதவி.

'மன்னிப்பதால் என் உயிர் திரும்புமா?' என்றது ஜீனோ.

சற்றுத் தொலைவு முன்னே சென்றுவிட்ட ராணி நிலா, திரும்ப வந்து, 'என்ன ஜீனோ! ஏன் பின்தங்கிவிட்டீர்கள்?' என்றாள்.

'நிலா! என் மேல்... என் மேல் கோபித்துக்கொள்ளப் போகிறாய் நீ... அந்தத் தட்டு எரிந்து போய்விட்டது!' என்றான் உதவி.

'வீல்!' என்று கத்தினாள் நிலா.

‘என்னது! தட்டு எரிந்துபோய்விட்டதா? அப்படியானால் ஜீனோவைப் பிழைக்க வைக்க முடியாதா?’

உதவி மௌனமாக இருக்க...

‘ரா! சொல்லுங்கள் ரா!’

அவரும் மௌனமாக இருக்க,

ஜீனோ, ‘ஆம், நிலா. இனி நான் பிழைக்க மாட்டேன்’ என்றது.

‘முடியாது. நடக்காது. நடக்கக்கூடாது. நடக்கவிட மாட்டேன்!’

‘எல்லாம் இந்தச் சமயத்தில் உபயோகமற்ற வார்த்தைகள். நான் வளர்த்த புரட்சி, உருவகமாகச் சொல்லப் போனால், என்னையே எரித்துவிட்டது. இந்த மாதிரி புரட்சிகளுக்கெல்லாம் சில கட்டாய பலிகள் இருந்துதான் ஆகவேண்டும் என்று மாக்கியாவெல்லியில் படித்தேன். உதவி, ரொம்ப நன்றி... உன்னால் முடிந்ததைச் செய்தாய். டாக்டர் ரா, உங்களுக்கும் வந்தனம். ராணி நிலா. உன்னைச் சமாதானப்படுத்துவது கஷ்டம்!’ என்றது ஜீனோ.

நிலா, ஜீனோவை எடுத்துக் கன்னத்தில் தேய்த்து கடகடவென்று கண்ணீர்விட்டு அழுதாள்.

‘என்ன உதவி, எதுவுமே செய்ய முடியாதா? என் அருமை ஜீனோவைக் காப்பாற்ற முடியாதா?’

‘அவர்களைக் கேட்காதே. என்னைக் கேள். நான் சொல்கிறேன் முடியாது. நான் பழைய மாடல். என் இணைப்பு ஒன்று பழுதாகி நின்றுபோகும் நிலையில் உள்ளேன். அதை மீண்டும் உயிர்ப்பிக்க என் உள் இணைப்புக்களின் ரகசியம் தெரியவேண்டும். அந்த ரகசியம் அனைத்தும் ஒரு லேசர் தட்டில் பதிவாகியிருந்தது. அந்த தட்டு எரிந்து போயிற்று!’ என்றது ஜீனோ.

‘பிரதி எதுவும் இருக்காதா?’

‘இருந்தாலும் அதுவும் எரிந்திருக்கும்’ என்றது ஜீனோ, விரக்தியான குரலில்.

ராணி நிலா தரையில் உட்கார்ந்துகொண்டு ஜீனோவுக்கு முத்தம் கொடுத்து, ‘ஜீனோ. ஓஓஓ... உன்னை விட்டுட்டு நான் எப்படிப் பிரிஞ்சு இருக்கப் போகிறேன் ஜீனோ!’ என்று அழத் தொடங்கினாள்.

‘நிலா! எல்லாருக்கும் சாவு போல எனக்கும் சாவு. யட்சன் மகாபாரதத்தில் சொன்னதுபோல உலகத்தின் மிகப் பெரிய ஆச்சரியம்

- மற்றவர்கள் சுற்றிலும் செத்துக்கொண்டே இருப்பதைப் பார்த்தும் மனிதன் தான் மட்டும் சாசுவதம் என்று நினைத்துக் கொண்டிருக் கிறானே அதுதான் - அது எனக்கும் பொருந்தும். ஆனால் எனக்கு சாவு என்பது உங்களைப் போல் இல்லை ராணி. சாவு என்பது எனக்கு வாழ்ந்து முடிப்பது. வலியில்லை. கண்டமில்லை. ரத்த வாந்தி எதுவு மில்லை. இன்னும் சில நிமிஷங்களில் என் துடிப்புகள் நின்றுபோய், என்னுள் இருக்கும், கெர்னல் என்னும் விதை போன்ற ப்ரொக்ராம் ஆவியாகிப் போய், என் அத்தனை செயல்பாடுகளும் ஒரு கட்டத் தில் அப்பட்டமாக நின்றுபோவதுதான் சாவு எனக்கு! அதில் துக்கமோ வலியோ எதுவுமில்லையே.'

அவர்கள் மூவரும் அழுதார்கள்.

'எதற்கு அழுகிறீர்கள் என்பது புரிகிறது. எனக்கு ஒரே ஒரு விஷயம் தான் இந்தச் சாவில் புரியவில்லை. என் நினைவுகள் எல்லாம் என்ன ஆகின்றன? 'நான்' என்ற ஏதோ ஒன்று - அதற்கு மட்டும் தனிப்பட்டு ஒரு சாசுவதம் இருக்க முடியுமா? இல்லை. அதுவும் அழிவுதானோ? அதுதான் புரியவில்லை!' என்றது ஜீனோ.

'ஜீனோ... ஜீனோ... போகாதே. போகாதே!' என்றாள் நிலா.

'எங்கே போவது? நிற்கப் போகிறேன். ஒரு கடிகாரம் மாதிரி. சாவி கொடுக்க முடியாத கடிகாரம். உதவி, உன்னுடன் செஸ் ஆட நினைத்தேன். ஒன்றிரண்டு புத்தகங்கள் படிக்க நினைத்தேன். நிலா, ஒரு பெண்ணின் ஸ்பரிசத்தின் முழு ரகசியமும் இதுவரை எனக்குப் பிடிபடவில்லை. அது எப்படி என்று தர்க்கபூர்வமாக அறிந்து கொள்ளலாம் என்று நினைத்தேன். டாக்டர் ரா, உங்கள் விஞ்ஞானத்தி னால் என்னைக் காப்பாற்ற முடியாமல் போய்விட்டாலும், கடைசி வரை இந்த விடாமுயற்சி விஞ்ஞான மனப்பான்மைக்கு முக்கியம்!' என்று பேசிய ஜீனோ, இப்போது ஒரு பத்து வயதுப் பெண் போலப் பாடியது.

அழகைப் பார் அழுக்கைப் பார்
பழகிப் பார் படுத்துப் பார்
விலகிப் பார் நெருங்கிப் பார்
உலகைப் பார் உள்ளே பார்
முத்தம் பார் ரத்தம் பார்
கத்திப் பார் நெத்திப் பார்
வித்துப் பார் வாங்கிப் பார்
பத்துப் பேரைக் குத்திப் பார்
தேடிப் பார் தேடிப் பார்

திறமை - இரு...ந்தால்
செத்துப் பார்...

ஜீனோ அந்தப் பாதி வரியில் ஸ்தம்பித்து நின்றுபோனது.

இதெல்லாம் நடந்து ஆறு மாதங்கள் கழிந்து, தெருவெல்லாம் கொடித் தோரணங்கள் கட்டியிருக்க... மக்கள் இஷ்டப்பட்ட தினுசில் நடந்தார்கள். வாகனப் போக்குவரத்து கட்டுப்பாடில்லாமல் இங்கு மங்கும் சென்றுகொண்டிருக்க... நாட்டின் முதல் ஜனநாயகத் தேர்தலில், உங்கள் பொன்னான வாக்கு ஜீனோவின் நண்பனும், டாக்டர் ரா-வீன் சீடனுமான 'உதவி உத்தம குமாருக்கே' என்று போஸ்டர்களில், உதவி சிரித்துக்கொண்டிருக்க... எதிரே உதவிக்கு எதிராகப் போட்டியிடும் சுயேட்சை வேட்பாளரான சுப்பிரமணிய சேர்வை, மற்றொரு போஸ்டரில் வந்துவிட்டதன் அறிகுறியாக, ராணி கட்சி, ரா கட்சி, உதவி கட்சி என்று பிரிந்து போய் தேர்தலில் போட்டியிட, நீதிமன்றங்களும், அரசு வாரியங்களும், அலுவலகங்களும், கையூட்டும்... தாய்களும் தங்கைகளும் கற்பிழப்பிலிருந்து காப்பாற்றப்படும் சினிமாக்களும், கட்டுப்பாடில்லாத குடும்பங்களும், கட்டிப் பிடிக்கும் போட்டோக்களைக் கொண்ட துடிப்புள்ள பத்திரிகைகளும்...

ஆம்! நாட்டுக்கு ஜனநாயகம் வந்துவிட்டது! மக்கள் ஆட்சி நிஜமாகவே திரும்ப வந்துவிட்டது!

அருங்காட்சியகம் திருத்தி அமைக்கப்பட்டு, பெரியதாகக் கம்பி போட்டுத் தடை செய்யப்பட்ட ஒரு கட்டத்தின் முன் வாசலில்... பெரிய க்யூ நின்று கொண்டிருந்தது. மெள்ள மெள்ள க்யூ நகர...

'எப்ப வாத்தியாரே பார்க்கலாம்?'

'இந்த ரேட்டில நாலு மணி ஆயிடும்!'

'போயிடலாமா?'

'சே! இதுக்காகத்தான் தலைநகருக்கே வந்தோம்! பொறுடா! பொறுமை வேணும்!'

பொரி கடலை, பாப்கார்ன், சோடா மற்றும் கழுத்துக்குச் சங்கிலி, தோடு போன்ற பல பொருள்கள் விற்பனையாகிக் கொண்டு இருக்க... க்யூ அந்தக் கட்டடத்தின் உள்ளே நுழைந்து ஏராளமான அகலமான படிகளைக் கடந்து மேலே ஏறி உயரமான கூரை கொண்ட பெரிய ஹாலுக்கு வந்து, முடிவில் வெளிச்சமான இடத்தில் ஒரு

கண்ணாடிப் பெட்டிக்குள்... ஆம்! ஜீனோவின் உடல்தான். அப்படியே ஒரு வெல்வெட் மேல் வைக்கப்பட்டிருக்க...

மௌனமாக மக்கள் அதைக் கடந்துபோகிறார்கள். நாய்க்கு அருகிலேயே சற்று நேரம் தயங்கி, தரிசிக்கிறார்கள். ஜீனோ படித்த புத்தகங்கள்... எழுதிய ஒரே ஒரு கவிதை... அதன் முதல் வடிவ போட்டோ எல்லாம் காட்சிக்கு வைக்கப்பட்டிருக்க...

'இந்த நாய் செத்துப் போகலேய்யா, தெரியுமில்லே?'

'அட, செத்துருச்சுப்பா!'

'அதான் இல்லை! மௌன விரதம் இருக்கிறதாச் சொல்றாங்க!'

'இதைப் பத்திப் புத்தகமே வந்துருச்சு, தெரியுமில்லை?'

'இல்லைப்பா. செத்துருச்சு...'

'உனக்குத் தெரியாது. மௌன விரதம்தான் இருக்குதாம். தக்க சமயத்தில் அது மறுபடி பேசுமாம்... தெரியுமில்லே?'

'தக்க சமயம்னா?'

'இவங்க அட்டூழியம் ஜாஸ்தியாப் போச்சுன்னா அது பொழைச்சு எழுந்து வந்துருமாம். தெரியுமில்லே?'
